ചൈന
രാഷ്ട്രം രാഷ്ട്രീയം കാഴ്ചകൾ

china rashtram rashtreeyam kazhchakal

•

k k shylaja

•

first edition
july 2015

•

typesetting & published
chintha publishers, thiruvananthapuram

•

printed at
Repro India Ltd, Mumbai.

•

cover
vinod

•

price
rupees one hundred and fifty five only

വിതരണം

ദേശാഭിമാനി ബുക്ക് ഹൗസ്

H O തിരുവനന്തപുരം-695 035
phone: 0471-2303026, 6063026
www.chinthapublishers.com
chinthapublishers@gmail.com

ബ്രാഞ്ചുകൾ

ഹെഡ്ഓഫീസ് ബ്രാഞ്ച് കുന്നുകുഴി • സ്റ്റാച്യു തിരുവനന്തപുരം • കെ എസ് ആർ ടി സി ബസ് സ്റ്റേഷൻ ആലപ്പുഴ • കെ എസ് ആർ ടി സി ബസ് സ്റ്റേഷൻ എറണാകുളം • ചിറ്റൂർ റോഡ് എറണാകുളം • മച്ചിങ്ങൽ ലെയ്ൻ തൃശൂർ • ഐ ജി റോഡ് കോഴിക്കോട് • മാവൂർ റോഡ് കോഴിക്കോട് • എൻ ജി ഒ യൂണിയൻ ബിൽഡിങ് കണ്ണൂർ • സെൻട്രൽ ബസ് ടെർമിനൽ കോംപ്ലക്സ് താവക്കര കണ്ണൂർ

CO - 2229 / 3703

ചൈന
രാഷ്ട്രം രാഷ്ട്രീയം കാഴ്ചകൾ

കെ കെ ശൈലജ

ചിന്ത പബ്ലിഷേഴ്സ്
തിരുവനന്തപുരം-695 035
വില: ₹ 155

കെ കെ ശൈലജ

സി പി ഐ (എം) കേന്ദ്രകമ്മിറ്റി അംഗം. എ ഐ ഡി ഡബ്ല്യു എ സംസ്ഥാന സെക്രട്ടറി. *സ്ത്രീശബ്ദം* ചീഫ് എഡിറ്റർ, സുശീലാ ഗോപാലൻ സ്മാരക സ്ത്രീ പദവി-നിയമ പഠനകേന്ദ്രം (എസ് യു എൽ സി) ചെയർപേഴ്സൺ.

മുഴുവൻ സമയ രാഷ്ട്രീയപ്രവർത്തനത്തിനായി 2004 ൽ ജോലിയിൽ നിന്ന് സ്വയം വിരമിച്ചു (ഹൈസ്കൂൾ അദ്ധ്യാപിക).

1990 ലെ 'സമ്പൂർണ്ണ സാക്ഷരതാ യജ്ഞ'ത്തിൽ അസി. പ്രോജക്ട് ഓഫീസറായി ഒരു വർഷം പ്രവർത്തിച്ചു. 1996 ലും 2006 ലും കേരള നിയമസഭയിലേക്ക് തിരഞ്ഞെടുക്കപ്പെട്ടു. 1996 കൂത്തുപറമ്പ് നിയോജകമണ്ഡലം 2006 പേരാവൂർ നിയോജകമണ്ഡലം. നിയമസഭയുടെ വനിതാ ശിശുക്ഷേമ സമിതി അദ്ധ്യക്ഷയായി പ്രവർത്തിച്ചിട്ടുണ്ട്. കേരള നിയമ സഭ തീരുമാനിച്ച തുടർ വിദ്യാഭ്യാസം സംബന്ധിച്ച ഏഴ് അംഗ കമ്മീഷന്റെ അദ്ധ്യക്ഷയായിരുന്നു. കമ്മീഷൻ റിപ്പോർട്ട് സമർപ്പിച്ചിട്ടുണ്ട്.

ഇന്ത്യൻ വർത്തമാനവും സ്ത്രീസമൂഹവും എന്ന പുസ്തകം പ്രസിദ്ധീകരിച്ചിട്ടുണ്ട്.

ഭർത്താവ് : കെ ഭാസ്കരൻ
മക്കൾ : കെ കെ ശോഭിത്
കെ കെ ലളിത്

ഉള്ളടക്കം

പ്രസാധകക്കുറിപ്പ്

ചൈനീസ് കമ്യൂണിസ്റ്റു പാർട്ടിയുടെ ക്ഷണം സ്വീകരിച്ച് അവിടം സന്ദർശിച്ച ഇന്ത്യൻ പ്രതിനിധി സംഘത്തിൽ അംഗമായിരുന്ന സ. കെ കെ ശൈലജയുടെ യാത്രാനുഭവങ്ങളാണ് ഈ ഗ്രന്ഥത്തിന്റെ ഉള്ളടക്കം. കേവലം ഒരു യാത്രാവിവരണം എന്ന നിലയിലല്ല ഈ പുസ്തകം എഴുതപ്പെട്ടിരിക്കുന്നത്. ചൈനയുടെ സംസ്കാരം, രാഷ്ട്രീയ സ്ഥിതിഗതികൾ, സമകാലികമായ വെല്ലുവിളികൾ ഇവയെല്ലാം ഈ പുസ്തകത്തിൽ പ്രതിപാദിക്കുന്നുണ്ട്.
ചൈനീസ് സമ്പദ് ഘടനയിൽ പുതിയ പരിഷ്കാരത്തിന്റെ ഭാഗമായി ഉയർന്നുവന്നിട്ടുള്ള അസമത്വത്തിന്റെ പ്രശ്നങ്ങൾ, നഗരവല്ക്കരണത്തിന്റെ പ്രശ്നങ്ങൾ, സാമൂഹ്യ സുരക്ഷാ പദ്ധതികൾ, പാരിസ്ഥിതിക പ്രശ്നങ്ങൾ, ഉപഭോഗ സംസ്കാരം വളർന്നുവരുന്നതിന്റെ പ്രശ്നങ്ങൾ എന്നിവയെല്ലാം ഈ പുസ്തകത്തിൽ പരിശോധിക്കപ്പെടുന്നുണ്ട്.
ചൈനയിൽ കണ്ട കാഴ്ചകളും സി പി സി നേതാക്കൾ നല്കിയ വിശദീകരണങ്ങളും ഈ പുസ്തകത്തിൽ അതേപടി വായനക്കാരുടെ മുൻപിൽ സമർപ്പിക്കുകയാണ്. ചൈനയിൽ നടപ്പാക്കിക്കൊണ്ടിരിക്കുന്ന പരിഷ്കാരങ്ങളെക്കുറിച്ചു പഠിക്കാൻ ആഗ്രഹിക്കുന്നവർക്ക് ഏറെ ദിശാബോധം നല്കുന്ന ഈ ഗ്രന്ഥം സദയം സ്വീകരിച്ചാലും.

ചിന്ത പബ്ലിഷേഴ്സ്

അവതാരിക

ചൈനയിലെ സോഷ്യലിസ്റ്റ് നിർമ്മാണ പ്രക്രിയ ഏറെ ചർച്ച ചെയ്യപ്പെട്ടിട്ടുള്ളതാണ്. ചൈന മുതലാളിത്ത പാതയിലേക്ക് നീങ്ങിക്കഴിഞ്ഞു എന്ന വാദവും നമ്മുടെ നാട്ടിൽ സജീവമാണ്. സി പി ഐ (എം)ന്റെ 20-ാം പാർട്ടി കോൺഗ്രസിൽ അംഗീകരിച്ച പ്രത്യയശാസ്ത്ര പ്രമേയത്തിൽ ചൈനയിലെ സംഭവഗതികളെ വിശകലനം ചെയ്തിട്ടുണ്ട്. ഒരു പരിധിവരെ പരിഷ്കരണാനന്തര സോഷ്യലിസ്റ്റ് ചൈനയിൽ പുത്തൻ സാമ്പത്തിക നയത്തിന്റെ കാലഘട്ടത്തിൽ സ്റ്റേറ്റ് മുതലാളിത്തത്തെക്കുറിച്ച് ലെനിൻ കൈക്കൊണ്ട സൈദ്ധാന്തിക നിലപാടുകളുടെ പ്രതിഫലനമാണ് ദൃശ്യമാകുന്നതെന്ന് അതിൽ വിലയിരുത്തുകയുണ്ടായി. ചൈനീസ് കമ്യൂണിസ്റ്റ് പാർട്ടി മുന്നോട്ടുവെച്ച പരിഷ്കാരങ്ങൾ സമ്പദ് ഘടനയിൽ ഉണ്ടാക്കിയിട്ടുള്ള വമ്പിച്ച നേട്ടങ്ങളെ രേഖയിൽ വിശദീകരിക്കുകയുണ്ടായി.

ചൈനീസ് സമ്പദ് ഘടനയിൽ പുതിയ പരിഷ്കാരത്തിന്റെ ഭാഗമായി ഉയർന്നുവന്നിട്ടുള്ള അസമത്വത്തിന്റെ പ്രശ്നങ്ങളും അഴിമതിയുടെ കാര്യങ്ങളും ഇതിൽ അവതരിപ്പിച്ചിട്ടുണ്ട്. സാമ്രാജ്യത്വം എന്ന സങ്കല്പനം തന്നെ ചൈനീസ് കമ്യൂണിസ്റ്റ് പാർട്ടി വിട്ടുകളഞ്ഞത് തൊഴിലാളിവർഗ്ഗ സാർവ്വദേശീയതയുടെ നേർപ്പിക്കലാണെന്നും എടുത്ത് പറഞ്ഞു. വ്യവസായ സംരംഭകർക്കും ബിസിനസുകാർക്കും പാർട്ടിയിൽ അംഗത്വം നല്കുന്നത്, പാർട്ടിയുടെ രാഷ്ട്രീയവും പ്രത്യയശാസ്ത്രപരവുമായ ദിശാബോധം പുതിയ സമ്മർദ്ദങ്ങൾക്ക് വിധേയമായി തീരാവുന്ന സാദ്ധ്യതകളെക്കുറിച്ചും സൂചിപ്പിക്കുകയുണ്ടായി. നേട്ടകോട്ടങ്ങളെ വിശകലനം ചെയ്തശേഷം പ്രത്യയശാസ്ത്രരേഖ താഴെ പറയുന്ന നിഗമനം മുന്നോട്ട് വയ്ക്കുകയുണ്ടായി.

> സംഗ്രഹിച്ച് പറഞ്ഞാൽ മൂന്ന് പതിറ്റാണ്ടുകളിലെ പരിഷ്കാരങ്ങളുടെ കാലത്ത് ഉല്പാദനശക്തികളുടെ വികസനത്തിലും സാമ്പത്തിക വളർച്ചയിലും ചൈന വമ്പിച്ച കാൽവയ്പുകൾ നടത്തിയിട്ടുണ്ട്. മൂന്ന് പതിറ്റാണ്ടുകാലത്ത് ശരാശരി 10 ശതമാനത്തിലധികം വളർച്ചാനിരക്ക് സ്ഥിരമായി കൈവരിക്കുക എന്നത് മുതലാളിത്ത ചരിത്രത്തിലൊട്ടാകെ ഏതൊരു രാജ്യത്തും അഭൂതപൂർവ്വമായ സംഭവം തന്നെയാണ്. പക്ഷേ, ഇതേ പ്രക്രിയ തന്നെ ഇന്നത്തെ ചൈനയിൽ ഉല്പാദനബന്ധങ്ങളിലും അതുകൊണ്ട് തന്നെ സാമൂഹ്യബന്ധങ്ങളിലും പ്രതികൂലമായ മാറ്റങ്ങൾ വളരെ വ്യക്തമായി മുന്നോട്ട് കൊണ്ടുവന്നിട്ടുണ്ട് (പ്രത്യയശാസ്ത്രരേഖ. 6.12).

ചൈനയിൽ ഇന്ന് നടക്കുന്ന സോഷ്യലിസ്റ്റ് വ്യവസ്ഥ കെട്ടിപ്പടുക്കുന്നതിനുള്ള പ്രവർത്തനങ്ങൾ അതുകൊണ്ടുതന്നെ ഏറെ പഠനം അർഹിക്കുന്ന ഒന്നാണ്. തന്റെ പത്ത് ദിവസം നീണ്ടുനില്ക്കുന്ന ചൈനീസ് സന്ദർശനത്തിൽ താൻ കണ്ട കാര്യങ്ങളാണ് *ചൈന രാഷ്ട്രം രാഷ്ട്രീയം കാഴ്ചകൾ* എന്ന ഈ പുസ്തകത്തിൽ സ. കെ കെ ശൈലജ അവതരിപ്പിക്കുന്നത്. ചൈനയിൽ ഇപ്പോൾ നടക്കുന്ന സോഷ്യലിസ്റ്റ് പരീക്ഷണങ്ങളുടെ നേട്ടങ്ങളെയും കോട്ടങ്ങളെയും ആശങ്കകളെയും വിശദീകരിക്കുന്ന വർത്തമാനകാല ചൈനയുടെ നേർ അവതരണമായി ഈ പുസ്തകം മാറുന്നുണ്ട്. ചൈനീസ് കമ്യൂണിസ്റ്റ് പാർട്ടിയുടെ രൂപീകരണവും വളർച്ചയുമെല്ലാം ഇതിൽ പ്രതിപാദ്യവിഷയമാകുന്നുണ്ട്. ചൈനീസ് വിപ്ലവത്തിന്റെ ഘട്ടത്തിൽ സ്വീകരിച്ച തന്ത്രങ്ങളും അടവുകളുമെല്ലാം ഇവിടെ പരിചയപ്പെടുത്തുന്നുണ്ട്.

ചൈനീസ് കമ്യൂണിസ്റ്റ് പാർട്ടിയുടെ ക്ഷണം സ്വീകരിച്ച് ഇന്ത്യയിൽ നിന്ന് സി പി ഐ (എം) പ്രതിനിധി സംഘത്തിന്റെ ഭാഗമായി ചൈനയിൽ എത്തിയ സ. ശൈലജ ഏറെ കൗതുകത്തോടും രാഷ്ട്രീയ കാഴ്ചപ്പാടോടെയുമാണ് ഓരോ അനുഭവങ്ങളെയും വിലയിരുത്തിയിട്ടുള്ളത്. കാഴ്ചകളുടെയും അനുഭവങ്ങളുടെയും അടുക്കിവെച്ച കേവലമായ വിവരണം മാത്രമല്ല ഇതിലുള്ളത്. ചൈനയുടെ സംസ്കാരം, രാഷ്ട്രീയ സ്ഥിതിഗതികൾ, വർത്തമാനകാല വെല്ലുവിളികൾ തുടങ്ങിയവയെല്ലാം പ്രതിപാദിക്കപ്പെടുന്നുണ്ട്. സോഷ്യലിസ്റ്റ് നിർമ്മാണ പ്രക്രിയ ശക്തിപ്പെടുത്തുന്നതിന് ചൈനീസ് കമ്യൂണിസ്റ്റ് പാർട്ടി സ്വീകരിക്കുന്ന സമീപനവും അതിനെ സംബന്ധിച്ചുള്ള തന്റെ അഭിപ്രായവും ഓരോ കാഴ്ചകളുടെ അടിസ്ഥാനത്തിലും രേഖപ്പെടുത്തുന്നുണ്ട്. നേട്ടങ്ങളെ നേട്ടങ്ങളായി കണ്ടുകൊണ്ടും കോട്ടങ്ങളെ വിമർശിച്ചുകൊണ്ടും ആശങ്കകൾ പങ്കുവെച്ചുംകൊണ്ട് തുറന്നുപറയുക എന്ന രീതിയാണ് അവലംബിച്ചിട്ടുള്ളത്.

ചൈനീസ് കമ്യൂണിസ്റ്റ് പാർട്ടിയുടെ മെമ്പർഷിപ്പിൽ അതിസമ്പന്നരായ ആളുകളെ കൊണ്ടുവരുന്ന പ്രശ്നം സജീവ ചർച്ചാ വിഷയമായിരുന്നല്ലോ. ഇത്തരമൊരു തീരുമാനം പാർട്ടിയുടെ വിപ്ലവകരമായ സ്വഭാ

വത്തിനും വർഗ്ഗ കാഴ്ചപ്പാടിനും എതിരാവുകയില്ലേ എന്ന ചോദ്യം താൻ ചർച്ചയിൽ ഉന്നയിച്ച കാര്യം സ. ശൈലജ ഇതിൽ എഴുതുന്നുണ്ട്. ഒരാളുടെ കൈയിൽ എത്രപണമുണ്ട് എന്നതല്ല അത് എങ്ങനെ ഉണ്ടാക്കി എന്നതും എന്തിനുവേണ്ടി വിനിയോഗിക്കുന്നു എന്നതുമാണ് കമ്യൂണിസ്റ്റ് പാർട്ടി പരിശോധിക്കുന്നത് എന്നുമായിരുന്നു അവരുടെ മറുപടി. ഇത്തരം കാര്യങ്ങളുമായി ബന്ധപ്പെട്ട നിരവധി പ്രശ്നങ്ങൾ ശരിയായ രീതിയിൽ തന്നെ ഈ പുസ്തകത്തിൽ അവതരിപ്പിച്ചിട്ടുണ്ട്.

തൊഴിലാളി വർഗ്ഗത്തിന്റെ മുന്നണി പോരാളിയാണ് പാർട്ടി എന്ന കാഴ്ചപ്പാടിൽ ദെങ് സിയാവോയുടെ കാലത്ത് വന്നിട്ടുള്ള മാറ്റവും പ്രതിപാദനവിഷയമാകുന്നുണ്ട്. തൊഴിലാളി വർഗ്ഗത്തിന്റെയും ചൈനയിലെ മുഴുവൻ ജനങ്ങളുടെയും മുന്നണിപ്പോരാളിയാണ് പാർട്ടി എന്ന നിലയിലാണ് അവർ ഇപ്പോൾ മുന്നോട്ടുവയ്ക്കുന്ന കാഴ്ചപ്പാടെന്നും സ. ശൈലജ വ്യക്തമാക്കുന്നു. ഇത്തരത്തിൽ രാഷ്ട്രീയമായി ചൈനയിൽ വന്നിട്ടുള്ള മാറ്റങ്ങളെ സംബന്ധിച്ച് മനസ്സിലാക്കുകയും അതിന്റെ അടിസ്ഥാനത്തിൽ വിലയിരുത്തൽ നടത്തുകയും ചെയ്യുന്ന രീതി ഇതിൽ അവലംബിച്ചിട്ടുണ്ട്. അതിനാൽ കേവല യാത്രാവിവരണം എന്ന നിലയിൽ നിന്ന് രാഷ്ട്രീയ സമീപനങ്ങളെ സംബന്ധിച്ച ചർച്ചയുടെ മാനം ഈ പുസ്തകം കൈവരിക്കുന്നു.

നഗരവല്ക്കരണം എന്നത് വികസിത സമൂഹങ്ങൾ നേരിടുന്ന പ്രധാനപ്പെട്ട പ്രശ്നമാണ്. അത് ചൈന എങ്ങനെ അഭിമുഖീകരിക്കുന്നുവെന്ന കാര്യം ഇതിൽ പഠനവിഷയമാകുന്നുണ്ട്. നഗരവല്ക്കരണം എന്നത് ഭൂമി ഏറ്റെടുക്കലും കൂറ്റൻ കോർപ്പറേറ്റ് സ്ഥാപനങ്ങൾ നിർമ്മിച്ചു കൂട്ടുകയുമല്ല. മറിച്ച് തൊഴിലവസരങ്ങൾ സൃഷ്ടിക്കുന്നതിനുള്ള വ്യവസായവല്ക്കരണം കൂടിയാണ് അവർക്ക്. ഗ്രാമീണ സമ്പത്ത് കുറഞ്ഞ വിലയ്ക്ക് നഗരങ്ങൾ കൊള്ള ചെയ്യുന്നതിനോ കുറഞ്ഞ കൂലിക്ക് തൊഴിൽ വിലയ്ക്ക് വാങ്ങുന്നതിനോ ഭൂമി കൈയേറുന്നതിനോ ഉള്ള അവസരം ഉണ്ടാവരുത് എന്ന രീതിയിൽ തന്നെയാണ് ഈ പ്രശ്നം ചൈനയിൽ കൈകാര്യം ചെയ്യപ്പെടുന്നത്. ഇക്കാര്യം ഉദാഹരണ സഹിതം അവതരിപ്പിക്കുന്നുണ്ട്. നഗരങ്ങളിൽ തൊഴിൽതേടി വരുന്നവരെ പുനരധിവസിപ്പിക്കുന്ന പ്രശ്നവും ഗൗരവമായി കണ്ടുകൊണ്ടുള്ള ഇടപെടൽ തന്നെയാണ് അവിടെ നടക്കുന്നത് എന്നും വിവരണങ്ങളിൽ നിന്ന് വ്യക്തമാകുന്നുണ്ട്.

സാമൂഹ്യസുരക്ഷാ പദ്ധതികൾ സുശക്തമാക്കുന്നതിനുള്ള പ്രവർത്തനങ്ങളും കാര്യക്ഷമമായി മുന്നോട്ട് പോകുന്ന കാര്യവും വരച്ചുകാട്ടുന്നുണ്ട്. ഇതിന്റെ ഭാഗമായി എല്ലാവർക്കും തിരിച്ചറിയൽ കാർഡ് നല്കുകയും ഇവർക്കുള്ള ആനുകൂല്യങ്ങൾ ഗവൺമെന്റും കമ്പനികളും കൂട്ടായി നല്കുന്ന രീതിയും പലയിടത്തും അവലംബിച്ചതായും എടുത്ത് പറയുന്നുണ്ട്.

ദാരിദ്ര്യരേഖയുമായി ബന്ധപ്പെട്ട് ചൈന കാണിക്കുന്ന രീതി നമ്മു

ടേതിൽ നിന്ന് തികച്ചും വ്യത്യസ്തമാണ്. ഇന്ത്യയിൽ ദാരിദ്ര്യരേഖ താഴ്ത്തി വരച്ച് ദാരിദ്ര്യം കുറവാണെന്ന് കാണിക്കുന്ന രീതിയാണല്ലോ നിലനില്ക്കുന്നത്. ചൈനയിൽ സ്ഥിതിഗതികൾ വ്യത്യസ്തമാണ്. അവർ നിശ്ചയിക്കുന്ന ദാരിദ്ര്യരേഖയ്ക്ക് കീഴിലുള്ള ജനങ്ങളുടെ പ്രശ്നങ്ങൾ പരിഹരിച്ച് കഴിഞ്ഞാൽ ദാരിദ്ര്യരേഖ വീണ്ടും ഉയർത്തും. അത്തരം ജന വിഭാഗങ്ങളുടെ പ്രശ്നങ്ങൾ സവിശേഷ പ്രാധാന്യത്തോടെ വീണ്ടും കൈകാര്യം ചെയ്യും. ഇങ്ങനെ ദാരിദ്ര്യരേഖ എന്നത് ജനങ്ങൾക്ക് കൂടു തൽ ആനുകൂല്യങ്ങൾ ഉറപ്പ് വരുത്തുന്ന തരത്തിലാണ് തയ്യാറാക്കപ്പെ ടുന്നത്. പ്രാദേശികമായി ഉല്പാദനം വർദ്ധിപ്പിക്കുന്നതിനുള്ള ഇടപെട ലുകളും അതിനായി പാർട്ടിയും സർക്കാരും നടത്തുന്ന ഇടപെടലും ഏറെ പഠനാർഹമാണ്.

പാരിസ്ഥിതിക പ്രശ്നങ്ങൾ പരിഹരിക്കുന്നതിന് ചൈനയിൽ നട ത്തുന്ന ഇടപെടലിൽ പലതും മാതൃകാപരമാണ്. 1970 കളിൽ യോങ് ഡിങ് നദി വരണ്ടു കിടക്കുകയായിരുന്നു. ചുറ്റും മണൽപ്പരപ്പുകൾ മാത്ര മായിരുന്നു അതിൽ ഉണ്ടായിരുന്നത്. നദിയുടെ ചില ഭാഗങ്ങളാവട്ടെ മാലിന്യ നിക്ഷേപം കൊണ്ട് ദുർഗ്ഗന്ധം വമിക്കുന്ന അവസ്ഥയിലുമായി രുന്നു. നദിയുടെ ജീവൻ വീണ്ടെടുക്കാൻ ബീജിങ് നഗരസഭ ദീർഘവീ ക്ഷണത്തോടെയുള്ള പദ്ധതി ആവിഷ്കരിച്ചു. അതിന്റെ ഫലമായി യോങ് ഡിങ് നദി നീരൊഴുക്കുള്ള നദിയായി മാറുകയും മണൽക്കാടുകൾ അപ്ര ത്യക്ഷമാവുകയും ചെയ്തു. ഇത്തരം അനുഭവങ്ങൾ പാരിസ്ഥിതിക സംര ക്ഷണത്തിന് ചൈന നല്കുന്ന പ്രാധാന്യത്തിലേക്കാണ് വെളിച്ചം വീശു ന്നത്.

ചൈനീസ് വിപ്ലവത്തിന് മുമ്പ് ലോകത്തിലെ ഏറ്റവും യാഥാസ്ഥി തികവും സ്ത്രീവിരുദ്ധവുമായ സമൂഹങ്ങളിൽ ഒന്നായിരുന്നു ചൈന യിലേത്. ചൈനയിൽ അക്കാലത്ത് പ്രാധാന്യം നേടിയ കൺഫ്യൂഷി യൻ സിദ്ധാന്തങ്ങൾ സ്ത്രീവിരുദ്ധമായിരുന്നു. പാദങ്ങൾ ചെറുതാകുക എന്നതാണ് സൗന്ദര്യത്തിന്റെ മാനദണ്ഡം എന്ന് അവർ വിശ്വസിച്ചിരു ന്നു. അതിന്റെ ഫലമായി സ്ത്രീകൾ അനുഭവിക്കേണ്ടിവന്ന വ്യത്യസ്ത മായ ദുരിതങ്ങളെ ഇതിൽ പ്രതിപാദിക്കുന്നുണ്ട്. ഈ സ്ഥിതിയിൽ നിന്ന് ചൈന ഏറെ മുന്നോട്ട് പോയതിന്റെ സ്ഥിതിവിവര കണക്കുകൾ ഇതി ലുണ്ട്. കുടുംബത്തിനകത്ത് പരസ്പര ബഹുമാനവും അംഗീകാരവും ഉണ്ടാക്കുന്ന കൗൺസലിങ് ഉൾപ്പെടെ നടത്തുന്ന കാര്യവും രേഖപ്പെടു ത്തുന്നുണ്ട്.

ചൈനയിലെ പരമ്പരാഗതമായ വിശ്വാസങ്ങളെയും അവ ജനത യിൽ ഉണ്ടാക്കിയ സ്വാധീനത്തെയും മറികടന്ന് ആധുനിക ചൈന മുന്നോട്ട് പോകുന്ന കാര്യവും വിശദമായിത്തന്നെ പ്രതിപാദിക്കപ്പെടു ന്നു. മുതലാളിത്തത്തിന്റെ ഉപഭോഗസംസ്കാരം കടന്നുവരുന്നതിന്റെ ആശങ്കകളും അവിടെ കണ്ട ചില കാഴ്ചകളുടെ അടിസ്ഥാനത്തിൽ പറ യുന്നുണ്ട്.

ചൈനീസ് കമ്യൂണിസ്റ്റ് പാർട്ടി ചൈനയുടെ സവിശേഷതകളെ

ഉൾക്കൊണ്ടുകൊണ്ട് സോഷ്യലിസം കെട്ടിപ്പടുക്കുന്നതിനാണ് ശ്രമിച്ചു കൊണ്ടിരിക്കുന്നത്. അതിനായി സ്വീകരിക്കുന്ന പരിഷ്കരണ നടപടിക ളുടെ ഭാഗമായി രൂപപ്പെടുന്ന പുതിയ വൈരുദ്ധ്യങ്ങളെ എങ്ങനെ പരി ഹരിക്കാനാകും എന്നതിനെ ആശ്രയിച്ചിരിക്കും ചൈനയിലെ സോഷ്യ ലിസത്തിന്റെ ഭാവി. ഇത്തരത്തിൽ സി പി ഐ (എം) ന്റെ 20-ാം പാർട്ടി കോൺഗ്രസ് മുന്നോട്ടുവെച്ച നിഗമനങ്ങളെ ശരിവയ്ക്കുന്ന തരത്തിലുള്ള അനുഭവങ്ങളാണ് പൊതുവിൽ ഈ പുസ്തകത്തിലൂടെ സ. കെ കെ ശൈലജ നമ്മുടെ മുമ്പിൽ തുറന്നുവയ്ക്കുന്നത്. ചൈനയിലെ പരിഷ്കാ രങ്ങൾ മുന്നോട്ടുവയ്ക്കുന്ന ആശയും ആശങ്കയും പ്രതിപാദിക്കുന്ന പുസ്തകമായി ഈ യാത്രാവിവരണം മാറുകയാണ്. ചൈനയിൽ നട പ്പിലാക്കിക്കൊണ്ടിരിക്കുന്ന പരിഷ്കാരങ്ങളെക്കുറിച്ച് പഠിക്കാൻ ആഗ്ര ഹിക്കുന്നവർക്ക് ഈ പുസ്തകം ഏറെ ദിശാബോധം നല്കുമെന്നതിൽ തർക്കമില്ല.

എ കെ ജി സെന്റർ
തിരുവനന്തപുരം

പിണറായി വിജയൻ

ആമുഖം

ചൈന സന്ദർശിക്കുമ്പോൾ പിന്നീട് ഒരു യാത്രാ വിവരണമെഴുതണമെന്നൊന്നും കരുതിയിരുന്നില്ല. എങ്കിലും ഞങ്ങൾ എല്ലാവരും കാണുന്ന കാഴ്ചകളും പകർന്നുകിട്ടിയ വിവരങ്ങളും കുറിച്ചുവെച്ചിരുന്നു; മനസ്സിലും കടലാസിലും ക്യാമറയിലും. അറിയാനാഗ്രഹിച്ചത് സോഷ്യലിസ്റ്റ് പരീക്ഷണങ്ങളെക്കുറിച്ചാകയാൽ ഒരു നിമിഷംപോലും പാഴാക്കാതെ പത്തു ദിവസങ്ങൾകൊണ്ട് കഴിയാവുന്നത്ര വിവരങ്ങൾ സ്വായത്തമാക്കി. മൂലധനശക്തികളുടെ മനഃസാക്ഷിയില്ലാത്ത കടന്നാക്രമണങ്ങളിൽ ലോകത്തിന്റെ നാനാഭാഗങ്ങളിൽനിന്നും അശരണരുടെ നിലവിളികൾ ഉയരുമ്പോൾ സോഷ്യലിസ്റ്റ് ആസൂത്രണത്തിന്റെ ചെറിയ തുരുത്തുകൾ പോലും മനുഷ്യരാശിയുടെ പ്രതീക്ഷകളായി മാറുന്നു. കോർപ്പറേറ്റ് മൂലധനത്തിന്റെ വളർച്ച ധനിക-ദരിദ്ര അന്തരം വർദ്ധിപ്പിക്കുമെന്നും ദരിദ്രരുടെ എണ്ണം വർദ്ധിപ്പിക്കുമെന്നും കമ്യൂണിസ്റ്റ് ചിന്തകർ മാത്രമല്ല തോമസ് പിക്കെറ്റിയെപ്പോലുള്ള ബൂർഷ്വാ ധനകാര്യ വിദഗ്ദ്ധർപോലും തുറന്നു സമ്മതിച്ച കാലമാണിത്. സ്വകാര്യ മൂലധനത്തെ ചില മേഖലങ്ങളിൽ ഉപയോഗപ്പെടുത്തുമ്പോഴും മാർക്സിസത്തിന്റെ അടിസ്ഥാനതത്വങ്ങളിൽ നിന്ന് വ്യതിചലിക്കാതെ തങ്ങൾ മുന്നോട്ടു പോകുമെന്നും ചൈനീസ് രീതിയിൽത്തന്നെ സോഷ്യലിസ്റ്റ് നിർമ്മാണം യാഥാർത്ഥ്യമാക്കുമെന്നും ചൈന പറയുന്നു. 1949 ലെ ജനകീയ വിപ്ലവത്തിന് ശേഷം വിവിധ ഘട്ടങ്ങളിലായി ചൈനയിലുണ്ടായ സാമൂഹ്യ വളർച്ചയാണ് ഞങ്ങൾ വിലയിരുത്തിയത്. കൺമുന്നിൽ കണ്ട കാഴ്ചകളിൽ നിന്ന് ചൈന ആർജ്ജിച്ച വമ്പിച്ച പുരോഗതി ഞങ്ങൾക്ക് വായിച്ചെടുക്കാൻ കഴിഞ്ഞു. മൂലധനകുതന്ത്രങ്ങളെ നേരിട്ടുകൊണ്ട് സോഷ്യലിസ്റ്റ് സമൂഹനിർമ്മാണപ്രക്രിയയെ എത്രമാത്രം മുന്നോട്ടു നയിക്കാനാകും എന്നാണ് നാം ഉറ്റുനോക്കുന്നത്.

ചൈനയിൽ കണ്ട കാഴ്ചകളും സി പി സി നേതാക്കൾ നല്കിയ വിശദീകരണങ്ങളും അതേപടി വായനക്കാർക്ക് സമർപ്പിക്കുകയാണ്. ഒപ്പം ജനകീയ ചൈനയുടെ മണ്ണിൽ കാലുകുത്തിയപ്പോൾ മുതൽ മനസ്സിൽ മിന്നിമറഞ്ഞ ചൈനയുടെ ചരിത്രവും സംസ്കാരവും സംബന്ധിച്ച നുറുങ്ങുചിന്തകളും ഇതോടൊപ്പം ചേർക്കുന്നു. എഴുതിവെച്ച കാര്യങ്ങൾ പ്രസിദ്ധീകരിക്കാൻ ധൈര്യം പകർന്നുതന്ന *ദേശാഭിമാനി*യിലെ കെ പി മോഹനൻ മാസ്റ്ററോട് (ചെറുകാട്) പ്രത്യേകം നന്ദിയുണ്ട്. എഴുതാൻ പ്രേരിപ്പിച്ച ഭാസ്കരേട്ടനോടും മക്കളോടും *ദേശാഭിമാനി*യിൽ നല്ല അഭിപ്രായങ്ങൾ എഴുതിയ പ്രിയപ്പെട്ട കേളപ്പേട്ടനടക്കമുള്ള സഖാക്കളോടും നന്ദിയുണ്ട്. ഏറെ തിരക്കുകൾക്കിടയിലും ഈ ചെറിയ പുസ്തകത്തിന് നല്ലൊരു അവതാരിക എഴുതിത്തരാൻ സി പി ഐ (എം) പോളിറ്റ് ബ്യൂറോ അംഗം സ. പിണറായി തയ്യാറായി എന്നതിൽ ഏറെ സന്തോഷവും നന്ദിയുമുണ്ട്.

പകർത്തിയെഴുതുന്നതിനും മറ്റും സഹായിച്ച പ്രമോദ്, ഷിജു പുസ്തകമാക്കാൻ സഹായിച്ച ചിന്ത പബ്ലിഷേഴ്സിന്റെ പ്രവർത്തകർ എന്നിവരെ സ്നേഹപൂർവ്വം ഓർത്തുകൊണ്ട് ചൈനയെക്കുറിച്ചുള്ള ആശങ്കകളും പ്രതീക്ഷകളും വായനക്കാരുമായി പങ്കുവയ്ക്കുന്നു.

സ്നേഹപൂർവ്വം

കെ കെ ശൈലജ

1

ചൈനാ തരംഗത്തിലൂടെ

ഞങ്ങൾ ചൈനയിലേക്ക് പോവുകയാണ്. അനിർവ്വചനീയമായ സന്തോഷം മനസ്സിൽ മിന്നിമറഞ്ഞു. എത്രയോ നാളായി മനസ്സിൽ കൊണ്ടു നടക്കുന്ന ആഗ്രഹമാണ് സഫലമാകുന്നത്! ചൈനയെക്കുറിച്ച് വായിക്കുമ്പോഴും ചർച്ച ചെയ്യുമ്പോഴും ലോകത്തിന്റെ ഈ പരീക്ഷണശാല നേരിൽ കാണണമെന്ന് മോഹമുണ്ടായിരുന്നു. മുതലാളിത്ത ലോകത്തിന് പിടികൊടുക്കാതെ, സോഷ്യലിസ്റ്റ് ചിന്തകരെ ആകാംക്ഷാഭരിതരാക്കി ചൈന എന്താണ് അവിടെ ചെയ്തുകൊണ്ടിരിക്കുന്നത്? അറിയാൻ ലോകമെമ്പാടുമുള്ള രാഷ്ട്രീയ വിദ്യാർത്ഥികൾക്ക് താല്പര്യമുണ്ട്. ചെയർമാൻ മാവോ പ്രഖ്യാപിച്ചതുപോലെ ''നൂറു പൂക്കൾ വിടരുന്നുണ്ടോ? നൂറ് ചിന്താസരണികൾ ഏറ്റുമുട്ടുന്നുണ്ടോ?''. അതോ മുതലാളിത്ത ലോകം പ്രചരിപ്പിക്കുന്ന 'ഇരുമ്പു മറയ്ക്കകത്തെ' ഏകാധിപത്യമാണോ ചൈന? ഒരു കാര്യം എടുത്തുപറയേണ്ടതുണ്ട്. സംശയദൃഷ്ടിയോടെ ചൈന സന്ദർശിച്ചവരെ

ബെയ്ജിങ്ങ് ഹോട്ടലിന് മുന്നിൽ

ല്ലാം ഇടതുപക്ഷമായാലും വലതുപക്ഷമായാലും തിരിച്ചുവരുന്നത് മനസ്സ് നിറയെ ബഹുമാനത്തോടെയായിരുന്നു. ജനക്ഷേമ നടപടികൾ നേരിട്ടു കണ്ട ആഹ്ലാദത്തോടെയായിരുന്നു ചില വിമർശനങ്ങൾ ബാക്കി നില്ക്കുന്നുണ്ടെങ്കിലും.

വർഷങ്ങൾക്ക് മുമ്പ് വി കെ മാധവൻകുട്ടി എഴുതിയ *മാറുന്ന ചൈന* എന്ന യാത്രാവിവരണം വായിച്ചത് ഓർമ്മ വന്നു. ഏറെ പ്രയാസപ്പെട്ടാണ് ചൈനയിലേക്കുള്ള യാത്ര തരപ്പെടുത്തിയത് എന്ന് അദ്ദേഹം വിവരിക്കുന്നുണ്ട്. ദെങ് സിയാവൊ പിങ്ങിന്റെ (Deng Xiao ping) പരിഷ്കരണ നടപടികൾ ആരംഭിക്കുന്ന കാലമായിരുന്നു അത്. പുറത്തു നടക്കുന്ന പ്രചാരണങ്ങൾ ചൈന *ബൃഹത്തായ നിഗൂഢത*യാണെന്ന് സൂചിപ്പിച്ചുകൊണ്ടാണ് യാത്രാവിവരണം തുടങ്ങുന്നത്. എന്നാൽ മാധവൻകുട്ടിയുടെ അനുഭവ വിവരണം പുരോഗമിക്കുന്തോറും വായനക്കാർക്ക് തോന്നുക അത്തരം പല പ്രചാരണങ്ങളും കുറെ അതിശയോക്തി നിറഞ്ഞതായിരുന്നു എന്നാണ്. എന്തൊക്കെ വിമർശനങ്ങൾ ഉണ്ടായാലും ചൈനയിലെ സാമൂഹ്യ നന്മയും മനുഷ്യത്വപൂർണ്ണമായ ക്ഷേമപദ്ധതികളും ലോകം അറിയേണ്ടതാണെന്ന് മാധവൻകുട്ടി സൂചിപ്പിക്കുന്നു. പുസ്തകത്തിന് അവതാരികയെഴുതിയ മുൻ രാഷ്ട്രപതി കെ ആർ നാരായണൻ (അന്ന് അദ്ദേഹം ജവഹർലാൽ നെഹ്റു യൂണിവേഴ്സിറ്റിയുടെ വൈസ് ചാൻസലറായിരുന്നു) പറഞ്ഞത് സന്ദർശകർക്ക് ചൈനയിൽ 'കൊണ്ടുനടന്ന കാഴ്ചകളാണ്' ലഭ്യമാകുക എന്ന പ്രചാരണം നടക്കുന്നുണ്ടെങ്കിലും 'മുളമറയുടെ മടങ്ങുകൾക്കിടയിലൂടെ' മാധവൻകുട്ടിക്ക് ചൈനീസ് ജീവിതം ഇത്രമാത്രം കാണാനും പകർത്താനും കഴിഞ്ഞുവെന്നത് അത്ഭുതമായി തോന്നി എന്നാണ്. യാത്രയിലേക്ക് ആണ്ടിറങ്ങിയപ്പോൾ സമയമുണ്ടെങ്കിൽ അവിടെ ആരുമായി സംവദിക്കുന്നതിനും എവിടെയും സ്വതന്ത്രമായി കടന്നുചെല്ലുന്നതിനും ഒരു തടസ്സവും അനുഭവപ്പെട്ടില്ലെന്ന് മാധവൻകുട്ടി സാക്ഷ്യപ്പെടുത്തുന്നുണ്ട്. ചൈനയിൽ അദ്ദേഹത്തിന് ഒരു മാസത്തോളം സമയം ലഭിച്ചിരുന്നു. ഞങ്ങൾക്കാകട്ടെ പത്ത് ദിവസവും. വെറും പത്ത് ദിവസം കൊണ്ട് എല്ലാം അറിയണമെന്ന അമിതപ്രതീക്ഷ വേണ്ടെന്ന് മനസ്സ് പറഞ്ഞു.

സി പി സി (ചൈനീസ് കമ്യൂണിസ്റ്റ് പാർട്ടി)യുടെ ക്ഷണമനുസരിച്ച് 10 അംഗ പ്രതിനിധി സംഘമാണ് ചൈനയിലേക്ക് പുറപ്പെട്ടത്. സി പി ഐ (എം) കേന്ദ്രകമ്മിറ്റി അംഗവും മഹാരാഷ്ട്ര സംസ്ഥാന സെക്രട്ടറിയും ആയ അശോക് ധാവ്‌ലെ ആണ് സംഘത്തെ നയിക്കുന്നത്. ബംഗാളിൽ നിന്നുള്ള രേഖാ ഗോസ്വാമിയും ഞാനുമായിരുന്നു സംഘത്തിലെ മറ്റ് രണ്ട് കേന്ദ്രകമ്മിറ്റി അംഗങ്ങൾ. ആന്ധ്ര പ്രദേശ് സംസ്ഥാന കമ്മിറ്റി അംഗം ബി കൃഷ്ണയ്യ, തമിഴ്നാട് സംസ്ഥാന കമ്മിറ്റി അംഗം എസ് വെങ്കിട്ടരാമൻ, അസം സംസ്ഥാന കമ്മിറ്റി അംഗവും *ഗണശക്തി* പത്രാധിപരുമായ സുപ്രകാശ് താലൂക്ക്ദാർ, ഹിമാ

ചൽ പ്രദേശ് സംസ്ഥാന കമ്മിറ്റി അംഗവും സിംല മുനിസിപ്പൽ ചെയർമാനുമായ ടിക്കേന്ദർ സിങ് പൻവാർ, ത്രിപുരയിൽനിന്നുള്ള ദീപാങ്കുർ സെൻ, *പീപ്പിൾസ് ഡമോക്രസിയിൽ*നിന്ന് നാഗേഷ് ഗുപ്ത എന്നിവരായിരുന്നു മറ്റ് അംഗങ്ങൾ. 2013 ആഗസ്ത് 24 നാണ് യാത്ര തുടങ്ങിയത്.

ആഗസ്ത് 23 ന് തന്നെ സംഘാംഗങ്ങൾ ഡൽഹിയിൽ എത്തിയിരുന്നു. കേന്ദ്രകമ്മിറ്റിയിൽ വിദേശ യാത്രകളുടെ ഉത്തരവാദിത്വം നിർവ്വഹിക്കുന്നത് പാർട്ടി പി ബി അംഗം സീതാറാം യെച്ചൂരിയും കേന്ദ്രകമ്മിറ്റി അംഗം ഹരിസിങ് കാംഗുമാണ്. സന്ദർശക സംഘത്തിന് ആവശ്യമായ നിർദ്ദേശങ്ങൾ നല്കുന്നതിന് യെച്ചൂരി വിളിച്ച യോഗത്തിൽ പങ്കെടുക്കുന്നതിനാണ് ഒരു ദിവസം മുമ്പെ ഞങ്ങൾ ഡൽഹിയിലെത്തിയത്. 10 ദിവസത്തെ ചൈനാ സന്ദർശനം ആവേശകരമായ അനുഭവമായിരിക്കുമെന്ന് യെച്ചൂരി സൂചിപ്പിച്ചു. ചൈനീസ് ഗവൺമെന്റിന്റെ ലക്ഷ്യത്തെക്കുറിച്ചും ഭരണരീതിയെക്കുറിച്ചും വികസന രംഗത്തുള്ള മുന്നേറ്റത്തെക്കുറിച്ചും ധാരാളം കാര്യങ്ങൾ മനസ്സിലാക്കാൻ കഴിയുമെന്ന് അദ്ദേഹം പറഞ്ഞു. സന്ദർശകർക്കായി നിരവധി ചർച്ചാക്ലാസുകളും വിശദീകരണ യോഗങ്ങളും ചൈനീസ് കമ്യൂണിസ്റ്റ് പാർട്ടി തയ്യാറാക്കിയിട്ടുണ്ട്. ഒപ്പം ചൈനയിലെ പ്രസിദ്ധമായ ചരിത്രസ്മാരകങ്ങളും വൻ നഗരങ്ങളും ചില ഗ്രാമപ്രദേശങ്ങളും സന്ദർശിക്കാനും പദ്ധതി ഉണ്ട്. യെച്ചൂരി ഒട്ടു തമാശയായും ഒട്ടു കാര്യമായും ഞങ്ങളോട് പറഞ്ഞത്,

> പിന്നെ ഒരു കാര്യം, ചൈനയിലെ പാർട്ടി വർഷങ്ങളായി സോഷ്യലിസ്റ്റ് നിർമ്മാണ പ്രക്രിയയിൽ ഇടപെട്ട് പ്രവർത്തിക്കുന്ന പാർട്ടിയാണ്. മാത്രമല്ല ലോകത്തിൽ ഏറ്റവും കൂടുതൽ ജനസംഖ്യയുള്ള രാജ്യം ഭരിക്കുന്ന പാർട്ടിയുമാണ്. സോഷ്യലിസ്റ്റ് നിർമ്മാണ പ്രക്രിയയിൽ അവർക്ക് അവരുടേതായ കാഴ്ചപ്പാടുകൾ ഉണ്ട്. നമ്മളാണെങ്കിൽ പ്രായോഗിക അനുഭവങ്ങൾ ധാരാളമായി ഇല്ലാത്തവരാണ്. അതുകൊണ്ട് ചൈനയിൽ സോഷ്യലിസം എങ്ങനെ കെട്ടിപ്പടുക്കണമെന്ന് അവരെ അങ്ങോട്ട് പഠിപ്പിക്കാൻ വാശി കാണിക്കരുത്.

ആ പരാമർശം കേട്ട് ഞങ്ങൾ പൊട്ടിച്ചിരിച്ചപ്പോൾ അദ്ദേഹം പറഞ്ഞു.

> എന്നുവച്ച് നമ്മുടെ വിമർശനങ്ങളും നിർദ്ദേശങ്ങളും അവരോട് പറയാൻ പാടില്ല എന്നല്ല. ഏത് സംശയങ്ങളും മീറ്റിങ്ങിൽ ഉന്നയിക്കാൻ സന്ദർശകർക്ക് സ്വാതന്ത്ര്യമുണ്ട്. ചൈനീസ് കമ്യൂണിസ്റ്റ് പാർട്ടി നേതാക്കൾ അതിന് മറുപടി പറയുകയും ചെയ്യും.

സത്യത്തിൽ ഞങ്ങളുടെ മനസ്സ് ഉത്കണ്ഠാഭരിതമായിരുന്നു. പാർട്ടി

സമ്മേളനങ്ങളിലും സ്വതന്ത്ര രാഷ്ട്രീയ ചർച്ചകളിലും ഉയർന്നു വരുന്ന പ്രധാന ചോദ്യം ചൈന സോഷ്യലിസ്റ്റ് പാതയിൽ തുടരുകയാണോ അതോ മുതലാളിത്ത ആശയങ്ങൾ സ്വീകരിക്കുകയാണോ എന്നതാണ്. സാമ്പത്തിക വികസനരംഗത്തും ആഭ്യന്തര വരുമാനത്തിലും ചൈന ഉണ്ടാക്കുന്ന വൻ നേട്ടങ്ങൾ ഈ സംശയങ്ങളെ ബലപ്പെടുത്തുന്നുണ്ട്. വളർച്ച കൈവരിക്കുന്നതിന് വേണ്ടി ചില മേഖലകളിൽ വിദേശ മൂലധനമടക്കം ചൈനീസ് കമ്യൂണിസ്റ്റ് പാർട്ടി സ്വീകരിക്കുന്നതും പ്രത്യേക സാമ്പത്തിക മേഖലയെ പ്രോത്സാഹിപ്പിക്കുന്നതുമെല്ലാം സംശയങ്ങൾക്ക് ആക്കംകൂട്ടുന്ന വസ്തുതകളാണ്. സോവിയറ്റ് യൂണിയന്റെ തകർച്ചയ്ക്ക് ശേഷം ഇത്തരം സംശയങ്ങൾ ബലപ്പെട്ടിട്ടുണ്ട്. എന്നാൽ ചൈന ഒരിക്കലും സോഷ്യലിസ്റ്റ് പാത കൈവിടില്ലെന്നും തങ്ങൾ സോഷ്യലിസ്റ്റ് നിർമ്മാണ പ്രക്രിയ തുടരുകയാണെന്നും സി പി സി ആവർത്തിച്ച് പറയുന്നു. തങ്ങൾ ആരെയും അനുകരിക്കുകയില്ലെന്നും ചൈനീസ് മാതൃകയിലുള്ള സോഷ്യലിസ്റ്റ് നിർമ്മാണ പ്രക്രിയയാണ് തുടരുന്നതെന്നും ചൈനീസ് കമ്യൂണിസ്റ്റ് പാർട്ടി വ്യക്തമാക്കുന്നു. പ്രായോഗികമായി ഇത് എത്രമാത്രം ശരിയാണ് എന്നറിയാനുള്ള ആകാംക്ഷയായിരുന്നു ഞങ്ങൾക്ക്. 10 ദിവസംകൊണ്ട് ഇത്തരം കാര്യങ്ങൾ ആഴത്തിൽ പഠിക്കുന്നതിനായില്ലെങ്കിലും കുറെയേറെ വസ്തുതകൾ മനസ്സിലാക്കാൻ കഴിയുമെന്ന പ്രതീക്ഷ എല്ലാവരെയും സന്തോഷിപ്പിച്ചു.

ആഗസ്ത് 25 ന് പുലർച്ചെ 3.15 ന് ചൈന എയർവേയ്സിന്റെ സി എ 948 വിമാനത്തിൽ ഡൽഹിയിൽ നിന്ന് ബീജിങ്ങിലേക്ക് പുറപ്പെട്ടു. മൂന്ന് നിരകളിലായി സീറ്റുകൾ ക്രമീകരിച്ച സാമാന്യം വലിയ വിമാനമായിരുന്നു അത്. ഡൽഹിയിൽനിന്ന് ബീജിങ്ങിലേക്കുള്ള ദൂരം 2370 മൈൽ ആണ് (3814 കിലോമീറ്റർ). ഏതാണ്ട് 7 മണിക്കൂർ യാത്രയുണ്ട്. പാതിരാത്രിയാണെങ്കിലും വിമാനത്തിൽ കയറിയ ഉടനെ എയർഹോസ്റ്റസുമാരായ ചൈനീസ് പെൺകുട്ടികൾ എല്ലാവർക്കും പഴച്ചാർ വിതരണംചെയ്യാൻ തുടങ്ങി. എന്നാൽ കയറിയപ്പോൾത്തന്നെ മിക്ക യാത്രക്കാരും കമ്പിളി മൂടിപ്പുതച്ച് ഉറക്കം തുടങ്ങിയിരുന്നു. 5 സീറ്റുകൾ വീതമുള്ള നടുവിലത്തെ നിരയിലെ അറ്റത്തെ സീറ്റിലായിരുന്നു ഞാൻ. തൊട്ടടുത്ത സീറ്റിലെ മദാമ്മ പെൺകുട്ടി കഴുത്തിൽ തലയണയും വച്ച് കമ്പിളി പുതച്ച് സുഖസുഷുപ്തിയിൽ ആയി. എനിക്ക് എന്തുകൊണ്ടോ ഉറക്കം വന്നില്ല. വിമാനത്തിനകത്ത് പ്രദർശിപ്പിച്ച പരസ്യബോർഡിൽ ബീജിങ്ങിലെ പ്രധാന ആകർഷണ കേന്ദ്രങ്ങൾ സൂചിപ്പിച്ചിരുന്നു. ടൂറിസ്റ്റുകൾക്കുള്ള അറിയിപ്പാണത്. സ്വർഗ്ഗക്ഷേത്രം (Temple of Heaven), ഫോർബിഡൺ സിറ്റി, കൺഫ്യൂഷസിന്റെ ദേവാലയം, വന്മതിൽ, സമ്മർ പാലസ്, ബീജിങ് മ്യൂസിയം എന്നീ ക്രമത്തിലാണ് എഴുതിയിട്ടുള്ളത്. ഇവയിൽ എന്തൊക്കെ കാണാൻ കഴിയും എന്ന് ഒരു പിടിയും ഇല്ല. ആകെയുള്ള 10 ദിവസത്തിൽ മൂന്ന് ദിവസമാണ് ബീജിങ്ങിൽ തങ്ങുന്നത്. മൂന്ന് ദിവസം ഷാങ്ഹായിലും മൂന്ന് ദിവസം ഗാൻഷുവിലും ആയാണ് യാത്ര ക്രമീ

കരിച്ചിരിക്കുന്നത്. ഒരു ദിവസം ഇതിന്റെ ഇടവേളകളിൽ മീറ്റിങ്ങുകളും മറ്റും. എങ്ങനെയൊക്കെയായാലും വൻമതിൽ, മാവോ സെ തുങ്ങിന്റെ ശവകുടീരം, ടിയാനെൻമെൻ സ്ക്വയർ എന്നിവ നിർബ്ബന്ധമായും സന്ദർശിക്കണമെന്ന് മനസ്സിൽ കരുതിയിരുന്നു. ബീജിങ്ങിൽ വിമാനമിറങ്ങുമ്പോൾ ഞങ്ങളുടെ വാച്ചിൽ സമയം 12 മണി. ചൈനയിൽ അപ്പോൾ ഉച്ചകഴിഞ്ഞ് 2.30 ആയിരുന്നു. ഇന്ത്യൻ സമയത്തേക്കാൾ രണ്ട് മണിക്കൂർ മുന്നിലാണ് ചൈന. ഞങ്ങൾ വാച്ചും മൊബൈൽ ഫോണുകളും ചൈനീസ് സമയത്തിനനുസരിച്ച് ക്രമീകരിച്ചു. ചൈനയിൽ വിമാനമിറങ്ങുമ്പോൾ തന്നെ സി പി സിയുടെ ആതിഥ്യ മര്യാദയും ഊഷ്മളതയും അനുഭവപ്പെടുമെന്ന് യെച്ചൂരി പറഞ്ഞിരുന്നു. അത് തികച്ചും ശരിയാണെന്ന് മനസ്സിലായി. പാർട്ടിയുടെയും ഗവൺമെന്റിന്റെയും അതിഥികളെന്ന നിലയിൽ ഞങ്ങളെ സ്വീകരിക്കാൻ നിറഞ്ഞ ചിരിയുമായി കമ്യൂണിസ്റ്റ് പാർട്ടി വൈസ് പ്രസിഡന്റും പ്രോഗ്രാം കോ-ഓർഡിനേറ്ററും ദ്വിഭാഷിയും വിമാനത്തിനടുത്ത് കാത്തുനില്പുണ്ടായിരുന്നു.

സംഘത്തലവൻ ധാവ്‌ലെയെ പൂച്ചെണ്ട് നല്കി സ്വീകരിച്ചു. പിന്നെ ഓരോരുത്തരെയായി പരിചയപ്പെട്ടു. ഞങ്ങളുടെ പ്രോഗ്രാം കോ-ഓർഡിനേറ്റർ ചൈനീസ് വിദേശകാര്യ വിഭാഗത്തിലെ ഉദ്യോഗസ്ഥയായ സ്വിങ് യുങ് യുങ് ആയിരുന്നു. മെലിഞ്ഞ് നീണ്ട് സുന്ദരിയായ ആ പെൺകുട്ടി കോളേജ് വിദ്യാർത്ഥിനിയെന്നാണ് തോന്നുക. എന്നാൽ നല്ല കാര്യപ്രാപ്തിയുള്ള ഉയർന്ന ഉദ്യോഗസ്ഥയാണ് അവരെന്ന് പെട്ടെന്ന് തന്നെ മനസ്സിലായി. ഇംഗ്ലീഷ് നന്നായി കൈകാര്യം ചെയ്യാൻ അറിയാവുന്നവരെയാണ് കോ-ഓർഡിനേറ്റർമാരായി നിശ്ചയിക്കുക. ചൈനയിൽ പൊതുവെ ഇംഗ്ലീഷ് സംസാരിക്കുന്നവർ കുറവാണ്. സ്വിങ് ആംഗലഭാഷ സുന്ദരമായി സംസാരിക്കും. ഞങ്ങളെ അവർ കൊണ്ടുപോയത് വിമാനത്താവളത്തിലെ റിസപ്ഷൻ റൂമിലേക്കാണ്. ചൈനയുടെ പ്രത്യേക ഉപചാരക്രമമായ ഇലച്ചായ നല്കി സ്വീകരിച്ചു. പിന്നീട് എല്ലാ സല്ക്കാരങ്ങളിലും ഇലയിട്ട് തിളപ്പിച്ച ചായ വലിയ ഗ്ലാസുകളിലോ, കപ്പുകളിലോ പ്രഥമവിഭവമായി ഞങ്ങളുടെ മുന്നിലെത്തി. ഏത് സൽക്കാരത്തിലും പാലൊഴിക്കാത്ത ഇലച്ചായ പ്രധാന വിഭവമാണ്.

ഞങ്ങൾ ബീജിങ് നഗരത്തിലെ വാൻഷൂ ഹോട്ടലിലേക്ക് പുറപ്പെട്ടു. എയർപോർട്ടിൽനിന്ന് പ്രത്യേക ബസിൽ ഹോട്ടലിലേക്കുള്ള യാത്ര ആകർഷകമായിരുന്നു. വൃത്തിയും വെടിപ്പുമുള്ള വീതിയേറിയ റോഡുകൾക്കിരുവശവും നിരനിരയായി ഹോബ്ല മരങ്ങൾ തലയുയർത്തി നില്ക്കുന്നു. അധികം ഉയരത്തിൽ വളരാത്ത തണൽമരങ്ങളാണത്. മറ്റൊരു വശത്ത് കാണുന്നത് ജിൻക്കേ മരങ്ങളാണെന്ന് സ്വിങ് പറഞ്ഞു. വസന്തകാലത്ത് അവ മഞ്ഞ നിറം കൈവരിക്കുമത്രേ. റോഡരികിൽ മഞ്ഞപ്പട്ടു വിരിച്ചത് പോലെ. ഏറെ നയനാനന്ദകരമായ കാഴ്ചയായിരിക്കുമത്.

മൂന്നു മണിയോടെ വാൻഷൂ ഹോട്ടലിൽ എത്തി. ചൈനീസ് വാസ്തുശില്പകലയുടെ മനോഹാരിത ഹോട്ടലിന്റെ സ്വീകരണമുറിയിലേക്ക്

കയറുമ്പോൾ തന്നെ അനുഭവപ്പെട്ടു. കേരളത്തിലെ ചുവർചിത്രങ്ങളുടെ മാതൃകയിലുള്ള നിരവധി പെയിന്റിങ്ങുകൾ ഭിത്തികളിൽ പ്രദർശിപ്പിച്ചിട്ടുണ്ട്. മച്ചിൽ നിന്ന് താഴേക്ക് തൂക്കിയിട്ടിട്ടുള്ള ചുവന്ന ഗോളാകൃതിയിലുള്ള തൊങ്ങലുകൾ ആരെയും ആകർഷിക്കും. ഹോട്ടലിൽ ഞങ്ങൾക്കായി 10 മുറികൾ ഒരുക്കിയിരുന്നു. അന്ന് കാര്യമായ പരിപാടികളൊന്നും നിശ്ചയിച്ചിരുന്നില്ല. വൈകുന്നേരം ചൈനയുടെ പ്രസിദ്ധമായ അക്രോബാറ്റിക് ഷോ കാണാനാണ് യാത്ര. അതുവരെ കുളി കഴിഞ്ഞ് മുറിയിൽ വിശ്രമം. ഷോ കാണാൻ പോകുംമുമ്പ് ഭക്ഷണം. ചൈനീസ് സ്വീകരണത്തിന്റെ ഹൃദ്യത മനസ്സിൽ നിറച്ച് ഞങ്ങൾ യാത്രാക്ഷീണം അകറ്റാൻ മുറിയിലേക്ക് പോയി.

2

ടിയാൻഡിയിലെ അത്ഭുതക്കാഴ്ചകൾ

ഭക്ഷണവും വിശ്രമവും കഴിഞ്ഞ് നാലു മണിയോടെ പ്രസിദ്ധമായ ടിയാൻഡി (Tiandi) തിയേറ്ററിലേക്ക് യാത്രയായി. ചൈനാ നാഷണൽ അക്രോബാറ്റിക് ട്രൂപ്പിന്റേതാണ് തിയേറ്റർ. ചൈനയുടെ സ്വപ്ന ട്രൂപ്പ് (Dream Troup) എന്നാണ് അതിനെ വിശേഷിപ്പിക്കുന്നത്. ടിയാൻഡി തിയേറ്റർ 1950 ൽ ചു എൻ ലായുടെ കാലത്താണ് സ്ഥാപിതമായത്. അന്നുമുതൽ ഇന്നുവരെ തിയേറ്റർ ജനനിബിഡവും സജീവവുമാണ്. ലക്ഷക്കണക്കിന് സ്വദേശികളും വിദേശികളും പ്രദർശനങ്ങൾ കണ്ടു പോകുന്നു. ഒരിക്കൽ അകത്തു കയറിയവരാരും ടിയാൻഡിയെ മറക്കുകയില്ലെന്ന് ഞങ്ങൾക്ക് പിന്നീട് ബോദ്ധ്യമായി.

ചൈനയുടെ പ്രാചീന സംസ്കൃതിയും പുരാണ കഥകളും അത്ഭുതകഥകളുമെല്ലാം കോർത്തിണക്കിയ പ്രദർശനമാണ് അവിടെ നടക്കുന്നത്. കടുത്ത മെയ്വഴക്കത്തിന്റെ അഭ്യാസമായ അക്രോബാറ്റിനൊപ്പം സർക്കസ്, നാടകം, സിനിമ, ഡാൻസ്, സംഗീതം തുടങ്ങിയവയെല്ലാം ലയിച്ച് ചേരുന്ന പ്രദർശനങ്ങളാണ് തിയേറ്ററിൽ ഒരുക്കുന്നത്. ആധുനിക ശാസ്ത്ര നേട്ടങ്ങളും ഇലക്ട്രോണിക് സംവിധാനങ്ങളും ഉപയോഗിച്ച് കാണികളെ ശരിക്കും മാന്ത്രിക ലോകത്തെത്തിക്കുന്ന സ്റ്റേജ് പരിപാടിയാണത്.

ഞങ്ങൾ ചെല്ലുമ്പോഴേക്ക് തിയേറ്റർ നിറഞ്ഞുകഴിഞ്ഞിരുന്നു. അതിഥികളായ ഞങ്ങൾക്ക് പ്രത്യേക ഇരിപ്പിടങ്ങൾ തയ്യാറാക്കിയിരുന്നു. ലോകത്തിന്റെ പല ഭാഗത്തുനിന്നും എത്തിയ കാണികളോടൊപ്പം ഷോ തുടങ്ങുന്നതിനായി കാത്തിരുന്നു. ഏതാനും നിമിഷങ്ങൾക്കകം ടിയാൻഡി തിയേറ്റർ ഒരു മായിക ലോകമായി മാറി. സ്റ്റേജിൽ താരങ്ങൾ അണിനിരന്നു. അസാധാരണവും അവിശ്വസനീയവുമായ മെയ്വഴ

ക്കത്തോടെ കായികാഭ്യാസ പ്രകടനങ്ങൾ ആരംഭിച്ചു. മനുഷ്യഗോപുരങ്ങൾ തീർത്തും വളയത്തിലൂടെ ചാടിയും വായുവിൽ ഉയർന്നുപറന്നും നടത്തിയ അഭ്യാസങ്ങൾ കാണികളെ ശരിക്കും അത്ഭുതസ്തബ്ധരാക്കി. തുടർന്നുവന്നത് നാടകവും സംഗീതവും അത്ഭുതകഥകളും സമന്വയിപ്പിച്ച പ്രദർശനങ്ങളായിരുന്നു. നിധിതേടുന്ന സാഹസികനും ദുർഭൂതങ്ങളെ യുദ്ധം ചെയ്ത് പരാജയപ്പെടുത്തുന്ന ഗ്രാമീണരും പ്രേമസാഫല്യത്തിനുവേണ്ടി സാഹസിക പ്രവർത്തനങ്ങളിൽ ഏർപ്പെടേണ്ടിവരുന്ന രാജകുമാരനും രാജകുമാരിയും അത്ഭുതരൂപികളും വ്യാളിയുമെല്ലാം അരങ്ങിൽ തകർത്താടി. പശ്ചാത്തലത്തിൽ ഇലക്ട്രോണിക്സ് സംവിധാനങ്ങളിലൂടെ തീർത്ത മായിക പ്രപഞ്ചം കൂടിയായപ്പോൾ തികച്ചും അത്ഭുതലോകത്തെത്തിയ പ്രതീതി. കായികാഭ്യാസികൾ പലപ്പോഴും കാണികളുടെ ഇടയിലേക്ക് ഇറങ്ങിവന്നു. ചിലപ്പോൾ ഞങ്ങളുടെ ഇരിപ്പിടങ്ങൾക്ക് അരികിൽനിന്ന് പെട്ടെന്ന് പൊട്ടിമുളച്ചതുപോലെ കഥാപാത്രങ്ങൾ പ്രത്യക്ഷപ്പെട്ട് വേദിയിലേക്ക് നീങ്ങി. നിതാന്ത ജാഗ്രതയുടെയും പരിശീലനത്തിന്റെയും സമഗ്രത എല്ലാ പ്രകടനങ്ങളിലും ദൃശ്യമായിരുന്നു.

ചൈന നാഷണൽ അക്രോബാറ്റിക് ട്രെയിനിങ് സെന്ററിന്റെ ബീജിങ് ശാഖയിൽ ഇരുനൂറിലേറെ പ്രശസ്ത താരങ്ങളുണ്ട്. ഇത് ഒരു കലാപഠന കേന്ദ്രംകൂടിയാണ്. അക്രോബാറ്റിക് അഭ്യാസത്തോടൊപ്പം നാടകം, സിനിമ, ഡാൻസ്, കുങ്ഫൂ തുടങ്ങി വിവിധ വിഷയങ്ങളിൽ അവിടെ പരിശീലനം നടക്കുന്നു. ഇത്തരം സ്കൂളുകളിൽ റഷ്യ, ഫ്രാൻസ്, സ്പെയിൻ, കൊറിയ, വിയത്നാം തുടങ്ങി വിവിധ രാജ്യങ്ങളിൽനിന്നുള്ള കുട്ടികൾ പഠിക്കുന്നു.

ലക്ഷ്യമിടുന്ന കാര്യങ്ങൾ എത്ര പണിപ്പെട്ടും ചെയ്തുതീർക്കാനുള്ള ചൈനയുടെ നിശ്ചയദാർഢ്യം വ്യക്തമാക്കാനായിരിക്കും ഞങ്ങളെ ആദ്യം തന്നെ ഇത്തരമൊരു പ്രദർശനത്തിലേക്ക് കൊണ്ടുപോയതെന്ന് എനിക്ക് തോന്നി. നിത്യാഭ്യാസി ആനയെ എടുക്കുമെന്ന പഴഞ്ചൊല്ലാണ് ഓരോ നിമിഷവും ഓർമ്മ വന്നത്. ചൈനക്കാരുടെ അത്യദ്ധ്വാനത്തെ മനസ്സാ നമിച്ചുപോയി. രണ്ട് മണിക്കൂർ സമയം പത്ത് മിനിറ്റുകൊണ്ട് തീർന്നുപോയതുപോലൊരു സങ്കടമായിരുന്നു ഷോ അവസാനിക്കുമ്പോൾ. നിറഞ്ഞ മനസ്സോടെ ഞങ്ങൾ ടിയാൻഡി തിയേറ്ററിൽനിന്ന് പുറത്തിറങ്ങി.

വാൻഷൂ ഹോട്ടലിലേക്കുള്ള യാത്രയ്ക്കിടയിൽ ചൈനയിലെ റിങ്റോഡുകളെക്കുറിച്ച് സ്വിങ് സൂചിപ്പിച്ചിരുന്നു. ബീജിങ് നഗരത്തെ വലംവച്ച് അഞ്ച് റിങ് റോഡുകൾ നേരത്തെ തന്നെ ഉണ്ട്. ലോകത്തിലെ ചില പ്രധാന നഗരങ്ങളിലെ പോലെ ഇവ നഗരത്തിനുള്ളിലേക്കും വെളിയിലേക്കും വലയങ്ങൾ തീർത്ത് എല്ലാഭാഗത്തെയും ബന്ധിപ്പിക്കുന്നു. ഇത്രയും തിരക്കേറിയ നഗരത്തിൽ ഗതാഗതക്കുരുക്ക് ഇല്ലാതെ യാത്ര ചെയ്യാനുള്ള സൗകര്യവും ഒരുക്കുന്നു. നഗരത്തിന് ചുറ്റും ബെൽറ്റു

കൾ പോലെ സ്ഥിതിചെയ്യുന്നതുകൊണ്ട് ഇവയെ ബെൽറ്റ് റോഡുകൾ എന്നും പറയുന്നു. ചിലയിടങ്ങളിൽ ഉയർന്ന തൂണുകളിലാണ് ബെൽറ്റ് റോഡുകൾ നിർമ്മിച്ചിരിക്കുന്നത്. എല്ലാ പാതകളും വീതിയേറിയതും ഉയർന്ന നിലവാരത്തിലുള്ളതുമാണ്. നാലാമത്തെ റിങ് റോഡിലൂടെയാണ് ഞങ്ങൾ വാൻഷൂ ഹോട്ടലിലേക്ക് പോയത്. ചൈനയിൽ വിപ്ലവം നടക്കുന്നതിനുമുമ്പു തന്നെ രാജവംശത്തിന്റെ കാലത്ത് ഇത്തരം റോഡുകൾ നിർമ്മിക്കാൻ തുടങ്ങിയിരുന്നു. ഒന്നാമത്തെ റോഡ് 1920-ലാണ് നിർമ്മാണം ആരംഭിച്ചത്. അന്ന് ഒരു ട്രാം ലൈൻ ആയിരുന്നത്രേ. 1950 ൽ (ചൈനീസ് വിപ്ലവത്തിന് ശേഷം) 17 കിലോമീറ്റർ നീളത്തിലുള്ള ട്രാം ലൈൻ നീക്കം ചെയ്ത് പുതിയ റിങ് റോഡുകൾ നിർമ്മിച്ചു. രണ്ടാമത്തെ റിങ് റോഡ് 1980 നും 90 നും ഇടയിൽ നിർമ്മിച്ചതാണ്. ഇത് ബീജിങ് എയർപോർട്ട് എക്സ്പ്രസ് വേയുമായി ബന്ധിപ്പിച്ചിരിക്കുന്നു. മൂന്നാമത്തെ റിങ് റോഡ് 1990 ൽ പൂർത്തിയായി. നിരവധി എക്സ്പ്രസ് വേകളുമായി ബന്ധിപ്പിച്ച റോഡാണിത്. നാലാമത്തെ റോഡ് 2001 ലാണ് പണി തീർന്നത്. ഇവിടെയെല്ലാം അത്യാധുനിക സിഗ്നൽ സംവിധാനങ്ങളുമുണ്ട്. 10 കി മീ ദൈർഘ്യമുള്ള അഞ്ചാമത്തെ റോഡിനെ ഒളിമ്പിക് അവന്യൂ എന്നാണ് പറയുന്നത്. നഗരപ്രാന്ത പ്രദേശങ്ങളുമായും ഒളിമ്പിക് നഗരവുമായും ബന്ധപ്പെട്ട് കിടക്കുന്നതാണ് ഈ റോഡ്. ഭാവിയിലെ ഗതാഗത ആവശ്യങ്ങൾ മുന്നിൽക്കണ്ട് ആറാമത്തെയും ഏഴാമത്തെയും റിങ് റോഡുകൾ നിർമ്മാണം ആരംഭിച്ചുകഴിഞ്ഞു. ബീജിങ്ങിന് വെളിയിൽ നാല് ജില്ലകളുമായി ബന്ധിപ്പിക്കുന്നതാണ് ആറാമത്തെ റിങ് റോഡ്. ദീർഘകാല ആസൂത്രണത്തിന്റെയും ഭാവനാപൂർണ്ണതയുടെയും പ്രതീകമാണ് ഏഴാമത്തെ പാത. ബീജിങ് മുനിസിപ്പാലിറ്റിയുടെ എല്ലാ അതിരുകളുമായി ബന്ധപ്പെടുന്നതും അതിന് ശേഷം മറ്റ് പ്രൊവിൻസുകളിലേക്ക് പ്രവേശിക്കുന്നതുമാണ് നിർദ്ദിഷ്ട ഏഴാം പാത. റിങ് റോഡിലൂടെ യാത്ര ചെയ്യുന്ന ആരും ചൈനീസ് ഗവൺമെന്റിന്റെ ഭാവനയെയും നിർമ്മാണ വൈദഗ്ദ്ധ്യത്തെയും പ്രശംസിച്ചുപോകും.

ഹോട്ടലിൽ തിരിച്ചെത്തിയ ഞങ്ങൾ മുറികളിലേക്ക് പോയി. 'കിമോണ'യുടെ മാതൃകയിലുള്ള ചുവന്ന കുപ്പായം ധരിച്ച യുവതീയുവാക്കൾ ചുറുചുറുക്കോടെ ഓടിനടന്ന് ഹോട്ടലിൽ ജോലിചെയ്യുന്നു. പൊതുവെ ചൈനക്കാർ വെളുത്ത നിറമുള്ളവരാണ്. വട്ടമുഖവും പതിഞ്ഞ മൂക്കുമുള്ള യുവതീയുവാക്കളെ കാണാൻ നല്ല ചന്തമുണ്ട്. ഞങ്ങൾക്ക് എന്തെങ്കിലും ആവശ്യമുണ്ടെന്ന് തോന്നിയാൽ അവർ ഓടിവരും. എന്നാൽ ചൈനീസ് അല്ലാതെ മറ്റൊരു ഭാഷയും പലർക്കും അറിയില്ല. ചെറിയ ചെറിയ ഇംഗ്ലീഷ് വാക്കുകളും ആംഗ്യഭാഷയും ഒക്കെ പ്രയോഗിച്ചാൽ അവർക്ക് കാര്യം വ്യക്തമാകും.

ആരും എവിടെയും കൂട്ടംകൂടി സൊറ പറഞ്ഞ് നില്ക്കുന്നില്ല. മുഴുവൻ സമയവും ജോലിയിൽ വ്യാപൃതരായിരിക്കുന്നു. ആരുടെയും മുഖത്ത് അമർഷ ഭാവമില്ല. തങ്ങളുടെ ജോലിയോട് നല്ല താല്പര്യമു

ള്ളതുപോലെ പ്രസന്നഭാവത്തിൽ പണിയെടുക്കുന്നു. എവിടെ ചെന്നാലും ചൈനയിൽ ഒരു തൊഴിൽസംസ്കാരം കാണാൻ കഴിയുന്നുണ്ട്. ചെയ്യുന്ന തൊഴിലിനോട് കൂറുള്ള തൊഴിൽ സംസ്കാരം. ആഗോളവല്ക്കരണവും മുതലാളിത്ത മൂലധനവും കടന്നുകയറി തൊഴിലെടുക്കാതെ പണമുണ്ടാക്കാനുള്ള വ്യാമോഹം ചൈനയിലെ ചെറുപ്പക്കാരുടെ മനസ്സിനെ കീഴടക്കാതിരിക്കട്ടെ എന്ന് ആശിച്ചുപോയി.

ഉറങ്ങാനിനിയും ധാരാളം സമയമുണ്ട്. കുറച്ചുനേരം ടി വി കാണാം. ടി വി തുറന്നു നോക്കിയപ്പോൾ നാട്ടിൽ ലഭ്യമാകുന്ന ചാനലുകളൊന്നുമില്ല. ചില ഇംഗ്ലീഷ് ചാനലുകളുണ്ട്. അവയെല്ലാം ന്യൂസ് ചാനലുകളാണ്. ചൈനീസ് ഭാഷയിലുള്ള നിരവധി ചാനലുകളുണ്ട്. സർക്കാർ ചാനലുകളും സ്വകാര്യ ചാനലുകളും. സിനിമയും നാടകവും നൃത്തവും സംഗീതവും എല്ലാമായി നിറയെ പരിപാടികളുമുണ്ട്. പുരാണേതിഹാസങ്ങളുമായി ബന്ധപ്പെട്ട അത്ഭുത കഥകളും അതിമാനുഷ കഥകളും എല്ലാമുണ്ട്. ഉച്ചിക്കുടുമയും ഊശാൻതാടിയും ഹോ ചി മിൻ മീശയുമുള്ള കഥാപാത്രങ്ങളടങ്ങിയ ഒരു ഷോ കാണാൻ തുടങ്ങിയപ്പോൾ നല്ല രസം തോന്നി. രാജകുമാരിയെ ഒരു മുഷ്കൻ പിടിച്ചുകൊണ്ടുപോകുന്നു. രക്ഷപ്പെടുത്താൻ അഭ്യാസികളായ രണ്ട് യുവാക്കൾ നടത്തുന്ന അതിസാഹസിക ഇടപെടൽ. നമ്മുടെ രാമായണത്തോട് നല്ല സാദൃശ്യം തോന്നി. ഹനുമാൻ ചാടിയതുപോലെ സമുദ്രത്തിന് മുകളിലൂടെ ലക്ഷ്യസ്ഥാനത്തേക്കുള്ള ചാട്ടവുമുണ്ട്. ഷോ തീർന്നപ്പോൾ ടിവി ഓഫ് ചെയ്തു കിടക്കാനൊരുങ്ങി. ഇന്ന് അക്രോബാറ്റിക് ഷോ മാത്രമാണ് കണ്ടത്. നാളെയാണ് ബീജിങ്ങിനെ പരിചയപ്പെടാൻ പോകുന്നത്. മനസ്സിൽ ചൈനയുടെ തലസ്ഥാനത്തെക്കുറിച്ചുള്ള ചിന്തകൾ വന്നു നിറഞ്ഞു.

മുൻപ് പെക്കിങ് എന്നാണ് ഈ നഗരം അറിയപ്പെട്ടിരുന്നത്. ഇപ്പോഴത് ബീജിങ്ങായി. ലോകത്തിലെ ഏറ്റവും ജനസാന്ദ്രതയേറിയ നഗരമാണ് ബീജിങ്. രണ്ട് കോടി പതിനൊന്നര ലക്ഷമാണ് ജനസംഖ്യ. ചൈനയുടെ ഇപ്പോഴത്തെ ജനസംഖ്യ 136 കോടിയിലധികമാണ്. (1,36,67,70,000) ലോകജനസംഖ്യയുടെ 19 ശതമാനം വരും ഇത്. ജനസംഖ്യയിൽ രണ്ടാം സ്ഥാനം ഇന്ത്യക്കാണല്ലോ. 124 കോടി (1,24,49,30,000). ലോകജനസംഖ്യയുടെ 17.4 ശതമാനം. യു കെയിലെ പിറ്റ്കാരിൻ ദ്വീപ് (Pitcarin Island) ഒരു സ്വതന്ത്ര രാഷ്ട്രമാണത്രെ. ജനസംഖ്യ വെറും 56 പേർ. വിശ്വസിക്കാൻ കഴിയുന്നില്ല. വത്തിക്കാൻ സിറ്റിയും സ്വതന്ത്ര ഭരണ പ്രദേശമാണ്. ജനസംഖ്യ 839. ഞാനിപ്പോൾ കിടന്നുറങ്ങുന്നത് രണ്ടേകാൽ കോടി ജനങ്ങളുള്ള നഗരത്തിലാണ്. ജനസാന്ദ്രതയുണ്ടെങ്കിലും ബീജിങ് തികച്ചും ശാന്തമായി തോന്നി.

മൂവായിരത്തിലേറെ വർഷത്തെ പഴക്കമുണ്ട് ഈ നഗരത്തിന്. നിരവധി രാജവംശങ്ങളുടെ ഭരണ സിരാകേന്ദ്രമായിരിക്കാനുള്ള ഭാഗ്യമുണ്ടായിട്ടുണ്ട്. നഗരത്തിന്റെ പേരുകൾ മാറിമാറി വന്നിട്ടുണ്ട്. പത്ത്-പതിമൂന്ന് നൂറ്റാ

ണ്ടുകൾക്കിടയിൽ നാടോടികളായ ഖയ്താൻ വംശജരും വനവാസികളായ ജർമ്മൻ വംശജരും വൻമതിലിനപ്പുറത്തുനിന്ന് തെക്കോട്ടു വരികയും അവരുടെ കേന്ദ്രമായി നഗരം നിർമ്മിക്കാൻ തുടങ്ങുകയും ചെയ്തു. പിന്നീട് വന്ന പല രാജവംശങ്ങളും ബീജിങ്ങിനെ ചരിത്ര പ്രാധാന്യമുള്ള നഗരമാക്കി മാറ്റി. ലോകം പൈതൃക സമ്പത്തായി അംഗീകരിച്ച ഫോർബിഡൻ സിറ്റിയടക്കം അങ്ങനെ ഉണ്ടായതാണ്. ചെങ്കിസ്ഖാനും കുബ്ലായ്ഖാനുമെല്ലാം കടന്നുവന്ന് മംഗോളിയൻ അധിനിവേശം സ്ഥാപിച്ചതും ഇവിടെതന്നെ.

നരവംശ ശാസ്ത്രജ്ഞർക്ക് എപ്പോഴും കൗതുകമുള്ള മണ്ണാണ് ഈ നഗരത്തിന്റേത്. മാനവരാശിയുടെ ആവിർഭാവവും പരിണാമവുമായി ബന്ധപ്പെട്ട നിരവധി തെളിവുകൾ പെക്കിങ്ങിൽനിന്ന് കണ്ടെടുത്തിട്ടുണ്ട്. ഏഴു ലക്ഷത്തിലേറെ (7,70,000) വർഷങ്ങൾക്ക് മുമ്പ് ജീവിച്ചിരുന്ന ആദിമ മനുഷ്യന്റെ (ഹോമോ ഇറക്ടസ്പെക്കിങ് മാൻ) ഫോസിലുകളും 27,000 വർഷങ്ങൾക്കും പതിനായിരം വർഷങ്ങൾക്കും മുമ്പ് ജീവിച്ചിരുന്ന പാലിയോലിത്തിക് ഹോമോസാപ്പിയൻ മനുഷ്യരുടെ ഫോസിലുകളും ഇവിടെനിന്ന് കണ്ടെടുത്തിരുന്നു. ബോഹായ് നദിയിൽ നിന്ന് 102 കിലോമീറ്റർ പടിഞ്ഞാറ് സ്ഥിതിചെയ്യുന്ന ബീജിങ്ങിൽനിന്ന് അടുത്ത കാലത്ത് ഗുഹാമനുഷ്യരുടെ ഫോസിലുകളും ശിലായുഗ കാലത്തെ ഉപകരണങ്ങളും കണ്ടെടുത്തിട്ടുണ്ട്. മനുഷ്യ സംസ്കാരത്തിന്റെ ഉറവിടമായ ഈ പ്രദേശം 1949 ൽ ജനകീയ ചൈനാറിപ്പബ്ലിക്ക് സ്ഥാപിതമായതോടെ ആധുനിക ചൈനയുടെ തലസ്ഥാനമായി.

സമയം ഒരുപാടായി. ക്രമേണ ബീജിങ്ങിനെക്കുറിച്ചുള്ള ചിന്തകൾ ഉറക്കത്തിന്റെ തിരശ്ശീലക്ക് പിന്നിലേക്ക് മറഞ്ഞുപോയി.

3

നാങ് ടോങ് ഗ്രാമത്തിൽ

ആദ്യദിവസംതന്നെ ഞങ്ങൾക്ക് ഏതെങ്കിലും ഗ്രാമം കാണാൻ താല്പര്യമുണ്ടെന്ന് സ്വിങ്ങിനോട് പറഞ്ഞിരുന്നു. ഞങ്ങൾ പറഞ്ഞതുകൊണ്ട് മാത്രമല്ല നേരത്തെ ചാർട്ട് ചെയ്തത് തന്നെയായിരിക്കണം, പിറ്റേന്ന് ഞങ്ങൾ ഫെങ് തായ് ജില്ലയിലെ നാങ് ടോങ് ഗ്രാമത്തി

വയോജനങ്ങളുടെ വിശ്രമകേന്ദ്രത്തിൽ

ലേക്ക് പുറപ്പെട്ടു. രാവിലെ 7 മണിക്ക് വിഭവസമൃദ്ധമായ പ്രഭാതഭക്ഷണത്തിന് ശേഷമാണ് യാത്ര ആരംഭിച്ചത്. കമ്യൂണിസ്റ്റ് പാർട്ടി നേതൃത്വം നല്കുന്ന പ്രാദേശിക ഭരണസംവിധാനം (കമ്യൂണിറ്റി ലവൽ ഓർഗനൈസേഷൻ) നേരിട്ട് മനസ്സിലാക്കുക എന്നതാണ് ഉദ്ദേശ്യം. ജീവിതസൗകര്യങ്ങളുടെ കാര്യത്തിൽ നഗരങ്ങളും ഗ്രാമങ്ങളും തമ്മിലുള്ള അന്തരത്തിൽ കുറവ് വരുത്തുക എന്നതാണ് സി പി സി ലക്ഷ്യമെന്ന് പാർട്ടി നേതാക്കൾ പറയുന്നു. ഗ്രാമത്തിലെ കൃഷിക്കാർക്കും തൊഴിലാളികൾക്കും കുട്ടികൾക്കും മുതിർന്ന പൗരന്മാർക്കും ആവശ്യമായ സേവനങ്ങൾ ഗ്രാമത്തിൽത്തന്നെ ഒരുക്കുകയും ഉല്ലാസകേന്ദ്രങ്ങളടക്കം ഓരോ ഗ്രാമത്തിലും തയ്യാറാക്കുകയും ചെയ്യുകയാണ് തങ്ങളുടെ ലക്ഷ്യമെന്നാണ് അവർ പറയുന്നത്. ഞങ്ങളെ അവർ ആദ്യംതന്നെ കൊണ്ടുപോയത് നാങ് ടോങ്ങിലെ സാമൂഹ്യ സേവന കേന്ദ്രത്തിലേക്കാണ്. പ്രാദേശിക ഭരണകൂടത്തിന്റെ ആസ്ഥാനം കൂടിയാണത്. ധാരാളം മുറികളുള്ള വിസ്തൃതമായ ആ മൂന്നുനില കെട്ടിടത്തിൽ സി പി സി യോഗം ചേരാനുള്ള മുറിയിലേക്കാണ് ഞങ്ങളെ ആദ്യം കൊണ്ടുപോയത്. ഭരണസമിതി യോഗം ചേരുന്നത് അവിടെയാണ്. ചെയർമാനും സെക്രട്ടറിക്കും മെമ്പർമാർക്കും ഇരിക്കാനുള്ള ഇരിപ്പിടങ്ങൾ പ്രത്യേകം സജ്ജീകരിച്ചിട്ടുണ്ട്. എല്ലാ ഇരിപ്പിടത്തിലും എഴുതാനും കംപ്യൂട്ടർ ഉപയോഗിക്കാനുമുള്ള സൗകര്യമുണ്ട്. ഭരണതലത്തിലുള്ള വ്യത്യസ്ത വിഭാഗങ്ങളുടെ മുറികൾ കൂടാതെ വിവിധ മേഖലയിൽ ജനസേവനത്തിനുള്ള സൗകര്യവും ഒരുക്കിയിട്ടുണ്ട്. ഒരു ഭാഗത്ത് ക്ലാസ് മുറികളാണ്. കമ്യൂണിസ്റ്റ് പാർട്ടി അംഗങ്ങൾക്കും ജനപ്രതിനിധികൾക്കും വിവിധ വിഷയങ്ങളിൽ തുടർച്ചയായ ക്ലാസുകൾ നടത്തിവരുന്നുണ്ട്. മറ്റൊരുഭാഗത്ത് ബില്യാർഡ്സ്, ചെസ്സ് തുടങ്ങിയ ഗെയിമുകൾക്കും വിനോദത്തിനുമുള്ള മുറികളാണ്. വൃദ്ധജനങ്ങൾക്കുള്ള വ്യായാമ കേന്ദ്രം, ചികിത്സാ കേന്ദ്രങ്ങൾ, കൗൺസലിങ് സെന്ററുകൾ, കൃഷിക്കാർക്കുള്ള സഹായകേന്ദ്രം, കൈത്തൊഴിൽ പരിശീലന കേന്ദ്രം തുടങ്ങി നിരവധി സംവിധാനങ്ങൾ കെട്ടിടത്തിലുണ്ട്. എല്ലാ മുറികളും സജീവമായിരുന്നു. ഒരു ക്ലാസ് മുറിയിൽ കൈകാര്യം ചെയ്തുകൊണ്ടിരിക്കുന്ന വിഷയം 'എങ്ങനെ ദീർഘകാലം ജീവിക്കാം' (How to live long) എന്നതായിരുന്നു. ചൈനയിലെ അദ്ധ്വാനശീലവും ജീവിത ക്രമീകരണങ്ങളുമായിരിക്കാം അവിടത്തെ ജനങ്ങളുടെ ആയുസ്സ് വർധിപ്പിക്കുന്നത് എന്ന് ഞങ്ങൾക്ക് തോന്നി. 100 വയസ്സിന് മുകളിലുള്ള വൃദ്ധജനങ്ങൾ ചൈനയുടെ ജനസംഖ്യയുടെ വലിയ ഭാഗമാണ്.

ബഹുജന വിദ്യാഭ്യാസം ചൈനീസ് കമ്യൂണിസ്റ്റ് പാർട്ടി പ്രധാന വിഷയമായി എടുത്തിരിക്കുന്നു എന്ന് നേതാക്കൾ പറഞ്ഞു. ഭരണകാര്യങ്ങൾ മുഴുവൻ ജനങ്ങളിലും എത്തിക്കുക എന്നതും പുതിയ തലമുറയെ രാഷ്ട്രീയ വിദ്യാഭ്യാസം ചെയ്യിക്കുക എന്നതുമാണ് പാർട്ടിയുടെ ലക്ഷ്യം. ടിയാനൻമെൻ സ്ക്വയർ സംഭവത്തിന് ശേഷം സി പി സി ഇക്കാ

ര്യത്തിൽ കൂടുതൽ ശ്രദ്ധ ചെലുത്തുന്നുണ്ട്. എന്നിട്ടും മുഴുവൻ കാര്യങ്ങളും ജനങ്ങളിലാകെ എത്തിക്കാൻ കഴിയുന്നില്ല എന്നതിലാണ് ഉത്കണ്ഠ. ചൈന അത്രയെങ്കിലും ചെയ്യുന്നു. നമ്മുടെ രാജ്യം സ്വാതന്ത്ര്യത്തിന്റെ 60 വർഷം പിന്നിട്ടിട്ടും ഭരണകാര്യങ്ങളിൽ മഹാഭൂരിപക്ഷം ജനങ്ങളും എത്രമാത്രം അജ്ഞരാണെന്ന് ഞാൻ ചിന്തിച്ചുപോയി. തെരഞ്ഞെടുപ്പ് വരുമ്പോൾ പോളിങ് ബൂത്തിലേക്ക് വൈകാരികമായി ആനയിക്കപ്പെടുന്ന ജനക്കൂട്ടം ഭരണാധികാരികളുടെ കൊള്ളയും പിടിപ്പുകേടും അറിയാതെ പെട്ടെന്നുണ്ടാകുന്ന വികാരത്തിൽ അഴിമതിക്കാരെ വീണ്ടും വീണ്ടും തിരഞ്ഞെടുക്കുന്നു. ചൈനയിൽ പ്രശ്നങ്ങളെല്ലാം പരിഹരിച്ചു എന്നുപറയാൻ കഴിയില്ല. എങ്കിലും ഞങ്ങൾ പോകുന്നിടത്തൊക്കെ ഭരണപ്രക്രിയ ജനങ്ങളുമായി ബന്ധിപ്പിക്കാനുള്ള ബോധപൂർവ്വമായ ഇടപെടൽ ദൃശ്യമായിരുന്നു.

വൃദ്ധജനങ്ങളോട് കാണിക്കുന്ന പരിഗണനയാണ് ഞങ്ങളെ ഏറെ ആകർഷിച്ച കാര്യം. ചികിത്സാമുറിയിൽ പ്രായം ചെന്ന സ്ത്രീപുരുഷന്മാർ ഡോക്ടർമാരെ നേരിൽ കാണുകയായിരുന്നു. ഏറെ സൗഹൃദ ഭാവേന ചെറുപ്പക്കാരായ ഡോക്ടർമാർ പെരുമാറുന്നത് കണ്ടു. വയോജനങ്ങളുടെ വ്യായാമമുറി തികച്ചും ആകർഷകവും ശാസ്ത്രീയവുമാണ്. ആ വലിയ ഹാളിലേക്ക് ഞങ്ങൾ കയറിച്ചെല്ലുമ്പോൾ ഇറക്കമുള്ള പാവാടയും മുറിക്കൈ ബനിയനും ധരിച്ച ഒരു മുത്തശ്ശി ഒരു പലകയിൽ കയറിനിന്ന് ലെഫ്റ്റ് റൈറ്റ് ചവിട്ടുകയായിരുന്നു. മുന്നിലെ കൈപ്പിടിയിൽ

കമ്യൂണിറ്റി സെന്ററിൽ ഒപേറ പരിശീലിക്കുന്ന വയോധികർ

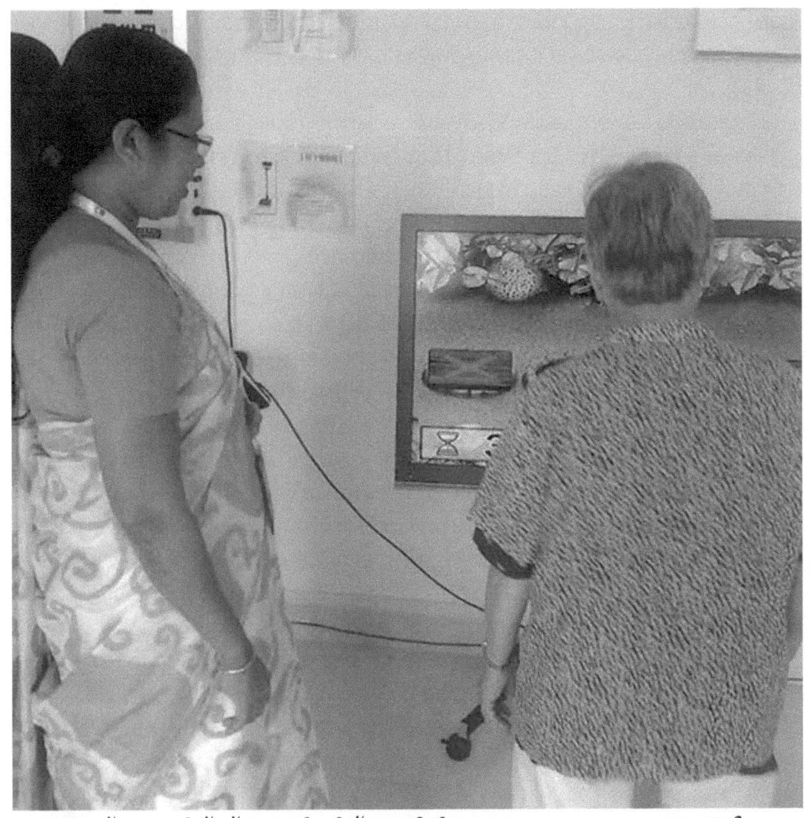

ഇലക്ട്രോണിക്സ് ബോർഡിന് മുന്നിൽ വ്യായാമം ചെയ്യുന്ന വയോധിക

പിടിച്ച് ചവിട്ടുന്നതോടൊപ്പം ചുവരിലെ സ്ക്രീനിൽ നോക്കി ആഹ്ലാദത്തോടെ എന്തൊക്കെയോ വിളിച്ച് പറയുന്നുമുണ്ട്. ഞങ്ങൾ കൗതുകത്തോടെ അടുത്തുചെന്നു. മുത്തശ്ശി വലതുകാൽ ചവിട്ടുമ്പോൾ സ്ക്രീനിൽ ഒരു കുഴിയിൽനിന്ന് ഒരു മുതല തല നീട്ടി ഇടതുവശത്ത് ഇരിക്കുന്ന മുയലിനെ പിടിക്കാൻ നോക്കും. ഇടതുകാൽ ചവിട്ടിയാൽ മുയലിനെ കുഴിയിൽ ഒളിപ്പിച്ച് രക്ഷിക്കാം. രക്ഷിച്ചാൽ മുത്തശ്ശിക്ക് ഒരു പോയിന്റ്. മുതല മുയലിനെ പിടിച്ചാൽ മുത്തശ്ശി കളിയിൽ തോല്ക്കും. പോയിന്റ് വർദ്ധിപ്പിക്കാൻ മുത്തശ്ശി മത്സരിച്ച് ചവിട്ടുകയാണ്. അവരെ പരിചരിക്കാൻ നിന്ന ജീവനക്കാരി പറഞ്ഞത് സാധാരണയായി ഇവർ വ്യായാമം ചെയ്യാൻ മടി കാണിക്കും. അതുകൊണ്ട് അവരെ വ്യായാമത്തിലേക്ക് ആകർഷിക്കാനാണ് ഈ ഇലക്ട്രോണിക് സംവിധാനം ഉപയോഗിക്കുന്നത് എന്നാണ്. ഹാളിന്റെ പലഭാഗത്തും പലരീതിയിലാണ് വ്യായാമമുറകൾ. വാർദ്ധക്യത്തിൽ ബാല്യം തിരിച്ചെത്തുമെന്ന കാഴ്ച

പ്പാടോടെയാണ് എല്ലാം ഒരുക്കിയിരിക്കുന്നത്. മുത്തശ്ശന്മാരും മുത്തശ്ശിമാരും ഞങ്ങളോടൊപ്പം ഫോട്ടോയ്ക്ക് പോസ് ചെയ്യാൻ സന്തോഷം പ്രകടിപ്പിച്ചു.

ഇത്തരം കൗതുകക്കാഴ്ചകൾ കാണുമ്പോഴും ചൈനയെക്കുറിച്ചുള്ള രാഷ്ട്രീയവും സാമൂഹികവുമായ കൂടുതൽ കാര്യങ്ങൾ അറിയാനാണ് ഞങ്ങൾ ഉത്സാഹം കാണിച്ചത്. സി പി സി പാർട്ടി സ്കൂൾ വൈസ് പ്രസിഡന്റ് ലീജിൻ പിങ്ങുമായി നടത്തിയ ചർച്ചയിൽനിന്ന് നാങ് ടോങ് ഗ്രാമത്തിന്റെ ആധുനിക വികസനത്തെക്കുറിച്ച് കുറെയേറെ കാര്യങ്ങൾ മനസ്സിലാക്കി. നഗരപ്രദേശത്തിന്റെ മാതൃകയിലുള്ള റിക്രിയേഷൻ ക്ലബ്ബുകളും പാർക്കുകളും ആധുനിക കാർഷിക കേന്ദ്രങ്ങളും ഗ്രാമത്തിലുണ്ടെന്ന് അദ്ദേഹം പറഞ്ഞു. ആവശ്യമായ സ്കൂളുകളും ചികിത്സാ സൗകര്യങ്ങളുമുണ്ട്. കമ്യൂണിറ്റി സെന്ററിൽ വിശ്രമിക്കാൻ വന്ന പ്രായംചെന്ന പൗരന്മാരെ ഞങ്ങൾ പരിചയപ്പെട്ടു. സിയോഷി, ഷാങ് ഗുയി എന്നിങ്ങനെയാണ് അവരുടെ പേരുകൾ. രണ്ടുപേരും കാർഷിക മേഖലയിൽ തൊഴിലാളികളായിരുന്നു. എന്ത് പെൻഷൻ കിട്ടും എന്ന് ചോദിച്ചപ്പോൾ നൂറ് യുവാൻ വരെ ലഭിക്കുമെന്ന് പറഞ്ഞു. നിത്യോപയോഗസാധനങ്ങൾക്ക് രൂക്ഷമായ വിലക്കയറ്റം ഇല്ലാത്ത ചൈനയിൽ ഇത് തരക്കേടില്ലാത്ത തുകയാണ്. അവർക്ക് മറ്റു ചില ഇൻഷുറൻസ് ആനുകൂല്യങ്ങളുമുണ്ട്.

വാങ്ഷൂവിലെ എട്ട് ഗ്രാമങ്ങളിൽ ഒന്നാണ് നാങ് ടോങ്. ഇവിടെ ഹരിതവല്കൃത വികസനത്തിനാണ് പ്രാധാന്യം കൊടുത്തിരിക്കുന്നത്. തടാകങ്ങളും മരങ്ങളും ഗവൺമെന്റ് പ്രത്യേക ശ്രദ്ധയോടെ സംരക്ഷിക്കുന്നു. ഒരു ചെറുകിട വിനോദസഞ്ചാര കേന്ദ്രം കൂടിയാണ് ഈ ഗ്രാമം. വാങ് ടോങ് പൂന്തോട്ടം, ക്വാങ് ലിങ് കുന്നുകൾ, ജിലി ഗുഹ എന്നിവ സഞ്ചാരികളെ ആകർഷിക്കുന്നു. ഈ പ്രദേശത്ത് നിരവധി ഗുഹകൾ ഉണ്ട്. മിക്കതും ബുദ്ധമത വിശ്വാസവുമായി ബന്ധപ്പെട്ടതാണ്. അങ്ങിങ്ങ് സ്പോർട്സ് ക്ലബ്ബുകളും റിക്രിയേഷൻ സെന്ററുകളും ഉണ്ട്. ഹൈവേകൾ പോലെ വീതി കൂടിയ റോഡുകളും കാണാം. ഒരു ഭാഗത്ത് വാഴത്തോട്ടങ്ങളും പച്ചക്കറി കൃഷിക്കായുള്ള പോളി ഹൗസുകളും നിറഞ്ഞു നില്ക്കുന്നു. ഗ്രീൻ ഹൗസിൽ നിരനിരയായി റോബസ്റ്റാ വാഴകൾ മനുഷ്യനോളം വലുപ്പമുള്ള കുലകളുമായി നില്ക്കുന്നത് സുന്ദരമായ കാഴ്ചയായിരുന്നു. കുമ്പളവും സലാഡ് വെള്ളരിയും, ചുരങ്ങയും പയറുമെല്ലാം കായ്ച്ചു നില്ക്കുന്ന പച്ചക്കറിത്തോട്ടം കേരളത്തിലെത്തിയ പ്രതീതി ഉളവാക്കി. റോയൽ സ്പ്രിങ് ക്ലബ്, ഡ്രാഗൺ ബോട്ട് ഫെസ്റ്റിവൽ തുടങ്ങിയവയാണ് ഗ്രാമത്തിന്റെ മറ്റ് ആകർഷണങ്ങൾ. നാങ് ടോങ്ങിലൂടെ സ്വകാര്യ ബസ് സർവ്വീസുകളുമുണ്ട്. അതിനെക്കുറിച്ച് അന്വേഷിച്ചപ്പോൾ ബസ് കമ്പനിയുമായി ഗവൺമെന്റ് എഗ്രിമെന്റ് ഒപ്പിടുന്നതിനാൽ ബസ് ജീവനക്കാർക്ക് ജോലിസ്ഥിരതയും മെച്ചപ്പെട്ട ശമ്പളവും തൊഴിൽ ആനുകൂല്യവും ലഭിക്കുന്നുണ്ടെന്ന് ഞങ്ങളുടെ

ഗ്രാമീണ കർഷകന്റെ കുടുംബത്തിൽ

ബസിന്റെ ഡ്രൈവർ പറഞ്ഞു.

അവിടെ ഞങ്ങൾ ഒരു ഗ്രാമീണ കർഷകന്റെ വീട് സന്ദർശിച്ചു. നാല് മുറികളുള്ള ഒരു ചെറിയ വീടായിരുന്നു അത്. ടെലിവിഷനും ഫ്രിഡ്ജും അടക്കം അത്യാവശ്യ സൗകര്യങ്ങളുണ്ട്. എല്ലാം വൃത്തിയും വെടിപ്പുമായി സൂക്ഷിച്ചിരുന്നു. ഒരുപക്ഷേ ഞങ്ങളുടെ സന്ദർശനം മുൻകൂട്ടി അറിയിച്ചിട്ടുണ്ടാകണം. വൃദ്ധദമ്പതികൾ മാത്രമാണ് വീട്ടിൽ ഉള്ളത്. അവരുടെ രണ്ട് മക്കളും ജോലിസ്ഥലത്താണ്. ദമ്പതികൾക്ക് രണ്ട് പേർക്കും പെൻഷൻ ലഭിക്കുന്നുണ്ട്. ഭൂമി വിലയ്ക്ക് വാങ്ങിയാണോ വീട് നിർമ്മിച്ചതെന്ന് ചോദിച്ചപ്പോൾ ചൈനയിൽ ഭൂമി ഗവൺമെന്റിൽ നിക്ഷിപ്തമാണെന്നും വീട് നിർമ്മിക്കാനും സ്ഥിരമായി താമസിക്കാനുമുള്ള അവകാശമാണ് ഗവൺമെന്റ് നല്കുന്നതെന്നും അവർ പറഞ്ഞു. തൊഴിലാളികൾക്കും കൃഷിക്കാർക്കും വീട് നിർമ്മിക്കാനുള്ള ധനസഹായവും ഗവൺമെന്റ് നല്കുന്നുണ്ട്. വീടിന് ചുറ്റുമുള്ള ഭൂമിയിൽ കൃഷി ചെയ്യുകയുമാകാം. മറ്റൊരു പ്രദേശത്തേക്ക് മാറാൻ ആഗ്രഹമുള്ളവർക്ക് അതിനുള്ള സഹായവും ഗവൺമെന്റ് ചെയ്തു കൊടുക്കും. ഞങ്ങൾ നാങ്ടോങ്ങിലെ ജിയോ തെർമൽ സയൻസ് പാർക്കും സന്ദർശിച്ചു. ഒരു ഗുഹയ്ക്കകത്താണ് പാർക്ക്. എ സിയോ ഹീറ്ററോ ഇല്ലാതെ ശീതോഷ്ണാവസ്ഥ ക്രമീകരിക്കാനുള്ള സംവിധാനം പാർക്കിലുണ്ട്. പെട്ടെന്ന് കയറിച്ചെല്ലുമ്പോൾ ആകെ ഇരുട്ടായിരിക്കും. കുറച്ച് നിമിഷങ്ങൾ കഴി

ഞാൽ അവിടവിടെ സ്ഥാപിച്ച എൽ ഇ ഡി ബൾബുകളുടെ സഹായത്തോടെ ദൃശ്യങ്ങൾ വ്യക്തമാകും. മരങ്ങളും ഗുഹകളും ശില്പങ്ങളുമെല്ലാം ചേർന്ന് തെർമൽപാർക്ക് ആകർഷകമായിരുന്നു.

വൈകുന്നേരത്തോടെ ഞങ്ങൾ നാങ് ടോങ്ങിൽനിന്നും മടങ്ങി. വീതിയേറിയ റിങ് റോഡിലൂടെ ഞങ്ങളുടെ ബസ് മിതമായ വേഗത്തിൽ ഓടിക്കൊണ്ടിരിക്കുമ്പോൾ സമാന്തരമായി ഉയരമുള്ള തൂണുകളിൽ നിർമ്മിച്ച സ്പീഡ് മെട്രോ റെയിൽ കാണാമായിരുന്നു. മണിക്കൂറിൽ 200 കിലോമീറ്റർ വേഗത്തിൽ ഓടുന്ന ചൈനയുടെ ബുള്ളറ്റ് ട്രെയിൻ ലോകപ്രശസ്തമാണ്. നിർഭാഗ്യവശാൽ ഞങ്ങൾക്ക് ബുള്ളറ്റ് ട്രെയിനിൽ കയറാൻ പറ്റിയില്ല. സമയം തികയാത്തതാണ് കാരണം. റോഡിൽ പെട്ടെന്ന് ഒരു ടോൾ ബൂത്ത് പ്രത്യക്ഷപ്പെട്ടു. "ചൈനയിലും ടോൾ ബൂത്തുണ്ടോ?" ഞങ്ങൾ ചോദിച്ചു. "റോഡ് നിർമ്മിച്ച കമ്പനിക്കും ഗവൺമെന്റിനും ഷെയർ ഉള്ള ബൂത്താണ്. ചെറിയ തുകയാണ് ടോളായി ഈടാക്കുന്നത്. ഇതിൽനിന്നുള്ള വരുമാനം പ്രാദേശിക ഗവൺമെന്റിന് ലഭ്യമാക്കുന്നു." സ്വിങ് പറഞ്ഞു. ടോൾ ബൂത്തിന്റെ ചുമരിൽ അരിവാൾ ചുറ്റിക ചിഹ്നവും പതിപ്പിച്ചിരുന്നു. പകൽ മുഴുവനുമുള്ള നടത്തത്തിന്റെ ആലസ്യത്തോടെ സീറ്റിലേക്ക് ചായുമ്പോൾ റോഡരികിൽ ഒരു സൈൻ ബോർഡ് മിന്നിമറഞ്ഞു. "ക്ഷീണം തോന്നുമ്പോൾ വണ്ടി ഓടിക്കരുത്". (Don't Drive when tired), "ഇരുനൂറ് മീറ്റർ അകലം പാലിക്കുക" (Keep distance about two hundred meters) എന്നിവയായിരുന്നു ട്രാഫിക് ബോർഡിലെ വാചകങ്ങൾ. നമ്മുടെ നാട്ടിൽ കാണാറുള്ള 'Don't mix drive with Drink' പോലുള്ള വാചകങ്ങൾ എവിടെയും കണ്ടില്ല. ഇതേക്കുറിച്ച് ചോദിച്ചപ്പോൾ സ്വിങ് പറഞ്ഞു: "ചൈനക്കാർക്ക് മദ്യപാനശീലം ഇല്ലെന്നല്ല. എന്നാൽ അമിതമായി മദ്യപിച്ച് വാഹനം ഓടിക്കുന്നതും അപകടം ഉണ്ടാക്കുന്നതും വളരെ വിരളമാണ്". കടുത്ത ശിക്ഷ കിട്ടും എന്ന ഭയംതന്നെയാണ് കാരണം. നമ്മുടെ നാട്ടിൽ മദ്യപിച്ചിട്ടുണ്ടോ എന്ന് പരിശോധിക്കാൻ നടത്തുന്ന ഊതൽ വിദ്യയെക്കുറിച്ചോർത്ത് എനിക്ക് ചിരിവന്നു. മദ്യപാനം മൂലമുണ്ടാകുന്ന റോഡപകടങ്ങളെക്കുറിച്ചോർത്ത് സങ്കടവും തോന്നി. ഞങ്ങൾ വാൻഷൂ ഹോട്ടലിൽ എത്തി. നന്നേ വിശപ്പ് ഉണ്ടായിരുന്നതുകൊണ്ടും വിഭവസമൃദ്ധമായ ഭക്ഷണം കാത്തിരിക്കുന്നതുകൊണ്ടും പെട്ടെന്നുതന്നെ എല്ലാവരും ഡൈനിങ് ഹാളിലേക്ക് ചെന്നു.

4

ഷെൻ ബെയ്ലിയുമായി കൂടിക്കാഴ്ച

ആഗസ്ത് 26 ന്റെ ചൈനയിലെ പ്രഭാതം. എല്ലാവരും കുളികഴിഞ്ഞ് തയ്യാറായി ഏഴ് മണിക്ക് ഭക്ഷണശാലയിലേക്ക് ചെന്നു. അപ്പോഴേക്കും മ്യാൻമറിൽനിന്നും അമേരിക്കയിൽനിന്നുമുള്ള സന്ദർശകസംഘം അവിടെ എത്തിയിരുന്നു. ആ രാജ്യങ്ങളിലെ കമ്യൂണിസ്റ്റ്- സോഷ്യലിസ്റ്റ് പാർട്ടികളുടെ പ്രവർത്തകർ ആയിരുന്നു അവർ. ഞങ്ങൾ പരിചയപ്പെടുകയും വിശേഷങ്ങൾ പങ്കുവയ്ക്കുകയും ചെയ്തു. അതിനിടയിൽ നേപ്പാളിൽനിന്നുള്ള പ്രതിനിധിസംഘവും എത്തി. നേപ്പാൾ കമ്യൂണിസ്റ്റ് പാർട്ടിയുടെ നേതാക്കൾ ആയിരുന്നു അവരെല്ലാം. കാർക്കി സുരേന്ദ്ര കുമാറാണ് സംഘത്തലവൻ. യുബരാജ് ചൗലംഗീയൻ ആയിരുന്നു അസിസ്റ്റന്റ് ലീഡർ. സംഘത്തിൽ രണ്ടുപേർ സ്ത്രീകളാണ്. ഒരാൾ പ്രചണ്ഡയുടെ മകൾ. 12 പേരടങ്ങിയ സംഘമാണ് നേപ്പാളിൽനിന്നു വന്നത്. പ്രഭാത ഭക്ഷണത്തിന് ശേഷം സി പി സി യുടെ സാർവ്വദേശീയ വിഭാഗത്തിന്റെ ഓഫീസിലേക്ക് പോകണം. അവിടെവച്ച് അന്താരാഷ്ട്ര വിഭാഗം ഏഷ്യൻ ബ്യൂറോ ഡയറക്ടറായ ഷെൻ ബെയ്ലിമായുള്ള അഭിമുഖം നടക്കും. ചൈനയുടെ അന്താരാഷ്ട്ര നയത്തെക്കുറിച്ചുള്ള വിവരങ്ങളും സി പി സി യുടെ പ്രവർത്തനത്തെക്കുറിച്ചുള്ള വിശദീകരണവുമാണ് ഷെൻ ബെയ്ലി നല്കുക. ഞങ്ങൾ കൃത്യസമയത്തുതന്നെ ഇന്റർനാഷണൽ ഓഫീസിൽ എത്തിച്ചേർന്നു. വിശാലമായ ഹാളിൽ സംഘാംഗങ്ങൾക്ക് ഇരിപ്പിടം തയ്യാറാക്കിയിട്ടുണ്ട്. കസേരകളിൽ ഓരോരുത്തരുടെയും പേരെഴുതിയ ബോർഡ് പ്രദർശിപ്പിച്ചിരിക്കുന്നു. നിറഞ്ഞ പുഞ്ചിരിയോടെ സഖാവ് ഷെൻ ബെയ്ലി കടന്നുവന്നു. "സഖാക്കളെ" എന്ന സംബോധനയോടെയാണ് അദ്ദേഹം തുടങ്ങിയത്. ആകർഷകവും സുവ്യക്തവുമായിരുന്നു അദ്ദേഹത്തിന്റെ പ്രസംഗം. വിദേശനയത്തിന്റെ കാര്യത്തിൽ ചൈനയുടെ അടിസ്ഥാന

കാഴ്ചപ്പാട് തങ്ങളുടെ സ്വതന്ത്രമായ നിലനില്പാണെന്ന് ബെയ്‌ലി സൂചിപ്പിച്ചു. 1949 ൽ വിപ്ലവം നടന്നതിന് ശേഷം രാജ്യങ്ങളുമായുള്ള ബന്ധങ്ങളിൽ വ്യത്യാസവും ഏറ്റക്കുറച്ചിലുകളും ഉണ്ടായിട്ടുണ്ടെങ്കിലും സ്വന്തം രാജ്യത്തിന്റെ പരമാധികാരം മറ്റാർക്കും കീഴ്പ്പെടുത്തുകയില്ല എന്ന അടിസ്ഥാന നയത്തിൽ മാറ്റമുണ്ടായിട്ടില്ല. 1950 കളിൽ സോവിയറ്റ് യൂണിയനോട് അടുപ്പമുള്ള സമീപനമാണ് സ്വീകരിച്ചിരുന്നത്. ഒക്ടോബർ സോഷ്യലിസ്റ്റ് വിപ്ലവത്തിന്റെ ആവേശം മറ്റ് രാജ്യങ്ങളെയെന്നപോലെ ചൈനയെയും സ്വാധീനിച്ചിട്ടുണ്ട്. ചൈനീസ് കമ്യൂണിസ്റ്റ് പാർട്ടി രൂപംകൊള്ളുന്നതിനും വിപ്ലവത്തിലൂടെ ബൂർഷ്വാ ഗവൺമെന്റിനെ പുറത്താക്കി ജനകീയ ഭരണം സ്ഥാപിക്കുന്നതിനും ഇത് സഹായകമായിട്ടുണ്ട്. 1960 കളോടെ പുതിയ അന്താരാഷ്ട്രബന്ധങ്ങൾ ആവിഷ്കരിക്കാൻ ചൈന തയ്യാറായി. 1962 ൽ ഇന്ത്യയുമായി ചില തർക്കങ്ങൾ രൂപമെടുക്കുകയും അതൊരു അതിർത്തി യുദ്ധത്തിലേക്ക് നയിക്കുകയും ചെയ്തു. പിന്നീട് ഈ അഭിപ്രായ വ്യത്യാസങ്ങൾ പരിഹരിക്കുന്നതിന് ചർച്ചകൾ നടക്കുകയും സൗഹൃദം പുനഃസ്ഥാപിക്കുകയും ചെയ്തിട്ടുണ്ട്. ഇന്ത്യയും ചൈനയുമായുള്ള തർക്കങ്ങളിൽ സി പി ഐ (എം) ഏറ്റവും ശരിയായ നിലപാടാണ് സ്വീകരിച്ചതെന്ന് ഷെൻ ബെയ്‌ലി പറഞ്ഞു. ഇനിയും ഈ ബന്ധം മെച്ചപ്പെടുത്തുന്ന കാര്യത്തിൽ സി പി ഐ (എം) ന്റെ മുൻകൈ ഉണ്ടാകുമെന്നും അദ്ദേഹം പ്രതീക്ഷ പ്രകടിപ്പിച്ചു. ഇ എം എസിന്റെ അഭിപ്രായത്തിൽ അതിർത്തി പ്രശ്നങ്ങൾ രമ്യമായി കൈകാര്യംചെയ്യുന്നതിന് തുടർച്ചയായ ചർച്ചകൾ ആവശ്യമുണ്ട്. ഇരുരാജ്യങ്ങളും പരസ്പരം പ്രതിനിധിസംഘങ്ങളെ ക്ഷണിക്കുന്നതിനും ശ്രദ്ധിക്കണം. സി പി ഐ (എം)മായുള്ള തങ്ങളുടെ ബന്ധം ദൃഢമാണെന്നും അന്താരാഷ്ട്ര സ്ഥിതിഗതികളെക്കുറിച്ച് അഭിപ്രായവും കാഴ്ചപ്പാടും കൈമാറുന്നതിന് ആഗ്രഹമുണ്ടെന്നും അദ്ദേഹം സൂചിപ്പിച്ചു. 2020 -ൽ ചൈനീസ് കമ്യൂണിസ്റ്റ് പാർട്ടിയുടെ നൂറാം വാർഷികമാണ്. അപ്പോഴേക്കും ചൈന ആർജ്ജിക്കേണ്ട വികസനത്തെക്കുറിച്ച് തങ്ങൾക്ക് സ്വപ്നങ്ങൾ ഉണ്ട്. അതിന് സഹായകമാംവിധം ലോക രാഷ്ട്രങ്ങളുമായി സൃഷ്ടിപരമായ ബന്ധം വികസിപ്പിക്കണമെന്ന് ചൈന ആഗ്രഹിക്കുന്നു. റഷ്യയുമായി വ്യാപാര രംഗത്തും ഊർജ്ജരംഗത്തും സഹകരണം ഉണ്ടായിട്ടുണ്ട്. ഇപ്പോൾ ചൈനയുമായി ഏറ്റവും കൂടുതൽ വ്യാപാരബന്ധമുള്ളത് യൂറോപ്യൻ യൂണിയനാണ്. രണ്ടാമത്തേത് അമേരിക്കയാണ്. ആഫ്രിക്കയുമായും വ്യാപാരബന്ധമുണ്ട്. തെക്കൻ ഏഷ്യയുമായുള്ള സൗഹൃദബന്ധം മൂന്ന് ദശലക്ഷം മനുഷ്യരെ തങ്ങളുമായി ബന്ധപ്പെടുത്തുന്നു എന്ന് ബെയ്‌ലി പറഞ്ഞു. ആസിയാൻ (ASIAN) വിഭാഗത്തിൽപ്പെട്ട 10 രാജ്യങ്ങളുമായി സുദൃഢമായ വ്യാപാരബന്ധവുമുണ്ട്. സോഷ്യലിസ്റ്റ് രാജ്യങ്ങളുടെ ഗ്രൂപ്പ് വിശാലമാക്കുന്നതിന് ചൈനയ്ക്ക് താല്പര്യമുണ്ട്. എങ്ങനെ ആധുനിക കാലഘട്ടത്തിൽ സോഷ്യലിസം വ്യാപിപ്പിക്കാം എന്ന ആശയവും അനുഭവങ്ങളും അവരുമായി പങ്കുവയ്ക്കാൻ തങ്ങൾ

താല്പര്യപ്പെടുന്നുവെന്ന് ബെയ്‌ലി പറഞ്ഞു. അതിനുവേണ്ടി പാർട്ടിയെയും ഗവൺമെന്റിനെയും ശക്തിപ്പെടുത്താൻ ചൈന ശ്രമിക്കുകയാണ്. ഇക്കാര്യത്തിൽ മറ്റ് രാജ്യങ്ങളുടെ അനുഭവം അറിയുന്നതിന് സി പി സി ആഗ്രഹിക്കുന്നു. *ചൈന എങ്ങനെ മാർക്സിസം പ്രയോഗിക്കുന്നു (How China Impliment Marxism)* എന്ന വിഷയത്തിൽ എല്ലാ വർഷവും സെമിനാർ നടത്താറുണ്ട്. ചൈനയുടെ പ്രതിനിധിസംഘം മറ്റ് രാജ്യങ്ങൾ സന്ദർശിക്കുകയും ചെയ്യാറുണ്ട്. മാർക്സിസം നിർജ്ജീവമായ ഒന്നല്ല. അത് സദാ ചലനാത്മകമായതാണ് എന്ന കാര്യം സി പി സി എപ്പോഴും ഓർമ്മിക്കുന്നു.

> ഇന്നത്തെ സാഹചര്യത്തിൽ ലോകരാജ്യങ്ങൾ പ്രതിരോധത്തിന് ഏറെ പ്രാധാന്യം നല്കേണ്ടി വരുന്നുണ്ട്. ആയുധങ്ങളും മറ്റ് പ്രതിരോധ സംവിധാനങ്ങളും ഉണ്ടാക്കുന്നതിന് വലിയ ചെലവുണ്ട്. ചൈനയും ആയുധങ്ങൾ വാങ്ങുന്നതിനും രാജ്യസുരക്ഷാ സംവിധാനങ്ങൾ ശക്തമാക്കുന്നതിനും ശ്രമിക്കുന്നു. എന്നാൽ ജനങ്ങൾക്ക് ഭക്ഷണവും ജീവിത സൗകര്യങ്ങളും പ്രദാനം ചെയ്യുകയാണ് ഒന്നാമത്തെ ഉത്തരവാദിത്വം എന്ന് ഞങ്ങൾ തിരിച്ചറിയുന്നു. ജനങ്ങളുടെ ദാരിദ്ര്യ നിർമ്മാർജ്ജനത്തിന് മാത്രമല്ല മറ്റ് രാജ്യങ്ങളിലേക്ക് ഭക്ഷ്യധാന്യങ്ങൾ എത്തിക്കുന്നതിനും ചൈന ശ്രമിക്കുന്നുണ്ട്. സോഷ്യലിസം കെട്ടിപ്പടുക്കുകയെന്നാൽ ജനങ്ങളുടെ പട്ടിണി പങ്കുവയ്ക്കുക എന്നതല്ല അർത്ഥം. സോഷ്യലിസ്റ്റ് ജനാധിപത്യം കൂടുതൽ മാറ്റങ്ങളാണ് ആവശ്യപ്പെടുന്നത്. അതുകൊണ്ടാണ് ചൈന പുതിയ സാമ്പത്തിക പരിഷ്കരണത്തിന് തുടക്കം കുറിച്ചത്. സോഷ്യലിസ്റ്റ് ഭരണക്രമം തുടരാനാഗ്രഹിക്കുന്ന ക്യൂബയുമായും കൂടുതൽ ശക്തമായ ബന്ധം വളർത്തിയെടുക്കാൻ ചൈന പരിശ്രമിക്കുന്നുണ്ട്. ഫിദൽ കാസ്ട്രോ ചൈന സന്ദർശിച്ചപ്പോൾ അദ്ദേഹം സി പി സിയുടെ താല്പര്യ പ്രകാരം ചൈനയുടെ Special Economic Zone (S E Z) സന്ദർശിക്കുകയും ചെയ്തു. ബ്രസീലുമായി നല്ല ബന്ധം സ്ഥാപിക്കാൻ കഴിഞ്ഞിട്ടുണ്ട്. ബ്രസീലുമായി ഏറ്റവും കൂടുതൽ കച്ചവടബന്ധമുള്ള രാജ്യം ചൈനയാണ്. ജപ്പാനുമായും അമേരിക്കയുമായും ചൈന കച്ചവടബന്ധം സ്ഥാപിച്ചിട്ടുണ്ട്. ഇത്തരം ബന്ധങ്ങളിൽ അമേരിക്കയുടെ ഇരട്ടമുഖത്തെ കുറിച്ച് സി പി സിക്ക് നല്ല ധാരണയുണ്ട്. കച്ചവടബന്ധത്തിലൂടെ ചൈന കാണുന്നത് സോഷ്യലിസത്തെ മുന്നോട്ട് നയിക്കാനുള്ള കരുത്ത് ആർജ്ജിക്കുകയാണ്. ദുർബ്ബലമായ ചൈനയ്ക്ക് സോഷ്യലിസത്തെ മുന്നോട്ട് നയിക്കാൻ കഴിയില്ല.

ഷെൻ ബെയ്‌ലി പറഞ്ഞു.

സോവിയറ്റ് യൂണിയന്റെ തകർച്ചയ്ക്ക് കാരണം നയപരമായ ദൗർ

ബ്ബല്യമായിരുന്നു എന്നാണ് സി പി സിയുടെ അഭിപ്രായം. അതിൽ പ്രധാനമായും മൂന്ന് കാരണങ്ങളാണ് ചൂണ്ടിക്കാട്ടിയത്. ഒന്ന്, അവർ സാമ്പത്തിക വളർച്ചയെ അവഗണിച്ചു. രണ്ട്, പ്രതിരോധത്തിനും ആയുധശേഖരണത്തിനും വേണ്ടി സ്വന്തം രാജ്യത്തിന്റെ പ്രകൃതി വിഭവങ്ങളടക്കം ദുർവ്യയം ചെയ്തു. മൂന്ന്, രാജ്യത്തിന്റെ മൊത്തം വികസനത്തിനും സാമ്പത്തിക വളർച്ചയ്ക്കും ഊന്നൽ നല്കാത്തതിനാൽ ഒരിക്കൽ തകർച്ചയെ അഭിമുഖീകരിച്ചപ്പോൾ മുഴുവൻ സമൂഹവും വീണുപോയി. തകർച്ചയിൽനിന്ന് കരകയറാൻ കഴിഞ്ഞതുമില്ല.

ലോകത്തിൽ സോഷ്യലിസ്റ്റ് രാജ്യങ്ങളും മുതലാളിത്ത രാജ്യങ്ങളും തമ്മിലുള്ള വൈരുദ്ധ്യം ഇപ്പോഴും നിലനില്ക്കുന്നുണ്ട്. യു എൻ രക്ഷാസമിതിയിലെ അംഗമെന്ന നിലയിൽ സിറിയക്കെതിരായ അമേരിക്കൻ പ്രമേയത്തെ ചൈന വീറ്റോ ചെയ്ത കാര്യം ബെയ്‌ലി ചൂണ്ടിക്കാട്ടി. ചൈനയുടെ സ്വതന്ത്ര വിദേശനയം ഉയർത്തിപ്പിടിക്കുമ്പോൾ തന്നെ രാജ്യം ഭരിക്കുന്ന പാർട്ടി എന്നതിനാൽ കമ്യൂണിസ്റ്റ് പാർട്ടിയുടെ മുഴുവൻ താല്പര്യവും ചിലപ്പോൾ പ്രതിഫലിപ്പിക്കാൻ കഴിയാറില്ല. ചൈനയിലെ മൊത്തം ജനങ്ങളുടെ താല്പര്യം കൂടി ചില ഘട്ടങ്ങളിൽ പരിഗണിക്കേണ്ടി വരും. വീറ്റോ അധികാരം ചിലപ്പോൾ ഉപയോഗിക്കാൻ കഴിയാത്തത് അതുകൊണ്ടാണ്. എന്നാൽ അത്തരം അവസരങ്ങളിലും ചൈനയുടെ അടിസ്ഥാന നയങ്ങളിൽ ഊന്നി നിന്നുകൊണ്ട് ശക്തമായ വിമർശനം ഉന്നയിക്കാറുണ്ട്. സി പി സി നേതാവ് മാ സുസോങ്ങും (Ma Zhusong) ഞങ്ങളോട് സംസാരിച്ചു. അദ്ദേഹം ഇന്ത്യയിലെ സംഭവവികാസങ്ങളെക്കുറിച്ച് അറിയാൻ താല്പര്യം പ്രകടിപ്പിച്ചു. അശോക് ധാവ്‌ലെ ഇന്ത്യ നേരിടുന്ന രാഷ്ട്രീയവും സാമ്പത്തികവുമായ വെല്ലുവിളികളെക്കുറിച്ച് സൂചിപ്പിച്ചു. സാമ്രാജ്യത്വ ശക്തികൾ അടിച്ചേല്പിക്കുന്ന ആഗോളവല്ക്കരണ നയങ്ങൾ ഇന്ത്യൻ സമൂഹത്തിൽ ഉണ്ടാക്കുന്ന പ്രത്യാഘാതങ്ങളാണ് സഖാവ് സൂചിപ്പിച്ചത്. മാ സുസോങ് കൂടുതലായി സംസാരിച്ചത് ജനങ്ങളിൽ സോഷ്യലിസ്റ്റ് മൂല്യങ്ങൾ സന്നിവേശിപ്പിക്കുന്നതിനെക്കുറിച്ചാണ്. ആധുനിക ഇലക്ട്രോണിക് മാധ്യമങ്ങൾ നടത്തുന്ന പ്രതിലോമ ആശയങ്ങളെ നിയന്ത്രിക്കുക എന്നതാണ് ഏറ്റവും വലിയ തലവേദന. നവ മാധ്യമങ്ങളും സമൂഹത്തെ ജീർണ്ണതയിലേക്ക് നയിക്കുന്ന നിരവധി ആശയങ്ങൾ പ്രചരിപ്പിക്കുന്നുണ്ട്. ഇന്റർനെറ്റ് വഴി കടന്നുവരുന്ന ഈ അപകടങ്ങൾ നിയന്ത്രിക്കുക എളുപ്പമല്ല. ചൈന ഇവയ്ക്ക് നേരെ വാതിലുകൾ അടച്ചിടാൻ ആഗ്രഹിക്കുന്നില്ലെന്ന് മാ സുസോങ് പറഞ്ഞു. ഈ മേഖലയിൽ സാമൂഹ്യനീതിയും നിയന്ത്രണവും ശക്തമാക്കാനാണ് സി പി സി ഉദ്ദേശിക്കുന്നത്. അതോടൊപ്പം പുതുതലമുറയ്ക്ക് ഈ വിപത്തുകളെ അതിജീവിക്കാനുള്ള വിദ്യാഭ്യാസവും നല്കണം. ഇലക്ട്രോണിക് മാധ്യമങ്ങളെ നിയന്ത്രിക്കാൻ ചൈന ശക്തമായ പുതിയ നിയമങ്ങൾ ആവിഷ്ക്കരിച്ചിട്ടുണ്ടെന്ന് മാ സുസോങ് ചൂണ്ടിക്കാട്ടി. സി പി സി നേതാക്കളുമായുള്ള ചർച്ചകൾക്കുശേഷം ഭക്ഷണം ആയിരുന്നു.

ബെയ്‌ലിയും മാ സുസോങ്ങും ഞങ്ങളോടൊപ്പം ഭക്ഷണം കഴിക്കാൻ ഡൈനിങ് ഹാളിലേക്ക് വന്നു. ഭക്ഷണത്തിനുശേഷം ഞങ്ങൾ ബീജിങ്ങിലെ അന്താരാഷ്ട്ര പ്രദർശനം കാണാൻ പോവുകയാണ്.

രണ്ട് മണിയോടുകൂടി ചൈനയുടെ 9-ാമത് അന്താരാഷ്ട്ര പ്രദർശനം കാണാൻ പുറപ്പെട്ടു. ഫെങ്തായി ജില്ലയിൽ യോങ് ഡിങ് നദിക്കരയിലാണ് പ്രദർശനം. 500 ലധികം ഏക്കർ സ്ഥലത്താണ് പ്രദർശനം ഒരുക്കിയിരിക്കുന്നത്. കാർഷിക- വ്യാവസായിക -സാംസ്കാരിക പ്രദർശനങ്ങളെല്ലാം നൂതന സാങ്കേതിക വിദ്യയുടെ സഹായത്തോടെ അത്യത്ഭുതകരമായ രീതിയിലാണ് തയ്യാറാക്കിയിരിക്കുന്നത്. ലക്ഷക്കണക്കിന് സന്ദർശകരാണ് പ്രതിദിനം വന്നുപോകുന്നത്. സന്ദർശകരെ ആകർഷിക്കുന്ന എല്ലാ കാര്യങ്ങളും എക്സ്പോയിൽ ഒരുക്കിയിട്ടുണ്ടെന്ന് സിങ് നേരത്തെ സൂചിപ്പിച്ചിരുന്നു. എക്സ്പോ നഗരിയുടെ വിവിധ ഭാഗങ്ങളിലായി 4 സർവ്വീസ് കേന്ദ്രങ്ങൾ തയ്യാറാക്കിയിട്ടുണ്ട്. ഇതിനു പുറമെ മാതൃ ശിശു സഹായ കേന്ദ്രങ്ങൾ, വികലാംഗർക്കായുള്ള വീൽ ചെയറുകൾ

എക്സ്പോയിലെ കൃഷിയിടം

നല്കുന്ന കേന്ദ്രങ്ങൾ, ചെറിയ കുഞ്ഞുങ്ങളെ വഹിക്കുന്നതിനുള്ള ചെറിയ വാഹനങ്ങൾ (Baby carriage) തുടങ്ങിയവയും ഇത്തരം കേന്ദ്രങ്ങളിൽനിന്നു ലഭിക്കും. വിവിധ ഭാഗങ്ങളിലായി 781 ടോയ്ലറ്റുകൾ സ്ഥാപിച്ചിട്ടുണ്ടെന്ന് സിങ് പറഞ്ഞു. 175 കാറ്ററിങ് സെന്ററുകൾ വഴി വിവിധ രാജ്യങ്ങളുടെ ഭക്ഷണങ്ങൾ വിതരണംചെയ്യുന്നുണ്ട്. സന്ദർശകർ പണം കൊടുത്ത് ആഹാരം കഴിക്കണം. ചില ഭാഗങ്ങളിൽ ബിവറേജ് സെന്ററുകൾ ഒരുക്കിയിട്ടുണ്ട്. അതിനു മുന്നിൽ കേരളത്തിലേതുപോലെ നീണ്ട ക്യൂവും തള്ളലുമില്ല. ആവശ്യമുള്ളവർ അകത്തുചെന്ന് പരിമിതമായ അളവിൽ കഴിച്ചു പോകുന്നു. പ്രദർശന നഗരിയിൽ സ്വകാര്യവാഹനങ്ങൾ പ്രവേശിപ്പിക്കുകയില്ല. നഗരിക്കകത്ത് ഇലക്ട്രിക് കാറുകളും ചെറിയ ട്രെയിനുകളും ഒരുക്കിയിട്ടുണ്ട്. 1,30,000 വളണ്ടിയർമാരാണ് കാര്യങ്ങൾ ഒക്കെ നിയന്ത്രിക്കുന്നത്. പുറമെ നിന്നുവരുന്ന യാത്രക്കാർക്ക് ട്രെയിൻ വഴി പ്രദർശന നഗരിയുടെ 300 മീറ്റർ അകലെ വരെ എത്താം. അഞ്ച്, ആറ് റിങ് റോഡുകളും നഗരിയിലേക്കുള്ള മാർഗ്ഗങ്ങൾ ആണ്. ആധുനിക സാങ്കേതിക വിദ്യകൾ ഉപയോഗപ്പെടുത്തി മാസങ്ങൾ നീണ്ടുനില്ക്കുന്ന പ്രയത്നത്തിലൂടെയാണ് അന്താരാഷ്ട്ര പ്രദർശനം തയ്യാറാക്കിയിരിക്കുന്നത്. പ്രദർശനനഗരിയുടെ കവാടത്തിൽത്തന്നെ പരിസ്ഥിതി സംരക്ഷണത്തിന്റെ പ്രാധാന്യത്തെക്കുറിച്ച് എഴുതി വച്ചിരുന്നു. വർഷങ്ങൾക്കുമുമ്പ് യോങ് ഡിങ് നദീതീരം ഫലഭൂയിഷ്ഠമായ പ്രദേശമായിരുന്നു. എന്നാൽ നല്ല കുത്തൊഴുക്കുള്ള നദിയിലെ ഇരുകരകളിലെയും ജനങ്ങൾ തീർത്തും ഒറ്റപ്പെട്ട നിലയിലായിരുന്നു. 800 വർഷങ്ങൾക്കുമുമ്പ് അവിടെ അത്ഭുതകരമായ പ്രവൃത്തി നടന്നു. ജിൻ രാജവംശം നിർമ്മിച്ച ഒരു വലിയ പാലമായിരുന്നു അത്. ഇന്നത്തെയത്ര സാങ്കേതിക വിദ്യകൾ ഇല്ലാതിരുന്ന കാലത്ത് നദിക്ക് കുറുകെ ഇങ്ങനെ ഒരു പാലം നിർമ്മിക്കുക എന്നത് ഒരു മഹാത്ഭുതം തന്നെയായിരുന്നു. ജനങ്ങളെ സംരക്ഷിച്ച് നിർത്തുന്ന ഒരു വലിയ സ്മാരകമായി അത്. പിന്നീട് വന്ന ക്വിൻ ഹാൻ രാജവംശങ്ങളുടെ കാലത്തും പാലം തലയുയർത്തി നിന്നു. യോങ് ഡിങ് നദി ദർശിച്ച രണ്ടാമത്തെ മഹാ

എക്സ്പോ നഗരിയിൽ

ത്ഭുതം ഇപ്പോൾ നടക്കുന്ന മഹാപ്രദർശനമാണെന്നാണ് ചൈനക്കാർ പറയുന്നത്. ഇത് ഒരുതരത്തിൽ പറഞ്ഞാൽ യോങ് ഡിങ് നദിയുടെ പുനർജ്ജന്മം കൂടിയാണ്. 1970 കളിൽ ലോങ് ഗീ പാലത്തിനുകീഴിൽ നദി വരണ്ടുകിടക്കുകയായിരുന്നു. ചുറ്റും മണൽപ്പരപ്പുകൾ മാത്രം. കാറ്റു വീശുമ്പോൾ പൊടി ഉയരും. നദിയുടെ ചിലഭാഗങ്ങൾ മാലിന്യ നിക്ഷേപം വഴി ദുർഗന്ധം വമിക്കുന്ന അവസ്ഥയിലായിരുന്നു. നദിയുടെ ജീവൻ വീണ്ടെടുക്കാൻ ബീജിങ് നഗരസഭ ദീർഘവീക്ഷണത്തോടെയുള്ള പദ്ധതികൾ നേരത്തെ തന്നെ ആവിഷ്കരിച്ചിരുന്നു. പടിഞ്ഞാറ് ഈഗിൾ മൗണ്ടൻ പാർക്ക് മുതൽ കിഴക്കൻ തീരം വരെ ഒരു ഗ്രീൻ കോറിഡോർ നിർമ്മിക്കുന്നതിനാണ് ശ്രമിച്ചത്. 30 വർഷക്കാലത്തെ നിരന്തരമായ പ്രവർത്തനങ്ങൾ വഴി നദിക്കരയിലെ അഞ്ച് തടാകങ്ങൾ വീണ്ടെടുത്തു. ഈ തടാകങ്ങളിൽ എട്ട് ദശലക്ഷം ക്യൂബിക് മീറ്റർ ജലം സംഭരിക്കപ്പെട്ടതോടെ നദിയിലേക്ക് ചേരുന്ന കൊച്ചരുവികൾ പുനരുജ്ജീവിച്ചു. യോങ് ഡിങ് നദി വീണ്ടും നീരൊഴുക്കുള്ളതായി മാറി. മണൽക്കാടുകൾ അപ്രത്യക്ഷമായി. ഇവയെല്ലാം ബന്ധപ്പെടുത്തിക്കൊണ്ടാണ് പുതിയ പ്രദർശനം തയ്യാറായിട്ടുള്ളത്. പ്രദർശനം ഒരുക്കുന്നതിന്റെ ഭാഗമായി നദീതീരത്ത് 270 ഹെക്ടർ പ്രദേശം മരങ്ങളും കാടുകളും പൂന്തോട്ടങ്ങളും കാർഷിക വിഭവങ്ങളും വച്ചുപിടിപ്പിച്ചു. പ്രദർശനനഗരി തികച്ചും പരിസ്ഥിതി സൗഹൃദമാക്കി മാറ്റി.

പ്രധാന കവാടത്തിലൂടെ അകത്തേക്ക് കടന്ന ഞങ്ങൾ അത്ഭുതം കൊണ്ട് മിഴി പൂട്ടാനാകാതെ നിന്നു. പൂച്ചെടികളും നിറയെ പൂവിട്ട വള്ളിച്ചെടികളും കൊണ്ട് മനോഹരങ്ങളായ കൊട്ടാരങ്ങളും മറ്റ് നിരവധി ദൃശ്യങ്ങളും തീർത്തിരിക്കുന്നു. മൂന്നു നില കൊട്ടാരത്തിന്റെ മാതൃകയിൽ ഉള്ള കെട്ടിടം നിർമ്മിക്കാൻ എത്ര ദിവസത്തെ അദ്ധ്വാനം ചെലവിട്ടിട്ടുണ്ടാകുമെന്ന് ഞങ്ങൾ അത്ഭുതം കൂറി. കായ്ച്ചുകിടക്കുന്ന ഫലവൃക്ഷങ്ങൾക്കും പൂച്ചെടികൾക്കും ഇടയിലൂടെ നടക്കുമ്പോൾ ഇവയെല്ലാം പ്രദർശനത്തിനുവേണ്ടി ഒരുക്കിയതാണെന്ന് തോന്നിയില്ല. സങ്കല്പങ്ങളിൽ വിശദീകരിക്കുന്ന സ്വർഗ്ഗത്തിൽ എത്തിയ പ്രതീതിയായിരുന്നു ഞങ്ങൾക്ക്. ചൈനയുടെ പ്രാചീന സംസ്കാരത്തിന്റെ നിരവധി അടയാളങ്ങൾ പ്രദർശനത്തിൽ ദൃശ്യമായിരുന്നു. മുളയും പ്രത്യേകതരം ഇലകളുംകൊണ്ട് നിർമ്മിച്ച പാർപ്പിടങ്ങൾ, വിവിധ മേഖലകളിൽ ഉള്ള പ്രത്യേകതകൾ ചോർന്നുപോകാതെ ഒരുക്കിയിരുന്നു. ഇത്തരം വീടുകളുടെ ചുമരുകളിൽ ധാന്യക്കുലകൾ തൂക്കിയിടുക എന്നത് പൗരാണികമായ രീതിയാണ്. ചോളം, നമ്മുടെ നാട്ടിലും കാർഷികവിളവെടുപ്പ് കഴിഞ്ഞാൽ വെള്ളരിക്കയും കതിർക്കുലകളും ഇങ്ങനെ തൂക്കിയിടാറുണ്ടല്ലോ. ഗോതമ്പു കതിരുകൾ, ബാർലി തുടങ്ങിയവയെക്കൊണ്ട് തൊങ്ങലുകൾ തൂക്കിയ കുടിലുകളുടെ മുന്നിൽ നിന്നുകൊണ്ട് ഞങ്ങൾ ഫോട്ടോ എടുത്തു. ചൈനയുടെ കരകൗശല വസ്തുക്കൾ, തുണിത്തരങ്ങൾ തുടങ്ങി എല്ലാം കാര്യങ്ങളുടെയും പ്രദർശനം ഒരുക്കിയിട്ടുണ്ട്. പൗരാണിക ഇതി

എക്സ്പോ നഗരിയിൽ പ്രതിനിധിസംഘം

ഹാസങ്ങളും ഗുണപാഠകഥകളും ചിത്രീകരിക്കുന്ന മേഖല അത്ഭുത ലോകത്ത് എത്തിയ പ്രതീതി ഉളവാക്കി. പക്ഷേ ഞങ്ങൾക്ക് പ്രദർശന നഗരിയുടെ ഒരു ശതമാനംപോലും മുഴുവനായി കാണാൻ കഴിഞ്ഞില്ല. അതിന് ദിവസങ്ങൾ വേണ്ടി വരും. വൈകുന്നേരത്തോടെ ഞങ്ങൾ പ്രദർശന നഗരിയിൽ നിന്ന് മടങ്ങി. അടുത്ത ദിവസം ജീവിതത്തിലെ ഏറ്റവും വലിയ ഒരാഗ്രഹമാണ് സാധിക്കാൻ പോകുന്നതെന്ന സന്തോഷം എല്ലാവർക്കും ഉണ്ടായിരുന്നു.

5

വൻമതിലിൽ

മഹാത്ഭുതങ്ങളെക്കുറിച്ച് പാഠപുസ്തകങ്ങളിൽ പഠിക്കുമ്പോൾ അതിലൊന്നായ വൻമതിൽ എന്നെങ്കിലും കാണാൻ കഴിയുമെന്ന് പ്രതീക്ഷിച്ചിരുന്നില്ല. ചൈനയിലെ വൻമതിലും ബാബിലോണിയയിലെ പൂന്തോട്ടവും പിസായിലെ ചരിഞ്ഞ ഗോപുരവുമെല്ലാം മനസ്സിൽ വരച്ചിട്ട ചിത്രങ്ങൾ മാത്രമായി അവശേഷിച്ചു. മുതിർന്നപ്പോൾ അക്കൂട്ടത്തിൽ താജ്മഹൽ കാണാൻ കഴിഞ്ഞല്ലോ എന്ന സന്തോഷമുണ്ടായിരുന്നു. ഇപ്പോൾ വൻമതിലിലേക്ക് പോവുകയാണ്. ഞങ്ങളുടെ കൂട്ടത്തിൽ അശോക് ധാവ്ലെയും രേഖാദിയും രണ്ടാമത്തെ തവണയാണ് ചൈന സന്ദർശിക്കുന്നത്. അവർ മുമ്പ് വൻമതിൽ കണ്ടിട്ടുണ്ട്. മറ്റുള്ളവരെല്ലാം ആദ്യമായാണ്. വാൻഷൂ ഹോട്ടലിൽനിന്ന് ഒരു മണിക്കൂർ യാത്രയുണ്ട്. രണ്ട് ദിവസം ഞങ്ങളോടൊപ്പം അലഞ്ഞതിനാൽ കോ-ഓർഡിനേറ്റർ ക്ഷീണിതയായിരുന്നു. ബസിൽ കയറിയ ഉടനെ അവർ പറഞ്ഞു. "ഒരു മണിക്കൂർ യാത്രയുണ്ട്. എല്ലാവരും നന്നായി ഉറങ്ങിക്കൊള്ളൂ" എന്ന്. യാത്രയ്ക്കിടയിൽ ഞങ്ങൾ അവർക്ക് സ്വൈരം കൊടുക്കാറില്ല. റോഡിനിരുവശവും കാണുന്ന കാഴ്ചകളെക്കുറിച്ച് ഓരോരുത്തരും ചോദിച്ചുകൊണ്ടേയിരിക്കും. ഉത്തരം പറഞ്ഞ് അവർ മടുത്തുകാണും. അഞ്ച് മിനിറ്റിനുള്ളിൽ സ്വിങ് ഗാഢനിദ്രയിലാണ്ടു. ഞങ്ങൾ അവരുടെ നിദ്രയ്ക്ക് ഭംഗം വരുത്തേണ്ടെന്ന് തീരുമാനിച്ചു. ത്രിപുരയിൽ നിന്നുള്ള ദീപാങ്കുർ ആയിരുന്നു എന്റെ അടുത്ത സീറ്റിൽ. അതിനടുത്തായി രേഖാദിയും സുപ്രകാശുമുണ്ട്. സുപ്രകാശ് ചുറുചുറുക്കുള്ള സഖാവാണ്. ആസാമിലെ പാർട്ടി മുഖപത്രമായ ഗണശക്തിയുടെ ചീഫ് എഡിറ്റർ. സദാ സേവനസന്നദ്ധനാണ്. നടക്കാൻ അല്പം പ്രയാസമുള്ള രേഖാദിയെ പ്രായംചെന്ന അമ്മയുടെ കാര്യത്തിൽ മകൻ

വൻമതിലിൽ

കാട്ടുന്ന താല്പര്യത്തോടെ സുപ്രകാശ് ശ്രദ്ധിക്കും. ഹൃദയത്തിൽ പേസ്മേക്കർ ഘടിപ്പിച്ച രേഖാദിക്ക് ഉയരത്തിൽ കയറാനും ഇറങ്ങാനും പ്രയാസമുണ്ട്. ബസിൽ കയറാനും ഇറങ്ങാനും രേഖാദിയെ സഹായിക്കുന്നത് സുപ്രകാശാണ്. രണ്ടുപേർക്കും ബംഗാളി ഭാഷ അറിയുന്നതിനാൽ ആശയവിനിമയത്തിന് പ്രയാസമില്ല. ബംഗാളിലെ മുൻ സാമൂഹ്യക്ഷേമ മന്ത്രിയും മഹിളാ അസോസിയേഷൻ കേന്ദ്രകമ്മിറ്റി അംഗവുമായ രേഖാഗോസ്വാമി ഏറെ നർമ്മബോധമുള്ള വ്യക്തിയാണ്. അതീവ രസകരമായ കഥകൾ പറഞ്ഞ് ഞങ്ങളെ പൊട്ടിച്ചിരിപ്പിക്കും. ദീപാങ്കുർ ഒരു ഡിജിറ്റൽ കാമറ കൊണ്ടുവന്നിട്ടുണ്ട്. യാത്രയ്ക്കിടയിലെ ഒരു ദൃശ്യംപോലും പാഴാക്കാതെ ഒപ്പിയെടുക്കാനുള്ള വ്യഗ്രതയായിരുന്നു ദീപാങ്കുറിന്. ഇനി ഒരിക്കലും മടങ്ങിവരാതെ കണ്ണിൽനിന്ന് മാഞ്ഞുപോകുന്ന കാഴ്ചകൾ കാമറക്കണ്ണുകളിൽ ആവാഹിക്കുന്നതിനിടയിൽ പൊടുന്നനെ ദീപാങ്കുർ എന്നോട് ചോദിച്ചു. “സഖാവേ, ഞാനൊരു കാൻസർ രോഗിയാണെന്നറിയുമോ?'' ഞാൻ ഞെട്ടിപ്പോയി. ഞങ്ങളുടെ ഇടയിൽ ഓടിച്ചാടി നടന്ന് പടങ്ങൾ എടുക്കുന്ന ഈ ചെറുപ്പക്കാരൻ നിത്യരോഗിയാണെന്നോ? “സത്യം തന്നെയോ ദീപാങ്കുർ” ഞാൻ ചോദിച്ചു. “അതെ, പത്ത് വർഷമായി ഞാൻ ചികിത്സയിലാണ്. ബ്ലഡ് കാൻസർ. ഇടയ്ക്ക് ചെവിയിൽനിന്ന് ചോര വരും, അപ്പോൾ നല്ല തലവേദന അനുഭവപ്പെടും. സ്ഥിരമായി മരുന്നു കഴിക്കുന്നുണ്ട്. വെറുതെ ഇരിക്കരുത്, എപ്പോഴും എന്തെങ്കിലും ചെയ്തുകൊണ്ടിരിക്കണം എന്ന് ഡോക്ടർ പറയുന്നു.” കുടുംബത്തിലൊരാൾക്ക് കാൻസർ രോഗമാണെന്ന് പെട്ടെന്ന് അറിയുമ്പോൾ ഉണ്ടാകുന്ന അസ്വസ്ഥത എന്റെ മനസ്സിനെ ഉലച്ചു. ഇത്തരം ഘട്ടങ്ങളിൽ സാധാരണ എല്ലാവരും ചെയ്യുന്നതുപോലെ സമാശ്വാസ വാക്കുകൾ പറയാനാണ്

എനിക്കും തോന്നിയത്. "ദീപാങ്കുർ, മനോബലംകൊണ്ട് കാൻസറിനെ നേരിടാമെന്നാണ് എല്ലാവരും പറയുന്നത്." "അതെനിക്കറിയാം," ദീപു ചിരിച്ചു. "അതുകൊണ്ടാണ് ഞാൻ ഉത്സാഹഭരിതനായി ഇരിക്കുന്നത്. മുനിസിപ്പൽ ചെയർമാനായതുകൊണ്ട് വെറുതെ ഇരിക്കാൻ എനിക്ക് സമയവുമില്ല." എന്റെ ഭർത്താവും കേരളത്തിലെ ഒരു മുനിസിപ്പൽ ചെയർമാനാണെന്ന് ഞാൻ പറഞ്ഞു. ത്രിപുരയിലെ മുനിസിപ്പാലിറ്റി വളരെ ചെറുതാണ്. മട്ടന്നൂർ നഗരസഭയുടെ പകുതി വരില്ല. അവിടെ മുനിസിപ്പൽ ചെയർമാന് മാസം 2000 രൂപയാണ് അലവൻസ്. ദീപാങ്കുറിന്റെ ഭാര്യ സെക്കൻഡറി സ്കൂൾ അദ്ധ്യാപികയാണ്. രണ്ട് കുട്ടികൾ. ഒരാൾ 8-ാം ക്ലാസിലും മറ്റേയാൾ 4-ാം ക്ലാസിലുമാണ്. മറ്റ് വരുമാന മാർഗ്ഗങ്ങൾ ഇല്ലാത്തതിനാൽ ചികിത്സയും കുടുംബചെലവുമെല്ലാം നിർവ്വഹിക്കാൻ നന്നെ ഞെരുക്കമുണ്ട്. പാർട്ടി പ്രവർത്തകരുടെ നല്ല സഹായമുണ്ടെന്ന് ദീപാങ്കുർ പറഞ്ഞു.

സംഘാംഗങ്ങൾക്ക് നല്കാൻ അവിലും ശർക്കരയും ചേർത്ത് ഉണ്ടാക്കുന്ന ഒരു പലഹാരം (അവിലുണ്ട) നാട്ടിൽനിന്ന് പോരുമ്പോൾ കരുതിയിരുന്നു. തിരക്കിനിടയിൽ അത് വിതരണംചെയ്യാൻ കഴിഞ്ഞിരുന്നില്ല. വൻമതിലിലേക്കുള്ള യാത്രയ്ക്കിടയിൽ എല്ലാവർക്കും നല്കാമെന്ന് കരുതി കൈയിൽ കരുതിയ പാക്കറ്റുകൾ വെളിയിലെടുത്തു. ഒരു പാക്കറ്റ് ദീപാങ്കുറിന് സമ്മാനിച്ചു. നാട്ടിൽ ചെല്ലുമ്പോൾ ഭാര്യക്കും കുട്ടികൾക്കും കൊടുക്കണമെന്ന് പറഞ്ഞു. രണ്ടാമത്തെ പാക്കറ്റ് പൊട്ടിച്ച് എല്ലാവർക്കും വിതരണം ചെയ്തു. വായനയിൽ മുഴുകിയിരുന്ന അശോക് ധാവ്ലെയും പരസ്പരം സംസാരിച്ചുകൊണ്ടിരുന്ന തൽമാൻ പെരേരയും നദീമും അവിലുണ്ട കഴിക്കാൻ റെഡിയായി. ഗാഢമായ ആലോചനയിൽ മുഴുകിയിരുന്ന കൃഷ്ണയ്യയെ വിളിച്ചുണർത്തി. എല്ലാവരും ഒരേ സ്വരത്തിൽ പറഞ്ഞു. അതീവ രുചികരമായിരിക്കുന്നു. ഇത് എങ്ങനെയാണ്

വൻമതിലിൽ

ഉണ്ടാക്കുന്നതെന്ന് എല്ലാവർക്കും അറിയണം. തയ്യാറാക്കുന്ന വിധം വിശദീകരിച്ചു. അവിലുണ്ട വിതരണം കഴിയുമ്പോഴേക്കും സ്വിങ് ഉണർന്നു. അവിലുണ്ട അവർ സ്നേഹപൂർവ്വം നിരസിച്ചു. യാത്രക്കാരിൽനിന്ന് ഒന്നും വാങ്ങി കഴിക്കരുതെന്ന് ഓഫീസ് നിർദ്ദേശമുണ്ടെന്ന് ഞങ്ങൾക്ക് പിന്നീട് മനസ്സിലായി. ഭക്ഷണം മാത്രമല്ല, സമ്മാനങ്ങളും വാങ്ങരുതെന്ന കർശന നിർദ്ദേശമുണ്ടായിരുന്നു. അവിലുണ്ടയുടെ വിശേഷങ്ങൾ എല്ലാവരുമായി പങ്കിടുന്നതിനിടയിൽ സുപ്രകാശ് വിളിച്ചു പറഞ്ഞു. “പുറത്തേക്ക് നോക്കൂ വൻമതിലിന്റെ ഭാഗങ്ങൾ കാണാൻ തുടങ്ങിയിരിക്കുന്നു.”

പർവ്വതശിഖരങ്ങളിൽ അവിടവിടെയായി കൂറ്റൻ പെരുമ്പാമ്പ് വളഞ്ഞു പുളഞ്ഞ് കിടക്കുന്നതുപോലെ ദൂരെ വൻമതിൽ ദൃശ്യമായി. അങ്ങനെ ലോകാത്ഭുതത്തിന്റെ മുമ്പിൽ ഞങ്ങളെത്തിച്ചേരുകയാണ്. എല്ലാവരും ഉത്സാഹഭരിതരായി. വൻമതിലിന്റെ കവാടത്തിന് മുന്നിൽ ബസ് നിർത്തി. അവിടവിടെയായി ചൈനീസ് കരകൗശല വസ്തുക്കൾ വില്ക്കുന്ന കച്ചവടശാലകൾ വിശാലമായ മുറ്റത്തിന്റെ ഇരു ഭാഗത്തായി ക്രമീകരിച്ചിരിക്കുന്നു. പ്രവേശന കവാടത്തിന്റെ ഒരു വശത്തായി വൻമതിലിന്റെ ചരിത്രം ചുരുക്കത്തിൽ രേഖപ്പെടുത്തിയിട്ടുണ്ട്.

സാധാരണയായി രാജ്യത്തിനു ചുറ്റും മതിലുകൾ നിർമ്മിക്കുന്നത് യുദ്ധങ്ങളിൽനിന്ന് രക്ഷ നേടുന്നതിന് വേണ്ടിയാണ്. എന്നാൽ ചൈനക്കാർ പറയുന്നത് ഈ വൻമതിൽ യുദ്ധത്തേക്കാൾ സമാധാനവുമായി ബന്ധപ്പെട്ടതാണ് എന്നാണ്. നാടിന്റെ സംസ്കാരവുമായി വൻമതിലിനെ അവർ കോർത്തിണക്കുന്നു. ഒരു തവണയെങ്കിലും വൻമതിൽ കയറാത്തവർ യഥാർത്ഥ മനുഷ്യരാവുകയില്ല. (You are not a real man if you haven't climbed the wall) എന്നാണ് ചൈനക്കാർ പറയുന്നത്. 200 വർഷങ്ങൾക്ക് മുമ്പാണ് വൻമതിലിന്റെ നിർമ്മാണം ആരംഭിച്ചത്. ഒന്നാമത്തെ മതിൽ നിർമ്മാണം തുടങ്ങിയത് BC 7-ാം നൂറ്റാണ്ടിൽ ഷൂ (Zhou) രാജവംശത്തിന്റെ കാലത്താണ്. തുടർന്ന് വന്ന മറ്റ് രാജവംശക്കാരും മതിൽ നിർമ്മാണം തുടർ പ്രക്രിയയായി ഏറ്റെടുത്തു. പലഭാഗങ്ങളിലായാണ് ഓരോരുത്തരും മതിലുകൾ നിർമ്മിച്ചത്. BC 221 ൽ ക്വിൻ (Quin) സാമ്രാജ്യത്തിന്റെ അധിപനായ ചക്രവർത്തി മതിലുകളെ ഏകോപിപ്പിക്കാൻ ഉത്തരവിട്ടു. 500 കിലോമീറ്റർ നീളമുള്ള ആദ്യ മതിൽ രൂപം കൊണ്ടു. വൻമതിലിന് (Great Wall) എന്ന പേര് വന്നത് ഈ ഘട്ടത്തിലാണത്രേ. ഇന്നു കാണുന്ന മതിലിന്റെ ഭൂരിഭാഗവും നിർമ്മിച്ചത് മിങ് (Ming) രാജവംശമാണെന്ന് പറയുന്നു. ക്രിസ്തുവിന് ശേഷം (AD) 1368 നും 1644 നും ഇടയിലാണ് നിർമ്മാണം പൂർത്തിയായത്. 12,000 ത്തോളം കിലോമീറ്റർ വൻമതിൽ നിർമ്മാണത്തിൽ പതിനായിരക്കണക്കിന് തൊഴിലാളികളുടെ അദ്ധ്വാനം ചെലവഴിക്കപ്പെട്ടിട്ടുണ്ട്. ആരാണ് വൻമതിൽ നിർമ്മിച്ചതെന്ന ചോദ്യത്തിന് എന്ത് ഉത്തരമാണ് പറയുക എന്ന് ഞാൻ മനസ്സിൽ ചോദിച്ചു.

നിർമ്മാണത്തിന് തുടക്കംകുറിച്ച ഷിഹുയാങ് രാജാവാണോ, തൊഴിലാളികളാണോ, അടിമകളാണോ. രാജാക്കന്മാരുടെ ആഗ്രഹപ്രകാരം തിരക്കുപിടിച്ച് നടത്തിയ നിർമ്മാണ പ്രക്രിയകളിൽ തൊഴിലാളികൾ, അടിമകൾ, പട്ടാളക്കാർ, സാധാരണജനങ്ങൾ, എന്നിവരെ കൂടാതെ തടവിൽ പാർപ്പിച്ച ക്രിമിനലുകളെയും പങ്കെടുപ്പിച്ചിരുന്നുവത്രേ. ആധുനിക സംവിധാനങ്ങളൊന്നും ഇല്ലാതിരുന്ന കാലത്ത് ടൺ കണക്കിന് ഭാരംവരുന്ന കൂറ്റൻ കല്ലുകൾ മലമുകളിലേക്ക് കൊണ്ടുവന്ന് കാലത്തിനുപോലും തകർക്കാൻ കഴിയാത്ത കരുത്തുള്ള മതിൽ നിർമ്മിക്കുന്നതിന് ചെലവഴിച്ച മനുഷ്യാദ്ധ്വാനത്തിന്റെ കൃത്യമായ കണക്കുകൾ എവിടെയും രേഖപ്പെടുത്തിയതായി കണ്ടില്ല. ഈ നിർമ്മാണ പ്രക്രിയകൾക്കിടയിൽ നൂറുകണക്കിന് പേർ മരിച്ചിട്ടുണ്ടാകണം. മനുഷ്യന്റെ അദ്ധ്വാനത്തിന്റെയും ചോരയുടെയും വിയർപ്പിന്റെയും പ്രതീകമായി വൻമതിൽ ഞങ്ങളുടെ മുന്നിൽ തലയുയർത്തി നില്ക്കുന്നു. വരൂ എന്റെ ഉയരങ്ങളിലേക്ക് എന്ന് കൈമാടിവിളിക്കുന്നതുപോലെ.

മതിലിന് ഇടയ്ക്കിടെ ഓരോ ഗോപുരങ്ങൾ ഉണ്ട്. താഴ്വാരത്തു നിന്ന് മലയുടെ മുകളിലേക്ക് കയറിപ്പോകുന്ന വൻമതിലിന്റെ ഏറ്റവും മുകളിലത്തെ ഗോപുരത്തിൽ എത്താൻ നിരവധി ചവിട്ടുപടികൾ കയറണം. മലയുടെ മുകളിൽ എത്തുമ്പോൾ മതിൽ മറ്റൊരു ഭാഗത്ത് കൂടി താഴേക്ക് പോയി അടുത്ത മലയുടെ മുകളിലേക്ക് അങ്ങനെ നീണ്ട് പോകുന്നു. ഞങ്ങൾ നില്ക്കുന്ന ഇടത്തുനിന്ന് ഒമ്പതാമത്തെ ടവർ ആണ് ഏറ്റവും ഉയരത്തിൽ ഉള്ളത്. ഇടയ്ക്കുള്ള ഗോപുരങ്ങളിൽ പ്ലാറ്റ് ഫോമുകളും വിശ്രമിക്കാനുള്ള മുറിയും ഉണ്ട്. ഗോപുരത്തിലേക്കുള്ള പടികൾ കനത്ത കരിങ്കല്ല് കൊണ്ട് നിർമ്മിച്ചവയാണ്. അവ ഇപ്പോഴും കല്പടവുകളായിത്തന്നെ നില്ക്കുന്നു. ഒന്നും സിമന്റോ കുമ്മായമോ തേച്ചിട്ടില്ല. പ്രതിദിനം ലക്ഷക്കണക്കിന് മനുഷ്യരുടെ പാദസ്പർശം ഏറ്റ് കല്ലുകൾക്ക് മിനുസം കൈവന്നിട്ടുണ്ട്. പടികൾ തമ്മിൽ നല്ല ഉയരവുമുണ്ട്. ഏതായാലും ഞങ്ങൾ വൻമതിൽ കയറി യഥാർത്ഥ മനുഷ്യരാവാൻ തീരുമാനിച്ചു. ശരീരത്തിൽ പേസ്മേക്കർ ഘടിപ്പിച്ചതിനാൽ രേഖാ ഗോസ്വാമി വൻമതിൽ കയറേണ്ടതില്ലെന്ന് വച്ചു. ഒന്നാമത്തെ ഗോപുരത്തിൽ എത്തിയപ്പോൾ രണ്ടു പേർ അവിടെ തങ്ങാൻ തീരുമാനിച്ചു. പെരേരയും നദീമും (നാഗേഷ്ഗുപ്ത). 7-ാമത്തെ ടവറിൽ എത്തിയപ്പോൾ ഞങ്ങൾ ആറ് പേരാണ് ശേഷിക്കുന്നത്. അശോക് ധാവ്ലെ, ദീപാങ്കുർ സെൻ, കൃഷ്ണയ്യ, സുപ്രകാശ്, വെങ്കട്ട രമണൻ, പിന്നെ ഞാനും. എട്ടാമത്തെ ടവർ വരെ ഞങ്ങൾ വിജയകരമായി പൂർത്തിയാക്കി. നല്ല കിതപ്പും ക്ഷീണവും അനുഭവപ്പെട്ടെങ്കിലും ഏറ്റവും മുകളിലെ ടവറിൽ കയറി നിന്നു വിഹഗവീക്ഷണം നടത്തണമെന്നുണ്ടായിരുന്നു എനിക്ക്. എന്നാൽ ആ ടവറിലേക്കുള്ള കയറ്റം കൂടുതൽ ദുർഘടമാണ്. അവിടേക്ക് കയറുന്നതിൽനിന്ന് ടീം ലീഡർ ഞങ്ങളെ വിലക്കി. പടികൾ തമ്മിൽ കൃത്യതയുള്ള അകലമല്ല. സാരമില്ല 8-ാമത്തെ ടവറിൽ

നിന്നുതന്നെ നാടിന്റെ മുഴുവൻ ദൂരക്കാഴ്ചയും കാണാവുന്നതാണ്. അത് ഒരു അപൂർവ്വ കാഴ്ച തന്നെയായിരുന്നു. കുന്നുകളും സമതലങ്ങളുമായി ഇളം നീലാകാശത്തിനു കീഴിൽ മനോഹരമായ ഭൂമി. ഇടയ്ക്കിടെ നല്ല പച്ചപ്പ്. ചില ഭാഗങ്ങളിൽ ആകാശത്തുനിന്ന് കൂട്ടം കൂട്ടമായി ഇറങ്ങിവന്ന മേഘപാളികൾ. കുന്നുകളിലേക്ക് ഇഴഞ്ഞും കയറിയും ഇറങ്ങിയും പോകുന്ന വൻമതിലിന്റെ വിദൂരദൃശ്യം. ഒരുപക്ഷേ ആദ്യവും അവസാനവുമായി കാണുന്ന കാഴ്ചകളത്രയും എല്ലാവരും കാമറകളിലേക്ക് പകർത്തി. ചന്ദ്രനിൽ നിന്നു നോക്കിയാൽ മനുഷ്യനേത്രങ്ങൾക്ക് കാണാൻ കഴിയുന്ന ഒരേ ഒരു മനുഷ്യ നിർമ്മിതവസ്തു ചൈനയിലെ വൻമതിലാണെന്ന് 1938 ൽ റിച്ചാർഡ് ഹാലിബർഡൻ പറഞ്ഞത് ടിക്കേന്ദർ സൂചിപ്പിച്ചു. ഞങ്ങൾ അതേക്കുറിച്ച് ഒരു ചർച്ച തന്നെ നടത്തി. വൻമതിലിന് ഏറ്റവും കൂടിയാൽ 30 അടി (9.1 മീറ്റർ) ആണ് വീതി. ചന്ദ്രനിൽ നിന്നുനോക്കിയാൽ 70 മൈലുകളെങ്കിലും ഡയമീറ്റർ ഉള്ള വസ്തുമാത്രമേ കാണാൻ കഴിയൂ. രണ്ട് മൈൽ അകലെനിന്ന് ഒരു മുടിയിഴ നോക്കിയാൽ എന്താണ് സംഭവിക്കുന്നത് അതുതന്നെയായിരിക്കും 384390 കിലോമീറ്റർ അകലെ നിന്ന് വൻമതിൽ നോക്കിയാലും സംഭവിക്കുക. ഒന്നും കാണാൻ കഴിയില്ലെന്ന് വ്യക്തം.

സമയം അഞ്ച് മണിയോടടുക്കുന്നു. ഇപ്പോഴും നല്ല വെയിലുണ്ട്. ഞങ്ങൾ മതിലിറങ്ങാൻ തുടങ്ങി. പല രാജ്യങ്ങളിൽനിന്നുള്ള സ്ത്രീകളും പുരുഷന്മാരും കുട്ടികളും അടങ്ങിയ സംഘങ്ങൾ കയറുകയും ഇറങ്ങുകയും ചെയ്യുന്നുണ്ട്. അവരുടെ ഇടയിലൂടെ വൻമതിൽ കീഴടക്കിയ ഭാവത്തിൽ വിജിഗീഷുക്കളായി ഞങ്ങൾ താഴെ സമതലത്തിൽ എത്തി. ചുറ്റുമുള്ള വില്പനശാലകൾ അടയ്ക്കാൻ തുടങ്ങുകയാണ്. ചൈനക്കാർ വർണ്ണനൂലുകളും മുത്തുകളും പ്രത്യേകതരം കല്ലുകളുംകൊണ്ട് നിർമ്മിച്ച ആകർഷകങ്ങളായ കരകൗശല വസ്തുക്കളിൽ ചിലത് വൻമതിലിന്റെ ഓർമ്മയ്ക്കായി ഞങ്ങൾ വാങ്ങിച്ചു. വലിയ വിലയാണ് എല്ലാറ്റിനും. ഇന്ത്യൻ രൂപയിൽ ചിന്തിച്ചാൽ ഒന്നും വാങ്ങാൻ തോന്നുകയില്ല. കച്ചവടക്കാരുടെ മുന്നിൽ ഞങ്ങളുടെ വിലപേശലൊന്നും വിജയിച്ചില്ല. വർഷങ്ങളുടെ അനുഭവംകൊണ്ട് വിലപേശൽ തുടങ്ങിയപ്പോൾ ഞങ്ങൾ ഇന്ത്യക്കാരാണെന്ന് അവർ തിരിച്ചറിഞ്ഞു കാണും. പക്ഷേ ചൈനയുടെ മുന്നിൽ ഒന്നും വിലപ്പോവില്ല. ജീവിക്കാൻ വേണ്ടി വരുമാനമുണ്ടാക്കാനുള്ള ചൈനീസ് ജനതയുടെ സാമർത്ഥ്യം എല്ലായിടത്തും ദൃശ്യമായിരുന്നു.

6

ഇവിടെ ചെയർമാൻ ഉറങ്ങുന്നു

ചൈന സന്ദർശിക്കുന്ന എല്ലാവരുടെയും പ്രധാന ആഗ്രഹം മാവോ മുസോളിയം കാണുക എന്നതായിരിക്കും. ചൈനക്കാർ ചെയർമാൻ എന്ന് ആദരപൂർവ്വം വിളിക്കുന്ന മാവോ സേ തുങ്ങിന്റെ മൃതശരീരം ഒരു കേടുപാടും കൂടാതെ സൂക്ഷിച്ചുവച്ചിരിക്കുകയാണ് അവിടെ. ചൈനീസ് വിപ്ലവത്തിന്റെ ആചാര്യനാണ് മാവോ. സമൂഹത്തെ മാറ്റിമറിക്കാൻ കഴിഞ്ഞ കരുത്തനായ നേതാവ്. അഭിനന്ദനങ്ങളും വിമർശനങ്ങളും ഒരേപോലെ ഏറ്റുവാങ്ങിയ കമ്യൂണിസ്റ്റുകാരൻ. മാവോയുടെ കാലത്ത് നടന്ന സാംസ്കാരിക വിപ്ലവത്തെക്കുറിച്ച് വ്യത്യസ്തങ്ങളായ അഭിപ്രായം ഉയർന്നുവരുന്നുണ്ട്. ലോകത്തിലെ ക്രൂരന്മാരായ ഏകാധിപതികളുടെ പേരിനൊപ്പം മാവോയുടെ പേരു കൂടി ചേർത്തു പറയാൻ കമ്യൂണിസ്റ്റ് വിരുദ്ധർ തയ്യാറാകാറുണ്ട്. അതേസമയം ഹിറ്റ്ലർ, മുസ്സോളിനി തുടങ്ങിയ അധികാരഭ്രാന്ത് കാട്ടിയവരോടൊപ്പം ചേർത്തുപറയാവുന്ന പേരല്ല മാവോ സേ തുങ്ങിന്റേതെന്ന് ചരിത്രകാരന്മാരിൽ ഭൂരിപക്ഷവും പറയുന്നു. കൊടും ദാരിദ്ര്യത്തിന്റെയും യാഥാസ്ഥിതികത്വത്തിന്റെയും പിടിയിൽനിന്ന് ചൈനീസ് സമൂഹത്തെ മോചിപ്പിക്കുന്നതിന്, ജനങ്ങൾക്ക് ഭക്ഷണവും ജീവിതത്തിന്റെ അടിസ്ഥാന സൗകര്യങ്ങളും പകർന്നുനല്കുന്നതിന് മാവോ നടത്തിയ ധീരമായ ഇടപെടലുകളും സാമൂഹ്യ പരിഷ്കരണശ്രമങ്ങളും ആർക്കും നിഷേധിക്കാൻ കഴിയില്ലെന്ന് ചരിത്രം ഓർമ്മിപ്പിക്കുന്നു. മാവോയോട് ഇന്നും ജനങ്ങൾക്കുള്ള ആദരവും താല്പര്യവും പ്രകടമാക്കുന്നതായിരുന്നു മുസോളിയത്തിനു മുന്നിലെ നീണ്ട ക്യൂ. രാവിലെ 8 മണി മുതൽ ആളുകൾ ഈ ക്യൂവിൽ അണിചേരാൻ തുടങ്ങും. എല്ലാവരുടെയും കൈയിൽ പൂവുകളും ബൊക്കെകളുമൊക്കെ ഉണ്ടായിരിക്കും. രണ്ടുമൂന്ന് മണി

മാവോ മുസോളിയത്തിന് മുന്നിൽ

ക്കൂർ നിന്നാലാണ് മുസോളിയത്തിനകത്ത് കയറാൻ കഴിയുക. മൃത ദേഹം കിടക്കുന്ന തല്പത്തിനടുത്തുകൂടെ കടന്നുപോകുമ്പോൾ കേവലം 5 സെക്കന്റ് സമയമാണ് ചെയർമാനെ ഒരുനോക്കു കാണാൻ ഒരാൾക്ക് ലഭിക്കുന്നത്. പുറത്തേക്ക് ഇറങ്ങിവരുന്നവരുടെ മുഖഭാവം ഞാൻ ശ്രദ്ധിച്ചു. എല്ലാവരുടെയും മുഖത്ത് നിറഞ്ഞ സംതൃപ്തിയാണ് കാണുന്നത്. ഏതോ മഹത്തായ കാര്യം സാധിച്ചതിന്റെ ആത്മസം തൃപ്തിയായിരുന്നു അത്. ഞങ്ങൾ സർക്കാർ അതിഥികളായതിനാൽ ക്യൂവിൽ കാത്തുനില്ക്കേണ്ടി വന്നില്ല. സെക്യൂരിറ്റി സ്റ്റാഫും പ്രോഗ്രാം കോ-ഓഡിനേറ്റർമാരും ചേർന്ന് ഞങ്ങളെ മന്ദിരത്തിലേക്ക് ആനയിച്ചു. പ്രധാന ഹാളിനു വെളിയിൽ മാവോ സെ തുങ്ങിന്റെ അർദ്ധകായ പ്രതിമ പ്രതിഷ്ഠിച്ചിട്ടുണ്ട്. ആ പ്രതിമയ്ക്കു ചുറ്റും പൂക്കൾ നിക്ഷേപിക്കാനുള്ള സ്ഥലമാണ്. മഞ്ഞയും വെള്ളയും പൂക്കളുടെ ധാരാളിത്തംകൊണ്ട് സമ്പന്നമായിരുന്നു അവിടം. ആളുകൾ നിശ്ശബ്ദരായി പൂക്കളർപ്പിച്ച് അകത്തേക്ക് കയറിപ്പോകുന്നു. തിരിച്ചുവരുമ്പോൾ അങ്ങനെ തന്നെ ഇറങ്ങിവരുന്നു. അച്ചടക്കത്തിന്റെ ആചാര്യനായ ചെയർമാനു മുമ്പിൽ ആരും നിർബ്ബന്ധിക്കാതെ എല്ലാവരും സ്വയം അച്ച ടക്കം പാലിക്കുന്നതായി തോന്നി. സാംസ്കാരിക വിപ്ലവം ശരിയായി രുന്നോ തെറ്റായിരുന്നോ എന്ന ചിന്തകൾ മാറ്റി വച്ച് ചൈനയെ ഏകീ കരിച്ച മഹാനായ നേതാവിനെ, ചൈനീസ് വിപ്ലവത്തിന്റെ ശില്പിയെ നേരിൽ കാണാൻ ഞങ്ങളകത്തേക്കു കയറി. ചുറ്റും പുഷ്പങ്ങൾ കൊണ്ടലംകൃതമായ ശയ്യയിൽ ചെമ്പതാക പുതച്ച് ഗാംഭീര്യത്തോടെ കണ്ണടച്ച് കിടക്കുന്നു മാവോ സെ തുങ്. മുഖത്തെ മാംസപേശികൾക്കു പോലും ഒട്ടും കേടുപാട് സംഭവിച്ചിട്ടില്ല. സ്ഫടികക്കൂട്ടിനുള്ളിൽ ഫോർമാ

ലിൻ ഡിഹൈഡ്രൈഡ് പോലുള്ള രാസവസ്തുക്കൾ ഉപയോഗിച്ചാണ് മൃതദേഹം കേടുകൂടാതെ സൂക്ഷിച്ചിരിക്കുന്നത് എന്ന് പറയുന്നു. ഞങ്ങൾ മുഷ്ടിചുരുട്ടി അഭിവാദ്യമർപ്പിച്ച് പുറത്തുകടന്നു. ചെറുപ്പക്കാരും മുതിർന്നവരുമായ മഹാഭൂരിപക്ഷം സന്ദർശകരും ചുരുൾ മുഷ്ടികളുമായി അഭിവാദ്യം അർപ്പിക്കുന്നതാണ് കണ്ടത്. ചിലർ കൈകൂപ്പിയും മറ്റു ചിലർ വലതു കൈ ഉയർത്തിയും അഭിവാദ്യം ചെയ്യുന്നു.

ടിയാനെൻമെൻ സ്ക്വയറിന്റെ കിഴക്കു ഭാഗത്താണ് മാവോ സ്മാരകം. പുതിയ സ്മാരകത്തിന് തറക്കല്ലിട്ടത് 1976 ൽ ആണ്. ഒരു വർഷത്തിനിടയിൽ കെട്ടിടം പൂർത്തിയായി. 41 ഗ്രാനൈറ്റ് സ്തംഭങ്ങളിൽ കെട്ടിടം തലയുയർത്തി നിൽക്കുന്നു. തെക്കുഭാഗത്തുള്ള ഗെയ്റ്റിൽ 30 ചെമ്പതാകകൾ പാറിപ്പറക്കുന്നു. ചൈനയിലെ 30 പ്രൊവിൻസുകളെ പ്രതിനിധീകരിച്ചുകൊണ്ടാണ് ഈ പതാകകൾ ഉയർത്തിയിട്ടുള്ളത്.

മാവോ സ്മാരക ഹാളിൽ നിന്ന് പുറത്തിറങ്ങുമ്പോൾ ചൈനീസ് വിപ്ലവത്തെക്കുറിച്ചുള്ള ചിന്തകൾ മനസ്സിൽ നിറഞ്ഞു. മാവോവിന്റെ നേതൃത്വത്തിൽ നടന്ന ലോങ് മാർച്ചും ചൈനയുടെ വിമോചനവും വായിച്ചിട്ടുള്ള പുസ്തകത്താളുകളിൽനിന്ന് വിപ്ലവസ്മരണകളായി മനസ്സിൽ നിറഞ്ഞു. നൂറ്റാണ്ടുകളായി ചൈനയിൽ നിലനിന്നിരുന്ന രാജവാഴ്ചയ്ക്കും നാടുവാഴിത്ത ചൂഷണത്തിനും എതിരായ ജനവികാരമാണ് 1911 ന് ഡോ. സൺയാത്സെന്നിന്റെ നേതൃത്വത്തിൽ നടന്ന ഒന്നാം വിപ്ലവത്തിന് പ്രേരണയായത്. സാമ്രാജ്യത്വ അധിനിവേശവും രാജവാഴ്ചയും അവസാനിപ്പിച്ച് നാങ്കിങ് തലസ്ഥാനമായി ഒരു റിപ്പബ്ലിക് സ്ഥാപിക്കപ്പെട്ടു. സൺയാത്സെൻ പ്രസിഡന്റായി തിരഞ്ഞെടുക്കപ്പെട്ടു. 1921 ൽ ചൈനയിൽ രൂപംകൊണ്ട കമ്യൂണിസ്റ്റ് പാർട്ടി ഇക്കാലത്ത് ദരിദ്രകർഷകരും തൊഴിലാളികളും അനുഭവിക്കുന്ന കൊടുംപട്ടിണിക്കും ചൂഷണത്തിനുമെതിരെ പോരാട്ടങ്ങൾ സംഘടിപ്പിച്ചു വരികയായിരുന്നു. സോവിയറ്റ് റഷ്യയിൽ നടന്ന വിപ്ലവത്തിൽനിന്ന് ആവേശം ഉൾക്കൊള്ളുകവഴി ചൈനയിൽ കമ്യൂണിസ്റ്റ് ആശയഗതികൾ അതിവേഗത്തിൽ വ്യാപിക്കാൻ തുടങ്ങിയിരുന്നു. ഗ്രാമപ്രദേശങ്ങളിൽ കമ്യൂണിസ്റ്റു പാർട്ടി നിർണ്ണായകശക്തിയായി മാറാൻ തുടങ്ങി. സൺയാത്സെൻ രൂപംകൊടുത്ത കുമിന്താങ് പാർട്ടിയും കമ്യൂണിസ്റ്റ് പാർട്ടിയും യോജിച്ച പോരാട്ടങ്ങളും സംഘടിപ്പിച്ചു. ഗവൺമെന്റിലും കമ്യൂണിസ്റ്റുപാർട്ടി പങ്കുചേരണമെന്ന് സൺയാത്സെൻ അഭിപ്രായപ്പെട്ടു. എന്നാൽ സൺയാത്സെന്നിന്റെ മരണത്തോടെ സംഗതിയാകെ മാറിമറിഞ്ഞു. കുമിന്താങ്ങിന്റെ നേതാവായി സ്ഥാനമേറ്റ ചിയാങ് കൈഷെക് തികഞ്ഞ കമ്യൂണിസ്റ്റ് വിരുദ്ധത പ്രകടിപ്പിക്കാൻ തുടങ്ങി. അമേരിക്കയിൽനിന്നുള്ള ധനസഹായവും പടക്കോപ്പുകളും സ്വീകരിച്ച് ചിയാങ് കൈഷെക് കമ്യൂണിസ്റ്റുകാരെ വേട്ടയാടാൻ തുടങ്ങി. മാവോ സെ തുങ്ങും ചൗ എൻ ലായിയുമടക്കമുള്ള നേതാക്കളെ വകവരുത്താൻ തന്നെയായിരുന്നു അമേരിക്കയുടെ നിർദ്ദേശം. 1933 ൽ തെക്കൻ ചൈനയിലെ ജിയാങ് ഫ്യൂജിയാൻ പ്രദേശത്ത് കമ്യൂണിസ്റ്റുകാർക്കെ

തിരെ കുമിന്താങ് ഭീകര ആക്രമണം അഴിച്ചുവിട്ടു. സാമ്രാജ്യത്വശക്തികളുടെ നിർദ്ദേശമനുസരിച്ച് പ്രവർത്തിക്കുന്ന ഹാൻസ് വോൺ സീക്സ് എന്ന പട്ടാള ജനറലിന്റെ നേതൃത്വത്തിലാണ് ആക്രമണങ്ങൾ അരങ്ങേറിയത്. 5 ലക്ഷം കുമിന്താങ് സേനയാണ് കമ്യൂണിസ്റ്റ് പാർട്ടിക്ക് മേൽക്കൈയുള്ള ജിയാങ്ചി വളഞ്ഞത്. നേരിട്ട് ആക്രമിച്ച് കൊലചെയ്യുന്നത് കൂടാതെ കമ്യൂണിസ്റ്റുകാരെ വളഞ്ഞിട്ട് പട്ടിണിക്കിട്ട് കൊല്ലുകയായിരുന്നു സീക്സിന്റെ തന്ത്രം.

സാമ്രാജ്യത്വ അധിനിവേശവും യുദ്ധപ്രഭുക്കന്മാരുടെ ആക്രമണങ്ങളും നാടുവാഴിത്വ ചൂഷണവും വഴി ചൈന ലോകത്തിലെ ഏറ്റവും വലിയ പട്ടിണിരാജ്യമായി നിലകൊള്ളുന്ന സമയമായിരുന്നു അത്. ചൈന സന്ദർശിക്കാനിടയായ അമേരിക്കൻ എഴുത്തുകാരി പേൾ എസ് ബക്കിന്റെ നോവലുകളിൽ ഈ നരകയാതനകൾ ഹൃദയസ്പർശിയായി വരച്ചുകാട്ടുന്നുണ്ട്. എല്ലുമുറിയെ പണിതാലും വിശപ്പടക്കാൻ കഴിയാത്ത, പെൺകുഞ്ഞ് പിറന്നാൽ അതിനെ 'അടിമ' യെന്ന് വിളിച്ച് കഴുത്ത് ഞെരിച്ച് കൊല്ലേണ്ടി വരുന്ന പാവം ഗ്രാമീണരുടെ ദുരവസ്ഥ പേൾ എസ് ബക്കിന്റെ *നല്ലഭൂമി* (*Good Earth*) യിൽ വിവരിക്കുന്നുണ്ട്. ഈ ഗ്രാമീണരാണ് തങ്ങളുടെ വിമോചനത്തിന് കമ്യൂണിസ്റ്റ് പാർട്ടിയെ ആശ്രയമായി സ്വീകരിച്ചത്. ചൈനീസ് കമ്യൂണിസ്റ്റ് പാർട്ടിയുടെ നേതൃത്വത്തിൽ കർഷകരുടെയും ദരിദ്ര കർഷകതൊഴിലാളികളുടെയും കൂട്ടായ്മകൾ ഗ്രാമപ്രദേശങ്ങളെ മോചിപ്പിക്കാൻ ശ്രമിക്കുന്നതിനിടയിലാണ് ചിയാങ് കൈഷെക് കമ്യൂണിസ്റ്റുകാർക്കെതിരെ ഭീകര ആക്രമണം അഴിച്ചുവിട്ടത്. നൂറുകണക്കിന് കമ്യൂണിസ്റ്റുകാരെ ചിയാങ് കൈഷെക്കിന്റെ പട്ടാളം കൊന്നുതള്ളാൻ തുടങ്ങി. ഒപ്പം ജനങ്ങളെ പട്ടിണിക്കിട്ട് കൊല്ലുക എന്ന ജനറൽ സീക്സിന്റെ ഗൂഢശ്രമവും ഫലം കാണാൻ തുടങ്ങി. പാർട്ടിയുടെ സ്വാധീനകേന്ദ്രങ്ങളിൽ 50% ഭാഗങ്ങളിൽ സ്വാധീനം കുറയാൻ തുടങ്ങി. രാജ്യത്തിന്റെ നാനാഭാഗങ്ങളിലായി 60,000 ത്തോളം ചെമ്പട (കമ്യൂണിസ്റ്റ് സൈന്യം) കൊല്ലപ്പെട്ടു. കമ്യൂണിസ്റ്റ് പാർട്ടി ശക്തമായ ചെറുത്തുനില്പിനൊരുങ്ങി. 1930 ൽ മാവോ സെ തുങ്ങും ഷുസെയും ചേർന്ന് ജിയാത്ത് ചി ഫ്യൂജിയാൻ പ്രദേശം മോചിപ്പിച്ച് അവിടെ കമ്യൂണിസ്റ്റ് സോവിയറ്റ് സ്ഥാപിച്ചു. ഗറില്ലാ മാതൃകയിലുള്ള സമരത്തിലൂടെ മറ്റ് പ്രദേശങ്ങളും മോചിപ്പിക്കാൻ ആലോചിച്ചു. കുമിന്താങ് നടത്തിയ നാല് പട്ടാളനീക്കങ്ങളെ കമ്യൂണിസ്റ്റ് സൈന്യം ചെറുത്തുതോല്പിച്ചു. ജനറൽ ബോ (Bo), ബ്രാവുൻ (Braun) തുടങ്ങിയവരായിരുന്നു നേതൃസ്ഥാനത്ത്. രണ്ടാംനിര നേതൃത്വമായ മാവോ സെ തുങ്ങിന്റെ നേതൃത്വത്തിൽ നടത്തിയ സമർത്ഥമായ നീക്കങ്ങൾ വിജയത്തിന് ഏറെ സഹായിച്ചു. എന്നാൽ അഞ്ചാമത്തെ കുമിന്താങ് നീക്കത്തിൽ ബ്രാവുനിന്റെ നേതൃത്വത്തിലുള്ള സൈന്യം പരാജയപ്പെട്ടു. ചെറുത്തുനില്പിന്റെ രീതിയെക്കുറിച്ച് പാർട്ടിക്കുള്ളിൽ അഭിപ്രായ വ്യത്യാസങ്ങൾ ഉടലെടുത്തിരുന്നു. ഇതിനിടയിൽ ഗറില്ലാ പോരാട്ടങ്ങളുടെയും യുദ്ധരീതിയുടെയും

പേരിലുള്ള അഭിപ്രായ വ്യത്യാസം കാരണം മാവോ സെ തുങ്ങിനെ പി ബിയിൽ നിന്ന് ഒഴിവാക്കിയിരുന്നു. സോവിയറ്റ് റഷ്യയുടെ നിർദ്ദേശമനുസരിച്ചുള്ള ചെറുത്തുനില്പ് രീതിയാണ് ബ്രാവുൻ സ്വീകരിച്ചിരുന്നത്. ഇതിനാവശ്യമായ സാമ്പത്തികച്ചെലവുകൾ പാർട്ടിക്ക് താങ്ങാൻ കഴിഞ്ഞിരുന്നില്ല. ചുറ്റും പട്ടാളം വളഞ്ഞിരുന്നതിനാൽ പുറമെ നിന്ന് ആയുധങ്ങൾ ലഭ്യമാക്കാനും കഴിഞ്ഞില്ല. നിരവധിപേർ മരിച്ചുവീഴാൻ തുടങ്ങി. ഒരു ലക്ഷത്തിൽ ഏറെയുണ്ടായിരുന്ന ചെമ്പടയുടെ എണ്ണം കേവലം 10,000 ആയി കുറഞ്ഞു. നിരവധി പേരെ കാണാതായി. മാവോയുടെ സഹോദരനടക്കം നിരവധി പ്രധാനപ്പെട്ട പ്രവർത്തകർ കൊല്ലപ്പെട്ടു. പാർട്ടി കേന്ദ്രകമ്മിറ്റിയിൽ ബോയുടെയും ബ്രാവുനിന്റെയും യുദ്ധതന്ത്രത്തെക്കുറിച്ച് കടുത്ത വിമർശനമുയർന്നു. 1934 ൽ ലോങ് മാർച്ച് ആരംഭിക്കുമ്പോൾ ബ്രാവുൻ ആയിരുന്നു നേതൃത്വത്തിൽ. എന്നാൽ ചെമ്പടക്കുണ്ടായ പരാജയം ചർച്ചാവിഷയമായപ്പോൾ മാവോവിന്റെ യുദ്ധതന്ത്രങ്ങൾക്ക് അംഗീകാരം ലഭിച്ചു. ചെമ്പട മറ്റ് പ്രദേശങ്ങളിലേക്ക് കൂടുതൽ അംഗങ്ങളെ ഉൾക്കൊള്ളാൻവേണ്ടി പിൻവലിയണം എന്നും ശക്തിയാർജ്ജിച്ച് എല്ലാവരും ഒരുമിച്ച് മുന്നേറണം എന്നും മാവോ നിർദ്ദേശിച്ചു. ശത്രുസൈന്യത്തെക്കുറിച്ചുള്ള എല്ലാ വിവരങ്ങളും യുദ്ധതന്ത്രജ്ഞനായ മാവോവിന്റെ മാപ്പിൽ (Map) ഉണ്ടായിരുന്നു. ശത്രു ദുർബ്ബലമായ കേന്ദ്രങ്ങൾ ആദ്യം ആക്രമിച്ച് കീഴടക്കണമെന്ന് മാവോ ഓർമ്മിപ്പിച്ചു. വടക്ക് പടിഞ്ഞാറൻ പ്രവിശ്യയായ ഷാങ്സിയിലേക്കും തുടർന്ന് യുനാനിലേക്കും നീങ്ങാനായിരുന്നു ആലോചന. 1935 ൽ മാവോ സെ തുങ്ങിനെ ചെമ്പടയുടെ ചെയർമാനായി തിരഞ്ഞെടുത്തു. 8,70,000 ചുവപ്പ് വളണ്ടിയർമാർ പങ്കെടുക്കുന്ന മാർച്ച് മാവോവിന്റെ നേതൃത്വത്തിൽ ആരംഭിച്ചു. ഭക്ഷ്യവസ്തുക്കൾ, വീട്ടുപാത്രങ്ങൾ, ശയ്യോപകരണങ്ങൾ, ടൈപ്പ് റൈറ്ററുകൾ തുടങ്ങിയ എല്ലാ സാധനങ്ങളും കൂടെ കരുതിക്കൊണ്ടാണ് വിമോചനസേന രാജ്യത്തെ മോചിപ്പിക്കാനുള്ള മഹാപ്രസ്ഥാനമായി മുന്നോട്ടു നീങ്ങിയത്. അവരുടെ കൈയിൽ 3,30,00 തോക്കുകളും രണ്ട് ദശലക്ഷം തിരകളുമുണ്ടായിരുന്നു. ശത്രുക്കൾക്ക് എതിരായ പോരാട്ടം ചെയർമാൻ മാവോവിന് ഒരു ജീവിതദൗത്യംതന്നെയായിരുന്നു. പോർമുഖത്ത് സഖാക്കളോടൊപ്പം പടച്ചട്ടയണിഞ്ഞ് അദ്ദേഹം ശത്രുസൈന്യത്തോട് ഏറ്റുമുട്ടി അതിസമർത്ഥമായി ശത്രുസൈന്യത്തിന് മനസ്സിലാവാത്ത ഊടുവഴികളിലൂടെ തന്റെ സൈന്യത്തെ നയിച്ചു. 90,000 കി മീ ദൂരം 368 ദിവസംകൊണ്ട് പൂർത്തിയായപ്പോൾ കടന്നുവന്ന വഴികളിൽ ശത്രുക്കളെ പരാജയപ്പെടുത്തിയെങ്കിലും സൈന്യത്തിൽ അവശേഷിച്ചത് 10,000 പേരായിരുന്നു. തുടർന്ന് ചെമ്പട യുനാനിലേക്ക് നീങ്ങുകയും അവിടത്തെ സൈന്യവുമായി ചേർന്ന് 80,000 പേരുള്ള ട്രൂപ്പായി മാറുകയും ചെയ്തു. ധാരാളം സ്ത്രീകളും ചെമ്പടയിൽചേർന്ന് മാർച്ച് ചെയ്തു. ചിയാങ് കൈഷെക്കിന്റെ സൈന്യത്തിനെതിരെ മാത്രമല്ല ജപ്പാന്റെ സൈന്യത്തിനെതിരെയും ചെമ്പടകൾ ചെറുത്തുനില്ക്കേണ്ടതായി വന്നു. ജപ്പാൻ/ലോകമ

ഹായുദ്ധത്തിൽ പരാജയപ്പെട്ടിട്ടും ചെമ്പടക്ക് മുന്നിൽ കീഴടങ്ങരുതെന്ന് ജാപ്പ് ഭരണാധികാരികൾ നിർദ്ദേശിച്ചു. ഫലത്തിൽ അമേരിക്കയും ബ്രിട്ടനും ജപ്പാനുമെല്ലാം വിമോചനസേനക്ക് എതിരായിരുന്നു. കുമിന്താങ്ങിനുവേണ്ടി അമേരിക്കൻ സൈന്യം ചൈനയിലെത്തി. വിമോചന സേന നാട്ടിൻ പുറങ്ങളിൽ അടിത്തറ ഉറപ്പിക്കുകയും ഫ്യൂഡൽ വിരുദ്ധ കർഷക കലാപങ്ങൾ ശക്തമാക്കുകയും ചെയ്തു. ഇതിനിടയിൽ കുമിന്താങ് സൈന്യത്തിലെ വലിയൊരു വിഭാഗം വിമോചന സേനയുടെ കൂടെ കൂടി. 1947 ൽ വിമോചനസേന മാവോവിന്റെ നിർദ്ദേശപ്രകാരം മഞ്ഞ നദി കടന്നതോടെ വിപ്ലവമുന്നേറ്റത്തിന് വലിയ വഴിത്തിരിവായി. 1949 ൽ ചെമ്പട ട്സി നദി കടക്കാൻ തുടങ്ങിയപ്പോൾ ബ്രിട്ടീഷ് പടക്കപ്പലുകൾ അവരെ ആക്രമിച്ചു. ജനകീയസേന അവരെ തുരത്തിയോടിച്ചു. കുമിന്താങ് സൈന്യം കൂടി വിപ്ലവത്തിൽ പങ്കെടുത്തതിനാൽ ചെമ്പടക്ക് വൻതോതിൽ ആയുധങ്ങൾ ലഭിച്ചു. വിപ്ലവം വിജയിച്ചു. ചിയാങ് കൈഷെക്കിനെ ഫോർമോൻ ദ്വീപിലേക്ക് നാടുകടത്തി. ചെയർമാൻ മാവോവിന്റെ നേതൃത്വത്തിൽ 1949 ഒക്ടോബർ 1 ന് ജനകീയ ചൈന റിപ്പബ്ലിക് നിലവിൽ വന്നു. തുടർന്ന് ചൈനയിൽ നടന്ന സാമ്രാജ്യത്വ ഫ്യൂഡൽ വിരുദ്ധ മുന്നേറ്റവും സാമൂഹ്യപരിവർത്തനവും പഠനാർഹമായ വിഷയങ്ങളാണ്. ദിവസങ്ങളോളം പട്ടിണികിടന്നും കീറിപ്പറിഞ്ഞ വസ്ത്രങ്ങൾ ധരിച്ചും യുദ്ധഭൂമിയിൽ ഒരുക്കിയ ഒളിത്താവളങ്ങളിൽ ഉറക്കമിളച്ച് ശത്രുവിന്റെ ആഗമനത്തിനായി കാത്തിരുന്നും പടനയിച്ച നായകനാണ് ശാന്തനായി പുഷ്പശയ്യയിൽ ഉറങ്ങിക്കിടക്കുന്നത്. ലോകജനസംഖ്യയുടെ വലിയൊ

മാവോ മുസോളിയത്തിന് മുന്നിൽ

രുഭാഗം ജനതയെ പട്ടിണിയിൽനിന്നും അവഗണനയിൽ നിന്നും കരകയറ്റാൻ ശ്രമിച്ച ധീരയോദ്ധാവിനോട് മാവോ സെ തുങ്ങിനോട് ഞങ്ങളുടെ മനസ്സിൽ വല്ലാത്ത ഒരാദരവ് പതഞ്ഞുയർന്നു.

എന്തെല്ലാം വിമർശനങ്ങൾ ഉണ്ടായാലും മാവോ ഒരു വലിയ മനുഷ്യസ്നേഹിയായിരുന്നു. ദീർഘകാലം മാവോയുടെ ബോഡിഗാർഡ് ആയിരുന്ന യിൻകിയ കാവോയുടെ അനുഭവങ്ങൾ വിവരിച്ച് ക്വിയാൻ യാഞ്ചി (Quan Yanchi) എന്ന പ്രശസ്ത എഴുത്തുകാരൻ തയ്യാറാക്കിയ *മാവോ സെ തുങ്, ദൈവമല്ല, മനുഷ്യൻ (Mao man not God)* എന്ന പുസ്തകം വായിക്കുന്ന ആർക്കും ഈ ഉരുക്കുമനുഷ്യന്റെ ഉള്ളിലെ പച്ചയായ മനുഷ്യസ്നേഹം അനുഭവിച്ചറിയാൻ കഴിയും. നാട്ടിൻപുറത്ത് കൃഷിക്കാരന്റെ മകനായി ജനിച്ച് കറകളഞ്ഞ കമ്യൂണിസ്റ്റ് വിപ്ലവകാരിയായി മാറിയ മാവോവിന്റെ വ്യക്തിജീവിതത്തിലെ ആർദ്ര നിമിഷങ്ങളാണ് യാഞ്ചി പകർത്തുന്നത്. വിപ്ലവം നടന്നു കഴിഞ്ഞ ഉടനെ ജനങ്ങളുടെ പട്ടിണി മാറ്റാൻവേണ്ടി ആരംഭിച്ച ഭക്ഷണശാലകളിൽ വിളമ്പിയ റൊട്ടിയുടെ ഗുണനിലവാരം കുറവാണെന്ന് കണ്ട് കണ്ണുകൾ നിറഞ്ഞൊഴുകുകയും അടുത്തുനിന്ന നേതാക്കളോട് കയർക്കുകയും ചെയ്യുന്ന മാവോ, കീറിയ യൂനിഫോമുകൾ വലിച്ചെറിയാതെ കൂട്ടിത്തുന്നി വീണ്ടും വീണ്ടും ഉപയോഗിക്കുന്ന മാവോ, പണം കൈകൊണ്ടു തൊടാൻ ഇഷ്ടപ്പെടാത്ത മാവോ, പ്രാവുകളെ വെടിവച്ചു വീഴ്ത്തിയ ജനറൽമാരെ ശിക്ഷിക്കുന്ന മാവോ, നാട്ടിൻപുറത്ത് വേഷപ്രച്ഛന്നനായി എത്തി ജനങ്ങളുടെ സുഖവിവരങ്ങൾ ആരായുന്ന ചെയർമാൻ, അങ്ങിനെ നിരവധി മുഹൂർത്തങ്ങൾ യാഞ്ചിയുടെ പുസ്തകത്തിലുണ്ട്.

ശത്രുക്കൾക്ക് മുന്നിൽ വ്യാഘ്രത്തെപ്പോലെ അലറിയെത്തുന്ന ചെയർമാൻ മാവോ തന്റെ വ്യക്തിജീവിതത്തിൽ പ്രകൃതിസൗന്ദര്യത്തെ ഉപാസിക്കുന്ന കവിയും കലാസ്വാദകനുമായിരുന്നെന്ന് അധികമാരും വിശ്വസിച്ചെന്ന് വരില്ല. ഒച്ചേറയിലെ സങ്കടമുഹൂർത്തങ്ങൾ കണ്ട് തിയേറ്ററിലിരുന്ന് വിതുമ്പുന്ന ചെയർമാന്റെ മുഖം മറ്റുള്ളവരിൽനിന്ന് മറച്ചുവക്കാൻ ബോഡിഗാർഡുകൾ നന്നേ പാടുപെട്ടിരുന്നു എന്ന് യിൻകിയാവോ പറയാറുണ്ട്. മഞ്ഞുകാലത്ത് മുറ്റത്ത് വീണ് നിറയുന്ന, ജനൽപാളികളിലും വരാന്തയിലും ഉറഞ്ഞുകൂടുന്ന തൂമഞ്ഞ് പാളികൾ തൂത്തുകളയാൻ വിടാതെ നിർന്നിമേഷനായി നോക്കിനില്ക്കുന്ന മാവോയുടെ ചിത്രവും യാഞ്ചിയുടെ പുസ്തകത്തിൽ കാണാം. രാത്രി പകലാക്കി യുദ്ധതന്ത്രങ്ങളും റിപ്പോർട്ടുകളും തയ്യാറാക്കുകയും ദിവസങ്ങളോളം ഉറങ്ങാതെ ജോലിചെയ്ത് അവസാനം ഒരു പോള കണ്ണടക്കാൻ വേണ്ടി ഉറക്കഗുളികയെ അഭയം പ്രാപിക്കേണ്ടിവരുന്ന അത്യദ്ധ്വാനിയായ നേതാവും മാവോ തന്നെ. സാംസ്കാരിക വിപ്ലവ കാലഘട്ടത്തിൽ മാവോവിന്റെ ഭാര്യയടക്കമുള്ള നാല്വർ സംഘത്തിന്റെ ചില ചെയ്തികളും കടുംപിടിത്തങ്ങളും വിമർശന വിധേയമാകുമ്പോഴും ചൈനയെ മാറ്റിമറിച്ച ലോകത്തിന്റെ നെറുകയിലെത്തിക്കുന്നതിന് അടിത്തറയിട്ട ചെയർമാൻ മാവോ സെ

തുങ്ങിനെ ആർക്കും തള്ളിക്കളയാൻ കഴിയില്ല. മനസ്സിൽ ഇരമ്പിവരുന്ന ചിന്തകളുമായാണ് ഞങ്ങൾ മാവോ മുസോളിയത്തിന്റെ പടിയിറങ്ങിയത്. സ്മാരകത്തിന്റെ ഒരു ഭാഗത്ത് തയ്യാറാക്കിവച്ച രക്തസാക്ഷി മണ്ഡപത്തിനരികിലൂടെ ഞങ്ങൾ പുറത്തേക്ക് കടന്നു.

ഒളിമ്പിക്സ് നഗരിയിലേക്ക്

പിറ്റേന്ന് കാലത്ത് ഞങ്ങളെ കൊണ്ടുപോകുന്നത് ഒളിമ്പിക്സ് നഗരിയിലേക്കാണെന്നു പറഞ്ഞപ്പോൾ മനസ്സിൽ തെളിഞ്ഞുവന്നത് പക്ഷിക്കൂട് എന്നറിയപ്പെടുന്ന ഒളിമ്പിക്സ് സ്റ്റേഡിയം തന്നെയായിരുന്നു. 2008 ലാണ് ചൈന ഒളിമ്പിക്സിന് ആതിഥേയത്വം വഹിച്ചത്. ഒളിമ്പിക്സ് ചൈനയിൽ നടത്താൻ തീരുമാനമായപ്പോൾത്തന്നെ പ്രശസ്ത വാസ്തുശില്പികളെയും സാങ്കേതിക വിദഗ്ദ്ധന്മാരെയും വിളിച്ചുചേർത്ത് നഗരിയുടെ നിർമ്മാണത്തെക്കുറിച്ച് ആലോചന തുടങ്ങിയിരുന്നു. വൻമതിൽ പോലെതന്നെ നിർമ്മാണവൈദഗ്ദ്ധ്യത്തിന്റെ അത്ഭുതക്കാഴ്ചയാണ് ഒളിമ്പിക്സ് നഗരം. ചൈനക്കാർ എന്തു നിർമ്മിച്ചാലും അതിൽ അവരുടെ കരവിരുതും കരുത്തും പൂർണ്ണതയും ദൃശ്യമാകും. ഒളിമ്പിക്സ് കഴിഞ്ഞിട്ടും ദിവസേന പതിനായിരങ്ങൾ സന്ദർശിക്കുന്ന പഠന വിനോദ സഞ്ചാരകേന്ദ്രമായി ഒളിമ്പിക്സ് നഗരി നിലനില്ക്കുന്നത് അതുകൊണ്ടാണ്. രാവിലെ ഞങ്ങൾ ചൈനയുടെ നാഷണൽ

ഒളിംപിക്സ് നഗരി - വാട്ടർ ക്യൂബ്

സ്റ്റേഡിയമായ പക്ഷിക്കൂടിനു മുന്നിലെത്തി. ഒളിമ്പിക്സിന്റെ ഉദ്ഘാടന വേളയിൽ സ്റ്റേഡിയത്തിനു മുകളിൽ പ്രത്യക്ഷപ്പെട്ട അത്ഭുതകരമായ കരിമരുന്ന് പ്രയോഗങ്ങളുടെ ടെലിവിഷൻ ദൃശ്യമാണ് മനസ്സിലേക്ക് ഓടിയെത്തിയത്. സ്റ്റേഡിയത്തിനകത്ത് ഉദ്ഘാടനച്ചടങ്ങിന്റെ ഭാഗമായി നടന്ന അഭ്യാസ പ്രകടനങ്ങളും കലാപരിപാടികളും മനസ്സിൽ മിന്നിമറഞ്ഞു. സ്റ്റേഡിയം തികച്ചും ഒരു പക്ഷിക്കൂടിന്റെ ആകൃതിയിലാണ്. ഭീമാകാരമായ പക്ഷിക്കൂട്. തൂണുകളൊന്നുമില്ലാതെ മരച്ചില്ലകൾ ചേർത്തുവച്ചുണ്ടാക്കിയതുപോലെ തോന്നിക്കുന്ന ചുമരിനു മുകളിൽ അർദ്ധസുതാര്യമായ മേല്പുര ഉയർത്തിയിരിക്കുന്നു. മേല്പുര ഒരു കൂറ്റൻ കുമിള പോലെ തോന്നിക്കും. സൂര്യപ്രകാശം അകത്തേക്ക് കടക്കുന്നതിനാൽ അകത്തെ പുല്ത്തകിടികൾ സംരക്ഷിക്കാൻ കഴിയുന്നു. ആളുകളുടെ പങ്കാളിത്തത്തിനനുസരിച്ച് സ്റ്റേഡിയത്തിന്റെ വലുപ്പം കൂട്ടുകയും കുറയ്ക്കുകയും ചെയ്യാനുള്ള സംവിധാനമുണ്ട്. ഏറ്റവും മെച്ചപ്പെട്ട ശബ്ദസംവിധാനമാണ് സ്റ്റേഡിയത്തിനകത്തുള്ളത്. 91,000 പേർക്ക് ഇരുന്ന് കളി കാണാനുള്ള സംവിധാനമുണ്ട്. തൂണുകൾ ഇല്ലാത്തതിനാൽ ഒരിടത്തും കാഴ്ച മറയുകയുമില്ല. സ്വിസ് ആർക്കിടെക്ടുകളായ ജാക്വസ് ഹെസോഗ്, പിയറി-സി- മ്യൂറോൺ, ചൈനീസ് ആർക്കിടെക്ട് ലി ബിഗാങ് എന്നിവരുടെ നേതൃത്വത്തിലാണ് സ്റ്റേഡിയത്തിന്റെ നിർമ്മാണം നടന്നത്. 2003 ൽ ആരംഭിച്ച നിർമ്മാണ പ്രവർത്തനം 2007 ആകുമ്പോഴേക്കും പൂർത്തിയായി. 33 മില്യൺ ഡോളർ ചെലവായി. ചരിത്രത്തിലേക്കുള്ള ഏറ്റവും നല്ല ഒരു വാസ്തുശില്പമായി തലയുയർത്തി നില്ക്കുന്ന പക്ഷിക്കൂട് ആരെയും ആകർഷിക്കുന്നതാണ്.

ഒളിംമ്പിക്സ് നഗരി സന്ദർശിക്കാനെത്തിയ വിദ്യാർത്ഥിയോടൊപ്പം

7

വാട്ടർക്യൂബ് എന്ന വിസ്മയം

ബീജിങ് ഒളിമ്പിക്സിൽ 25 ലേറെ റെക്കോഡുകൾ തകർന്നുവീണ നീന്തൽക്കുളത്തിന്റെ മുന്നിലാണ് ഞങ്ങൾ നില്ക്കുന്നത്. വാട്ടർ ക്യൂബ് എന്ന് ഓമനപ്പേരുള്ള നാഷണൽ അക്വാട്ടിക്സ് സെന്റർ. വാട്ടർക്യൂബിന്റെ പുറംഭിത്തി നിർമ്മിച്ചിരിക്കുന്നത് എത്തിലീൻ ടെട്രാ ഫ്ളൂറോ എത്തിലിൻ (ETFE) ടിഷ്യൂകൾ കൊണ്ടാണത്രേ. ഇത് ചെലവ് കുറഞ്ഞതും ജലം സംരക്ഷിക്കാൻ ഉതകുന്നതുമായ സംവിധാനമാണ്. പെട്ടെന്ന് കണ്ടാൽ സോപ്പ് കുമിളകൾ അടുക്കി വച്ചതുപോലെ തോന്നും. ആഗോള ഡിസൈൻ മത്സരം നടത്തിയാണ് H_2O മാതൃകയിലുള്ള ഡിസൈൻ അംഗീകരിച്ചത്. ഒരു ഓസ്ട്രേലിയൻ കമ്പനിയുടെ സഹായത്തോടെ ചൈന കൺസ്ട്രക്ഷൻ കോർപ്പറേഷനാണ് ഈ ഡിസൈൻ അംഗീകരിച്ചത്. പാരമ്പര്യ സംസ്കാരവും ആധുനിക രീതിയും സമന്വയിപ്പിക്കുകയും പരിസ്ഥിതി സൗഹൃദം കൂടി കണക്കിലെടുക്കുകയും ചെയ്തുകൊണ്ടാണ് വാട്ടർ ക്യൂബ് നിർമ്മിച്ചത്. ഇതൊക്കെ അതേപടി കോട്ടംതട്ടാതെ നിലനിർത്തുക എന്നത് സാമ്പത്തികച്ചെലവുണ്ടാക്കുന്ന കാര്യമാണ്. അതിനാൽ ഒരുഭാഗം ഇപ്പോൾ വാട്ടർ പാർക്ക് ആയി മാറ്റിയിട്ടുണ്ട്.

ഒളിമ്പിക്സ് നടക്കുന്ന അവസരത്തിൽ അന്തരീക്ഷ മലിനീകരണം കുറയ്ക്കാൻ ചൈന നടത്തിയ പരിശ്രമങ്ങൾ മാതൃകാപരമാണ്. കളിക്കാർ എത്തുന്നതിന് മാസങ്ങൾ മുമ്പുതന്നെ ഈ പ്രദേശത്തെ പ്രധാന വ്യവസായശാലകൾ അടച്ചിടുകയുണ്ടായി. അതിഥികൾ വന്നുചേരുമ്പോഴേക്കും വായുവിലെ കാർബൺ ഡൈ ഓക്സൈഡിന്റെ അളവ് 30% കുറയ്ക്കാൻ കഴിഞ്ഞു. വ്യവസായവല്ക്കരണവും ജനപ്പെരുപ്പവും കൂടിയ നഗരമായതിനാൽ ബീജിങ്ങിൽ അന്തരീക്ഷ മലിനീകരണം പ്രധാന

പ്രശ്നമായി വരുന്നുണ്ട്. ധാരാളം മരങ്ങൾ വച്ചുപിടിപ്പിച്ചും പരിഹാരനടപടികൾ സ്വീകരിച്ചും മലിനീകരണത്തിനെതിരെ നിതാന്തജാഗ്രത പുലർത്തുണ്ടെന്ന് സി പി സി നേതാക്കൾ പറഞ്ഞു. ഒളിമ്പിക്സ് നഗരം മുഴുവൻ ചുറ്റിക്കാണണമെങ്കിൽ ഏറെ സമയം എടുക്കും. അത്രമാത്രം സമയം ഞങ്ങൾക്ക് അനുവദിച്ചുതരാൻ ആതിഥേയർ തയ്യാറായിരുന്നില്ല. ഞങ്ങൾ നഗരിയിൽ നിന്ന് പുറത്തേക്ക് ഇറങ്ങി.

ബസിൽ കയറാൻ ഒരുങ്ങവെ പിന്നിൽ നിന്ന് ആരോ വിളിച്ചതുപോലെ തോന്നി. ശൈലജ ടീച്ചറല്ലേ എന്ന് ചോദിച്ചുകൊണ്ട് രണ്ടുമൂന്നു ചെറുപ്പക്കാർ ഓടിവന്നു. ഞാൻ അന്തംവിട്ടുപോയി. ചൈനയിലും പരിചയക്കാരോ? അവർ ഹോമിയോ വിഭാഗത്തിൽ പഠനം നടത്താൻ എത്തിയ വിദ്യാർത്ഥികളായിരുന്നു. പത്തനംതിട്ടയിലും കോട്ടയത്തും കോഴിക്കോട്ടും നിന്നുള്ളവർ. ഹോമിയോപ്പതിയുടെ അന്താരാഷ്ട്ര കോൺഫറൻസ് ആ സമയം ചൈനയിൽ നടക്കുന്നുണ്ടെന്ന് അവർ പറഞ്ഞു. അപ്രതീക്ഷിതമായി മലയാളികൾ തമ്മിൽ കണ്ടുമുട്ടിയ സന്തോഷം ഞങ്ങൾ പങ്കിട്ടു. സംഘാംഗങ്ങളെയെല്ലാം പരിചയപ്പെട്ടതിനുശേഷം അവർ സ്റ്റേഡിയത്തിനകത്തേക്കും ഞങ്ങൾ പുറത്തേക്കും ഇറങ്ങി. ബസിനടുത്തേക്ക് പച്ച ഇലകളുടെ ചാറു ചേർത്തുണ്ടാക്കിയ ഐസ്ക്രീമുമായി ഒരു വില്പനക്കാരൻ ഓടിവന്നു. ചൈനയിൽ വന്നിട്ട് ഒരു വഴിയോര വിഭവം കഴിക്കാതിരിക്കുന്നതെങ്ങനെ? എല്ലാവരും ഓരോ ഐസ്ക്രീം വാങ്ങിച്ചു. മധുരം കുറവായിരുന്നെങ്കിലും നല്ല സ്വാദുണ്ടായിരുന്നു. ചൈനയിലെ താരങ്ങൾ വാങ്ങിക്കൂട്ടുന്ന മെഡലുകളെക്കുറിച്ചും അവരുടെ അദ്ധ്വാനത്തെക്കുറിച്ചും ഞങ്ങൾ വഴിനീളെ സംസാരിച്ചു. എന്തെങ്കിലും കാര്യങ്ങൾ ചെയ്യാൻ മടിപിടിച്ചിരിക്കുമ്പോഴും അസാദ്ധ്യം എന്ന് പറയുമ്പോഴും “നിത്യാഭ്യാസി ആനയെ എടുക്കും” എന്ന് ഇടയ്ക്കിടെ ഓർമ്മിപ്പിക്കുന്ന വല്യമ്മയുടെ വാക്കുകൾ എന്റെ മനസ്സിൽ മിന്നി മറഞ്ഞു. ചൈനക്കാരുടെ മെയ്‌വഴക്കം നിത്യാഭ്യാസത്തിന്റെയും അർപ്പണബോധത്തിന്റെയും പ്രതീകമാണ്. ഒളിമ്പിക്സ് നഗരിയെ പിന്നിലാക്കി ഞങ്ങളുടെ ബസ് അടുത്ത കേന്ദ്രത്തിലേക്ക് യാത്രയായി.

തിരക്കിട്ട ഒരു ഷോപ്പിങ്

ഞങ്ങളുടെ യാത്രയുടെ സമയക്രമത്തിൽ ഷോപ്പിങ്ങിന് പ്രത്യേക സമയം നിശ്ചയിച്ചിരുന്നില്ല. സ്വാഭാവികമായും എല്ലാവർക്കും ചൈനയുടെ പ്രത്യേകതയുള്ള എന്തെങ്കിലും സാധനങ്ങൾ വാങ്ങണമെന്ന് ആഗ്രഹമുണ്ടായിരുന്നു. ഞങ്ങൾ സ്വിങ്ങിനോട് ഷോപ്പിങ്ങിന്റെ കാര്യം സൂചിപ്പിച്ചു. ഒരു മണിക്കൂർ നേരത്തേക്ക് ബീജിങ് മാർക്കറ്റിൽ കൊണ്ടുപോകാമെന്ന് അവർ ഏറ്റു. സർക്കാർ അതിഥികൾ എന്നനിലയിൽ ഞങ്ങൾക്ക് 300 യുവാൻ വീതം പോക്കറ്റ് മണി സി പി സിയുടെ വക തന്നിരുന്നു. ലീഡർക്ക് 1500 യുവാൻ ലഭിച്ചെങ്കിലും അശോക് ധാവ്‌ലെ അത് തുല്യമായി വീതിച്ച് സംഘാംഗങ്ങൾക്ക് നല്കി. അങ്ങനെ ഞങ്ങൾക്ക് ഓരോരു

ത്തർക്കും 420 യുവാൻ വീതം ലഭിച്ചു. ഓരോരുത്തരും അത്യാവശ്യത്തിനുള്ള പണം ചൈനയുടെ യുവാൻ ആയി മാറി കൈയിൽ സൂക്ഷിച്ചിരുന്നു. എന്തെങ്കിലും ചില്ലറ സാധനങ്ങൾ വാങ്ങിക്കാമെന്ന് കരുതിയത് അതുകൊണ്ടാണ്. ഒരു വലിയ മാളിനുമുന്നിൽ വണ്ടി നിർത്തിയിട്ട് സ്വിങ് പറഞ്ഞു: "കൃത്യം 5.20 ന് തിരിച്ചെത്തണം. അപ്പോൾ സമയം 4.20 കഴിഞ്ഞിരുന്നു ചൈനയിൽ നല്ല തുകൽ ഉല്പന്നങ്ങൾ കിട്ടുമെന്ന് ആരൊക്കെയോ പറഞ്ഞിരുന്നു. ചൈനയുടെ പേനകളും പ്രസിദ്ധമാണ്. അത്തരത്തിൽ എന്തെങ്കിലും വാങ്ങാമെന്ന് മനസ്സിൽ കരുതി. മാളിലേക്ക് ഇറങ്ങിച്ചെന്നതുതന്നെ തുകൽ ബാഗുകളുടെ വൻ ശേഖരത്തിന് മുന്നിലാണ്. വില കുറച്ച് കിട്ടുകയാണെങ്കിൽ ഒന്നു രണ്ടെണ്ണം വാങ്ങാമെന്ന ചിന്ത മനസ്സിലൂടെ കടന്നുപോയി. ഒരു ഹാൻഡ്ബാഗിന് വില ചോദിച്ചു. 400 യുവാൻ. കടക്കാരൻ പറഞ്ഞു. അത്രയല്ലേയുള്ളൂ എന്ന് ഓർക്കുന്നതിനിടയിലാണ് ചൈനീസ് യുവാനും രൂപയും തമ്മിലുള്ള ബന്ധം ഓർത്തത്. 4800 ഇന്ത്യൻ രൂപയെങ്കിലും ആകും. ബാഗ് തിരികെ വച്ചു. മറ്റൊരെണ്ണം തെരയാൻ തുടങ്ങി. 80 യുവാൻ വില വരുന്ന ഒന്ന് വാങ്ങിച്ചു. രേഖാദി 300 യുവാൻ വില പറഞ്ഞ ബാഗിന് വില പേശുകയാണ്. ബീജിങ്ങിലെ മാർക്കറ്റിൽ ചിലയിടത്ത് വിലപേശിയാൽ കുറച്ചു കിട്ടുമെന്ന് സ്വിങ് സൂചിപ്പിച്ചിരുന്നു. കച്ചവടക്കാരിക്കാണെങ്കിൽ ചൈനീസ് അല്ലാതെ മറ്റ് ഭാഷകൾ അറിയില്ല. ഉള്ള ഭാഷയിൽ എല്ലാം പറഞ്ഞ് 200 യുവാന് രേഖാദി ബാഗ് കച്ചവടമാക്കി. അപ്പോഴേക്കും സമയം പോയിരുന്നു. കുറച്ച് പേനകൾ കൂടി വാങ്ങണമെന്നുണ്ട്. വലിയ വിലയാണ് പറയുന്നത്. നമുക്ക് ഷാങ്ഹായിലെ മാർക്കറ്റിൽ അന്വേഷിക്കാമെന്ന് പറഞ്ഞ് പിന്തിരിഞ്ഞു.

പേന വില്ക്കുന്ന കടയിൽനിന്ന് ഇറങ്ങുമ്പോൾ രേഖാ ഗോസ്വാമിയെ കാണാനില്ല. അവർ ഇറങ്ങിയത് വേറൊരു വഴിയിലൂടെയാണ്. ബസ് നിർത്തിയിട്ടിരിക്കുന്ന സ്ഥലത്ത് അവർ എത്തിയിട്ടുണ്ടാവുമെന്ന് കരുതി ഞങ്ങൾ മുന്നോട്ട് നടന്നു. ഒരു കടക്കാരൻ ചൈനീസ് ഭാഷയിൽ എന്തൊക്കെയോ വിളിച്ചുപറഞ്ഞ് കൈയിൽ ഒരു കടലാസ് പൊതിയുമായി എന്റെ അടുത്തേക്ക് ഓടി വന്നു. അറിയാവുന്ന ഇംഗ്ലീഷിൽ അയാൾ പറഞ്ഞു. 'ദിസ് ഈസ് യുവർ ഫ്രണ്ട്സ് ബാഗ്' (ഇത് നിങ്ങളുടെ സുഹൃത്തിന്റെ ബാഗാണ്). ഞാൻ കടലാസ്പൊതി തുറന്ന് നോക്കി. രേഖാദി വില പേശി വാങ്ങിയ കറുത്ത ബാഗ്. അയ്യോ രേഖാദി നഷ്ടപ്പെട്ട ബാഗ് തിരയുകയായിരിക്കും. കടക്കാരന്റെ സത്യസന്ധതയ്ക്ക് നന്ദി പറഞ്ഞുകൊണ്ട് ഞങ്ങൾ രേഖാദിയെ തിരഞ്ഞു. ഇനി പത്ത് മിനിട്ടിനുള്ളിൽ വണ്ടിക്കരികെ എത്തുകയും വേണം. രേഖാദിയെ കാണാതെ ഞങ്ങൾ തിരിച്ചുനടന്നു. അപ്പോഴും രേഖാ ഗോസ്വാമി വണ്ടിയുടെ അരികിൽ എത്തിയില്ല. ഞാനും സുപ്രകാശും വീണ്ടും അവരെ അന്വേഷിച്ച് പുറപ്പെട്ടു. നിരവധി കൈവഴികൾ പിരിഞ്ഞുപോകുന്ന മാർക്കറ്റിനകത്ത് ഏതുവഴിയിലൂടെ അന്വേഷിക്കണമെന്നറിയാതെ

ഞങ്ങൾ വിഷമിച്ചു. ഒരിടത്തും കാണാനാകാതെ നിരാശയോടെ വീണ്ടും തിരിച്ചുവരാനൊരുങ്ങുമ്പോൾ എതിർവശത്തുള്ള ഒരു വഴിയിലൂടെ അവർ പതുക്കെ നടന്നുവരുന്നു. ആഹ്ലാദത്തോടെ ഞങ്ങൾ ഓടിച്ചെന്നു. ബാഗ് നഷ്ടപ്പെട്ട വിവരം അവർക്കോർമ്മയില്ലെന്ന് കണ്ടപ്പോൾ ഒന്ന് അത്ഭുതപ്പെടുത്തണമെന്ന് കരുതി അക്കാര്യം ഉടനെ പറഞ്ഞില്ല. ബസിൽ കയറി ഇരുന്നുകഴിഞ്ഞപ്പോൾ ഞങ്ങൾ ബാഗിനെക്കുറിച്ച് തിരക്കി. അപ്പോഴാണ് അവർ തികച്ചും പരിഭ്രമിച്ചത്. ഇഷ്ടപ്പെട്ട ഒരു സാധനം നഷ്ടമായ നിരാശ അവരുടെ മുഖത്ത് പ്രതിഫലിച്ചപ്പോൾ ബാഗ് അടങ്ങിയ പൊതി ഞാൻ നീട്ടി. തുറന്നുനോക്കിയപ്പോൾ അവർക്ക് അത്ഭുതവും സന്തോഷവും മറച്ചുവയ്ക്കാൻ കഴിഞ്ഞില്ല. "അയ്യോ ഇതെവിടുന്ന് കിട്ടി?'' ഞങ്ങൾ സംഭവം വിവരിച്ചു. ബാഗ് വില്പനക്കാരന് മനസ്സിൽ നന്ദി പറഞ്ഞുകൊണ്ട് യാത്ര തുടർന്നു. സമയക്കുറവുകൊണ്ടും കൂടുതൽ വില കൊടുത്ത് സാധനങ്ങൾ വാങ്ങാൻ താല്പര്യമില്ലാത്തതുകൊണ്ടും പേഴ്സ് കാലിയാക്കാതെ ഞങ്ങളുടെ ഷോപ്പിങ് അവസാനിച്ചു.

വൻമതിൽ സന്ദർശനം എന്നെന്നേക്കുമുള്ള ആവേശമായി മനസ്സിൽ നിറഞ്ഞുനില്ക്കുമ്പോഴും അതിന്റെ ഓരംപറ്റി ഒരു ചെറിയ അമളിയുടെ കഥയും ഓർമ്മകളെ പിന്തുടരും. വൻമതിൽ സന്ദർശനം കഴിഞ്ഞ് രാത്രി ഹോട്ടലിൽ തിരിച്ചെത്തിയപ്പോൾ ടീം ലീഡർ എല്ലാവരെയും വിളിച്ചുകൂട്ടി പറഞ്ഞു. "നാളെ രാവിലെ എല്ലാവരും ഏഴ് മണിക്ക് ഡൈനിങ് ഹാളിൽ എത്തണം. ഏഴ് മണിക്ക് പ്രഭാതഭക്ഷണം തയ്യാറായിരിക്കും. 7.30 ന് നമ്മൾ പുറപ്പെടും. 8.30 ന് സി പി സി വൈസ് പ്രസിഡന്റുമായി അഭിമുഖം ഉണ്ട്. പ്രസിഡന്റിന്റെ ഓഫീസിലേക്ക് ഒരു മണിക്കൂർ ദൂരം ഓട്ടമുണ്ട്. ചൈനക്കാർ സമയനിഷ്ഠയുള്ളവരാണ്. ആരും വൈകരുത്." എല്ലാവരും സമ്മതിച്ചു.

മുറിയിൽ എത്തിയപ്പോഴാണ് വൻമതിൽ കയറിയതിന്റെ ക്ഷീണം അനുഭവപ്പെടാൻ തുടങ്ങിയത്. നല്ല തളർച്ച. ചൂടുവെള്ളത്തിൽ കുളിച്ചപ്പോൾ ആശ്വാസം. വീട്ടിലേക്ക് ഒന്ന് ഫോൺ ചെയ്യണം. ഫോണിൽ റോമിങ് ഇല്ല. ചൈനയിൽ നിന്ന് സിംകാർഡ് വാങ്ങിയിടാമെന്ന് കരുതിയതാണ്. രണ്ട് ദിവസത്തെ തിരക്കിനിടയിൽ അതിന് സൗകര്യം കിട്ടിയില്ല. ഹോട്ടലിലെ എക്സ്ചേഞ്ചുമായി ബന്ധപ്പെട്ടാൽ അവർ ഡയൽ ചെയ്തുതരും. ബിൽ പിന്നീട് അടച്ചാൽ മതി. എക്സ്ചേഞ്ച് വഴി കുറെതവണ ശ്രമിച്ചിട്ട് കണക്ഷൻ കിട്ടുന്നില്ല. മക്കളെയും ഭാസ്കരേട്ടനേയും മാറി മാറി വിളിച്ചു നോക്കി. ഒരു രക്ഷയുമില്ല. സമയം വൈകിയിരിക്കുന്നു. രാവിലെ എഴുന്നേറ്റ് പുറപ്പെടേണ്ടതാണ്. നല്ല തണുപ്പ്. കമ്പിളി പുതച്ച് ഉറങ്ങാൻ കിടന്നു. വൻമതിൽ കയറിയ ക്ഷീണത്തോടെയുള്ള ഉറക്കം. രാവിലെ റൂമിലെ കോളിങ് ബെൽ തുടർച്ചയായി ശബ്ദിക്കുന്നത് കേട്ടാണ് ഞെട്ടിയുണർന്നത്. വാച്ച് നോക്കിയപ്പോൾ ഞെട്ടിപ്പോയി. സമയം 6.30. അഞ്ച് മണിക്ക് ഫോണിൽ അലാറം വച്ചാണ് ഉറങ്ങാൻ

കിടന്നത്. വിശ്വാസം വരാതെ ഒന്നുകൂടി സമയം നോക്കി. അപ്പോഴേക്കും ഫോൺ റിങ് ചെയ്യുന്നു. ടീം ലീഡർ വിളിക്കുകയാണ്. എല്ലാവരും ഡൈനിങ് ഹാളിന് മുന്നിൽ എത്തിയിരിക്കുന്നു. ആകെ സങ്കടമായി. വിഷമിച്ചിട്ട് കാര്യമില്ല. പെട്ടെന്നുതന്നെ റെഡിയാകേണ്ടതുണ്ട്. അരമണിക്കൂറിനുള്ളിൽ റെഡിയായി വെളിയിലേക്കിറങ്ങി. ഡൈനിങ് ഹാളിനടുത്തേക്ക് എത്തുമ്പോൾ ബസ് റെഡിയായി നിന്നിരുന്നു. കുളി വൈകുന്നേരത്തേക്ക് മാറ്റിവച്ചു. പ്രഭാതഭക്ഷണം ഉപേക്ഷിക്കുകയല്ലാതെ നിവൃത്തിയില്ല. എന്തെങ്കിലും അല്പം കഴിച്ച് വരൂ എന്ന് സംഘാംഗങ്ങൾ വിളിച്ചുപറഞ്ഞു. അപ്പോൾ വിശപ്പിനേക്കാൾ പ്രാധാന്യം സമയനിഷ്ഠയ്ക്കായിരുന്നു. എല്ലാവരും കൃത്യസമയത്ത് പുറപ്പെട്ടു. വൻമതിൽ അത്യധികം സുഖദായകമായ ഉറക്കം സമ്മാനിച്ചെങ്കിലും ബീജിങ്ങിലെ ഒരു പ്രഭാതഭക്ഷണം നഷ്ടപ്പെടുത്തി. കൂടെ അല്പം നാണക്കേടും സമ്മാനിച്ചു. പ്രസിഡന്റിന്റെ ഓഫീസിൽ കൃത്യസമയത്ത് എത്തി. യോഗം തുടങ്ങുന്നതിനു മുമ്പുതന്നെ വലിയ ഗ്ലാസുകളിൽ ചൈനീസ് ചായയും പിറകെ പലതരം കേക്കുകളും ബിസ്കറ്റുകളും വന്നു. പ്രഭാതഭക്ഷണം കഴിക്കാത്തതുകൊണ്ട് പ്രത്യേകിച്ച് പ്രയാസമുണ്ടായില്ലെങ്കിലും അരമണിക്കൂർ നേരത്തെ മാനസിക സമ്മർദ്ദവും അമ്പരപ്പും വൻമതിലിനോടൊപ്പം എന്നും മനസ്സിലേക്ക് വരും.

8

കാഴ്ചകളുടെ തിരയിളക്കം

സി പി സി വൈസ് പ്രസിഡണ്ട് അയ് പിങ്ങു (Ai Ping) മായുള്ള അഭിമുഖം ഏറെ ഹൃദ്യമായിരുന്നു. അദ്ദേഹം 10 മിനിട്ട് മാത്രമേ സംസാരിച്ചുള്ളൂ. പ്രസന്നവദനനായ അയ് പിങ് ചൈനീസ് ഭാഷയിലാണ് സംസാരിച്ചത്. സംഘാംഗങ്ങളെ ഓരോരുത്തരെയായി തുടക്കത്തിൽ തന്നെ അദ്ദേഹം പരിചയപ്പെട്ടു. കൂടെയുള്ള സി പി സി യുടെ പ്രാദേശിക നേതാക്കളെ ഞങ്ങൾക്ക് പരിചയപ്പെടുത്തി. യോഗത്തിൽ ആദ്യമായി ഞങ്ങളുടെ ടീം ലീഡറെ സംസാരിക്കാൻ ക്ഷണിക്കുകയാണ് ചെയ്തത്. ചൈനയിൽ നടക്കുന്ന പുതിയ മാറ്റങ്ങളെക്കുറിച്ച് അറിയാൻ ആഗ്രഹമുണ്ടെന്ന് അശോക് ധാവ്‌ലെ സൂചിപ്പിച്ചു. ചൈനയിലെ സാമൂഹ്യ നിർമ്മാണ പ്രക്രിയ എങ്ങനെയാണ് മുന്നോട്ടുകൊണ്ടുപോകുന്നതെന്ന് ധാവ്‌ലെ ചോദിച്ചു. ഹ്രസ്വമെങ്കിലും വ്യക്തതയുള്ള മറുപടിയാണ് അയ് പിങ് നല്കിയത്. ഇന്ത്യയിൽനിന്നുള്ള പ്രതിനിധിസംഘത്തോട് സംസാരിക്കുന്നതിൽ പ്രത്യേക അഭിമാനമുണ്ടെന്ന് അദ്ദേഹം സൂചിപ്പിച്ചു. ജനസംഖ്യയും ഗ്രാമീണമേഖലയുടെ പ്രത്യേകതയും അടക്കമുള്ള കാര്യങ്ങളിൽ ഇന്ത്യയും ചൈനയും തമ്മിൽ കുറെ സാമ്യങ്ങൾ ഉണ്ടെന്ന് അദ്ദേഹം പറഞ്ഞു. 18-ാം പാർട്ടി കോൺഗ്രസിന് ശേഷം ചൈനയിൽ ഭരണരംഗത്ത് പുതിയ നേതൃത്വം വന്നിട്ടുണ്ട്. കഴിഞ്ഞ 10 വർഷക്കാലത്തെ ചൈനയുടെ നേട്ടങ്ങളാണ് പാർട്ടി കോൺഗ്രസ് പ്രധാനമായും വിലയിരുത്തിയത്. സി പി സി യുടെ കേന്ദ്രകമ്മിറ്റിയിൽ നിന്നു ഏഴ് പേരെ ഒഴിവാക്കുകയും പുതിയ ഏഴു പേരെ ഉൾപ്പെടുത്തുകയും ചെയ്തു. രാഷ്ട്രീയ, ശാസ്ത്ര- സാങ്കേതിക മേഖലകളിലടക്കം പ്രാഗത്ഭ്യം നേടിയവരെയാണ് പുതിയ സർക്കാരിൽ ഉൾപ്പെടുത്തിയിരിക്കുന്നത്. ഒരു അഭിപ്രായ വ്യത്യാസവും ഇല്ലാതെ പാർട്ടി കോൺഗ്രസ്

ഏകകണ്ഠമായാണ് പുതിയ നേതൃത്വത്തെ തിരഞ്ഞെടുക്കുന്നതെന്ന് അയ് പിങ് സൂചിപ്പിച്ചു.

> ഞങ്ങൾ സോഷ്യലിസം കെട്ടിപ്പടുക്കാൻ ആഗ്രഹിക്കുന്നു. ചൈനയുടെ പ്രത്യേകതകളോടുകൂടിയ സോഷ്യലിസം. അത് യാഥാർത്ഥ്യമാകണമെങ്കിൽ സാമ്പത്തിക വികസനം കൂടിയേ തീരൂ എന്ന് പാർട്ടി കോൺഗ്രസ് വിലയിരുത്തി. 16-ാം പാർട്ടി കോൺഗ്രസ് മുതൽ ചൈന സാമ്പത്തിക വികസനത്തിന് മുൻതൂക്കം നല്കിയിട്ടുണ്ട്. ഒന്നാം പരിഗണന സാമ്പത്തിക വികസനമാണെന്ന് പറയുമ്പോൾ തന്നെ സമതുലിത വികസനത്തിന് ഏറെ ഊന്നൽ നല്കുന്നുണ്ട്. 17-ാം പാർട്ടി കോൺഗ്രസ് പരിസ്ഥിതി സംരക്ഷണത്തിനും വികസനത്തിനുമാണ് പ്രത്യേക പരിഗണന നല്കിയത്.

ചൈനീസ് മാതൃകയിലുള്ള സോഷ്യലിസം കെട്ടിപ്പടുക്കുന്നത് സംബന്ധിച്ച് ഷാങ് ഹായി അക്കാദമിയിൽ നിന്ന് കൂടുതൽ ക്ലാസുകളും ചർച്ചകളും ലഭിക്കുമെന്ന് അദ്ദേഹം സൂചിപ്പിച്ചു.

സോഷ്യലിസത്തെക്കുറിച്ച് സമഗ്രമായ വിലയിരുത്തലും ഉൾക്കൊള്ളലും അനിവാര്യമാണെന്ന് സി പി സി കരുതുന്നതായി അയ് പിങ് പറഞ്ഞു. ഇത് സംബന്ധിച്ച് നടത്തിയ പ്രധാനപ്പെട്ട ചില കാര്യങ്ങൾ പാർട്ടി കോൺഗ്രസ് അംഗീകരിച്ചിട്ടുണ്ട്. ഒന്നാമത്തേത് സോഷ്യലിസത്തെ പരിഷ്കരിക്കലാണെന്ന് അദ്ദേഹം പറഞ്ഞു.

> രാജ്യത്തെ ജനങ്ങൾക്ക് എല്ലാ തരത്തിലുമുള്ള പുരോഗമനങ്ങൾ ലഭ്യമാക്കാൻ കഴിയണം. വിപണി അധിഷ്ഠിത സാമ്പത്തിക രീതി കൂടി സ്വീകരിക്കുന്നത് ഇത് കണക്കിലെടുത്തുകൊണ്ടാണ്. ദാരിദ്ര്യനിർമ്മാർജ്ജനവുമായി ബന്ധപ്പെട്ട പ്രശ്നങ്ങൾ ഉണ്ട്. വിവരസാങ്കേതിക വിദ്യയുടെ പുതിയ യുഗത്തിൽ മുതിർന്ന പാർട്ടി നേതാക്കൾ അവരുടെ അറിവ് വികസിപ്പിക്കേണ്ടത് അനിവാര്യമാണ്. ചൈനയുടെ ആധുനിക ചരിത്രത്തെക്കുറിച്ച് ഒരു ദേശീയ മ്യൂസിയം നിർമ്മിക്കാൻ ഞങ്ങൾ ആലോചിക്കുന്നു. ഞങ്ങൾ എടുത്ത പുതിയ തീരുമാനങ്ങളുടെ ഫലം ജനജീവിതത്തിൽ എന്ത് മാറ്റമുണ്ടാക്കി എന്ന് നിങ്ങൾക്ക് ഓർക്കുവാൻ കഴിയും. ഞങ്ങളിപ്പോൾ വികസിത ചൈന എന്ന സ്വപ്നത്തിന്റെ വളരെ അടുത്ത് എത്തി നില്ക്കുകയാണ്.

വിപണി അധിഷ്ഠിത വ്യവസ്ഥയും മറ്റും സ്വീകരിക്കുമ്പോൾ പുതിയ ചില വെല്ലുവിളികളെ നേരിടേണ്ടി വരുമെന്ന് അയ് പിങ് സൂചിപ്പിച്ചു. ദീർഘകാല ഭരണം മൂലമുണ്ടാകുന്ന ചില പ്രതിപ്രവർത്തനങ്ങൾ ശ്രദ്ധിക്കേണ്ടതുണ്ട്. പാർട്ടിപ്രവർത്തകരിൽ വളർന്നുവരുന്ന ഉദ്യോഗസ്ഥ

മനോഭാവം ഇല്ലായ്മ ചെയ്യണം. പാർട്ടി പ്രവർത്തകർ ജനസേവകരും കമ്യൂണിസത്തിന്റെ സ്പിരിറ്റ് കാത്തുസൂക്ഷിക്കാൻ കഴിയുന്നവരുമായിരിക്കണം. സോഷ്യലിസ്റ്റ് നയങ്ങളെയും മാനുഷിക സമീപനങ്ങളെയും താഴ്ത്തിക്കാണിക്കാൻ മുതലാളിത്തം അതിന്റെ ആശയപരമായ ആയുധം പ്രയോഗിക്കുന്നുണ്ട്. മുതലാളിത്ത മാതൃക പ്രചരിപ്പിക്കാൻ അവർ ഉത്സാഹം കാണിക്കുന്നു. മുതലാളിത്തത്തിന് എല്ലാ പ്രശ്നങ്ങളും പരിഹരിക്കാൻ കഴിയുമെന്നും സോഷ്യലിസത്തിന്റെ ആവശ്യകത ഇല്ലെന്നും അവർ പറയുന്നു. പടിഞ്ഞാറൻ രീതിയിലുള്ള ജനാധിപത്യത്തിന് ജനങ്ങളുടെ ജീവിതപ്രശ്നങ്ങൾ പരിഹരിക്കാൻ കഴിയുകയില്ലെന്ന് എത്രയോവട്ടം തെളിയിക്കപ്പെട്ടതായി അദ്ദേഹം ഓർമ്മിപ്പിച്ചു. കാര്യങ്ങൾ പൂർണ്ണമായി ഉൾക്കൊള്ളാതെ ചൈനയിലും ചിലപ്പോൾ തെറ്റായ പ്രതികരണങ്ങൾ ഉണ്ടാകുന്നു എന്ന് ടിയാനൻമെൻ സംഭവം സൂചിപ്പിച്ചുകൊണ്ട് അയ് പിങ് പറഞ്ഞു. തുടർന്ന് ഞങ്ങളുടെ സംഘാംഗങ്ങൾ അദ്ദേഹത്തിന്റെ പ്രസംഗത്തിൽ പ്രതികരിച്ച് സംസാരിച്ചു. 11.30 ന് യോഗം അവസാനിച്ചു. 12 മണിക്ക് പ്രസിഡന്റിന്റെ വക ഞങ്ങൾക്ക് വിഭവസമൃദ്ധമായ ഭക്ഷണം ഒരുക്കിയിട്ടുണ്ട്. എല്ലാവരും ഭക്ഷണഹാളിലേക്ക് പുറപ്പെട്ടു. വൃത്താകൃതിയിലുള്ള വലിയ ഡൈനിങ് ടേബിളിന് ചുറ്റുമുള്ള ഇരിപ്പിടത്തിൽ എല്ലാവരും ആസനസ്ഥരായി. ആതിഥേയരും അതിഥികളും ഇടകലർന്നാണ് ഇരുന്നത്. ഞങ്ങൾ തമാശക്ക് ഇന്ത്യാ ചീന ഭായി ഭായി എന്ന് വിളിച്ചു പറഞ്ഞു. പൊട്ടിച്ചിരിയോടെ എല്ലാവരും സന്തോഷം പ്രകടിപ്പിച്ചു. എല്ലായിടത്തും ഭക്ഷണത്തിന്റെ വൈവിദ്ധ്യം ഞങ്ങളെ അമ്പരപ്പിച്ചിരുന്നു. വിവിധതരം മത്സ്യമാംസാദികളും പച്ചക്കറികളും പയറു വർഗങ്ങളും കിഴങ്ങുകളും സൂപ്പുകളും മധുരപദാർത്ഥങ്ങളും ഒന്നിനു പുറകെ ഒന്നായി വിളമ്പുകയാണ് അവരുടെ രീതി. ഓരോ വിഭവവും കാലിയാകുമ്പോൾ അത് എടുത്തുമാറ്റി അടുത്ത വിഭവമെത്തിക്കാൻ ആകർഷകമായ യൂണിഫോം അണിഞ്ഞ യുവാക്കളും യുവതികളും തയ്യാറായി നിൽക്കുന്നുണ്ടാകും. ഇഷ്ടമുള്ളത് കഴിക്കാം. ഏതു സദ്യയിലും ആകർഷകമായ വിഭവം ഇലയിട്ട് തിളപ്പിച്ച ചായതന്നെയാണ്. ചിലപ്പോൾ അതിൽ കുങ്കുമപ്പൂവിന്റെ മാതൃകയിലുള്ള പൂക്കളും ചില ധാന്യങ്ങളും ഉണ്ടാകും. ഈ ചായ ആമാശയത്തിന് ആരോഗ്യമുണ്ടാക്കുന്ന ഔഷധംകൂടിയാണ്. ചായ ഗ്ലാസ് എപ്പോഴും നിറഞ്ഞിരിക്കും. അല്പം കഴിച്ചു കഴിയുമ്പോൾ തന്നെ ഗ്ലാസ് നിറയ്ക്കാൻ കെറ്റിലുമായി വിളമ്പുന്നവർ ഓടിയെത്തും. മുന്നിൽ നിരത്തിയ വൈൻ ഗ്ലാസിൽ അല്പം വൈൻ പകർന്ന് പാനോപചാരം നടത്തിയതിനു ശേഷം ഭക്ഷണം വിളമ്പാൻ തുടങ്ങി. ഭക്ഷണത്തിന്റെ കൂടെ മറ്റ് ലഹരിപദാർത്ഥങ്ങൾ ഒന്നുമില്ല. തുടക്കത്തിലെ ഉപചാരംമാത്രമേ ഉള്ളൂ. മേശപ്പുറത്ത് നിരത്തിയ വിഭവങ്ങളെടുക്കാൻ മേശ വൃത്താകൃതിയിൽ കറക്കാവുന്നതാണ്. വിവിധ തരം സൂപ്പുകളാണ് ആദ്യമെത്തിയത്. ഇഷ്ടമുള്ളത് അവനവനമുന്നിലെ കപ്പിലേക്ക് പകർന്നെടുക്കാം. ചോളവും ചീരയും

ഭക്ഷണശാലയിൽ (ലാൺ ഷുവിൽ)

കൊണ്ടുണ്ടാക്കിയ സൂപ്പ്, ബീഫും പച്ചക്കറിയും ചേർത്തത്, തക്കാളി, ഉരുളക്കിഴങ്ങ്, ചിക്കൻ സൂപ്പ് തുടങ്ങിയവയിൽ ഏതു വേണമെങ്കിലും കഴിക്കാം. കൂട്ടത്തിൽ ഒരു വലിയ കലത്തിന് ചുവട്ടിൽ Poridge എന്ന് എഴുതി വച്ചിരിക്കുന്നു. അരിയും മറ്റെന്തോ ധാന്യവും ചേർത്തുണ്ടാക്കിയ കഞ്ഞിയായിരുന്നു അത്. കലവും വലിയ തവിയും കണ്ടപ്പോൾ ഭക്ഷണസമൃദ്ധിക്ക് ഇടയിലും എനിക്ക് ചാൾസ് ഡിക്കൻസിന്റെ ഒലിവർ ട്വിസ്റ്റിനെയാണ് ഓർമ്മ വന്നത്. ഒഴിഞ്ഞ പാത്രങ്ങളുമായി Poridgeന് ക്യൂവിൽ നിൽക്കുന്ന പാവം കുട്ടികളെയും. സൂപ്പുകൾ പിന്മാറിയപ്പോൾ പച്ചക്കറികളും മത്സ്യവും മാംസവുമെല്ലാം വരവായി. പ്ലേറ്റിൽ വിളമ്പുന്ന ആഹാരം കഴിക്കാൻ ചൈനക്കാരുടെ കോലുകളുമുണ്ട് (chopsticks). എല്ലാവർക്കും വെളുത്ത മിനുസമായ കോലുകൾ വിതരണം ചെയ്തിട്ടുണ്ട്. ആവിയിൽ വേവിച്ചതും എണ്ണയിൽ വറുത്തെടുത്തതുമായ വിവിധയിനം മത്സ്യങ്ങൾ ചിത്രപ്പണിയുള്ള പ്ലേറ്റുകളിൽ അടുക്കിവച്ചിരിക്കുന്നു. അവയുടെയെല്ലാം ആധുനിക നാമങ്ങളും പ്രദർശിപ്പിച്ചിട്ടുണ്ട്. താറാവിറച്ചിയും പന്നിയിറച്ചിയും ചൈനക്കാർക്ക് പ്രധാനമാണ്. പലതരം മത്സ്യവിഭവങ്ങളും ഉണ്ട്. പച്ചക്കറികൾ ചേർത്തും അല്ലാതെയും തയ്യാറാക്കിയതും ആവിയിൽ വേവിച്ചതും പൊരിച്ചെടുക്കുന്നതുമായ വിവിധ തരം മത്സ്യങ്ങൾ. പിന്നീട് വിവിധയിനം ഷെൽ മത്സ്യങ്ങൾ, പലതരം കൊഞ്ചുകൾ, കക്കയിറച്ചി തുടങ്ങിയവ. പച്ചച്ചീരയിൽ ചെമ്മീൻ ചേർത്ത് തയ്യാറാക്കിയ വിഭവവും, കുരുമുളക് ചേർത്ത് ആവിയിൽ വേവിച്ച മത്സ്യവും അത്യധികം സ്വാദിഷ്ഠമാണ്. പലതരം ഞണ്ടുകളടക്കം എല്ലാമുണ്ട്. നമ്മുടെ കല്ലുമ്മക്കായ മാത്രം കണ്ടില്ല. കടൽ വിഭവങ്ങൾ ചൈനയുടെ അഭിമാനമാണ്. പതിനായിരത്തിലേറെ തരം കടൽ ഭക്ഷണം ചൈന കയറ്റുമതി ചെയ്യുന്നുണ്ടത്രേ.

തുടക്കത്തിൽ എനിക്കൊരു ഭയമുണ്ടായിരുന്നു. ഇക്കൂട്ടത്തിൽ വല്ല

പട്ടിയിറച്ചിയോ പാമ്പിറച്ചിയോ മറ്റോ ഉണ്ടോ എന്ന്. ഞാനത് പതുക്കെ സൂചിപ്പിച്ചപ്പോൾ എല്ലാവരും പൊട്ടിച്ചിരിച്ചു. ഇന്ത്യയിൽനിന്നുള്ള അതിഥികൾക്ക് ഞങ്ങൾ അത്തരം വിഭവങ്ങൾ വിളമ്പാറില്ലെന്ന് അവർ പറഞ്ഞു. കോലുകൾകൊണ്ട് ഭക്ഷണം കിള്ളിയെടുക്കാൻ ഞങ്ങൾ നടത്തിയ ശ്രമം പരാജയപ്പെട്ടപ്പോൾ, ഇന്ത്യൻ രീതിയിൽത്തന്നെ കഴിക്കാൻ ആതിഥേയർ നിർദ്ദേശിച്ചു. ടിക്കേന്ദർ മാത്രം ചൈനക്കാരേക്കാൾ ഭംഗിയായി കോലുകൊണ്ട് ആഹാരം കഴിച്ചു. അതീവ രുചികരമായ സാൽമൺ മത്സ്യവും മീൻമുട്ട അടങ്ങിയ സൂപ്പും വിവിധ നിറത്തിലുള്ള കക്കയിറച്ചികളും പലതരം കൂണുകളും ഞങ്ങൾ കഴിച്ചു. ഭക്ഷണത്തിൽ ധാരാളം പച്ചക്കറികൾ ഉൾക്കൊള്ളിച്ചതുകൊണ്ടായിരിക്കണം ചൈനയിൽനിന്ന് തിരിച്ചു വരുന്നതുവരെ ആർക്കും വയറിന് അസുഖമുണ്ടായില്ല. ബീജിങ്ങിൽ ഞങ്ങൾ താമസിച്ച ഹോട്ടലിൽ ഡൈനിങ് ഹാളിൽ മധുരക്കിഴങ്ങ് പുഴുങ്ങിയതും വേവിച്ച കടലയും കനലിൽ പൊള്ളിച്ച ചോളവും പൊടിയരിക്കഞ്ഞിയും എല്ലാം ലഭിക്കുമായിരുന്നു. ഇതോടൊപ്പം പാശ്ചാത്യരുടെ ഇഷ്ടത്തിനനുസരിച്ച് വിവിധതരം റൊട്ടികളും വെണ്ണയും ജാമും കേക്കുകളുമെല്ലാം ലഭിക്കും. വിവിധ രാജ്യങ്ങളിൽനിന്നുള്ള പ്രതിനിധികൾ ഉള്ളതിനാൽ ഞങ്ങളുടെ സന്ദർശന പരിപാടിയിലുടനീളം ലോകത്തിന്റെ വ്യത്യസ്ത ഭാഗങ്ങളിൽ നിന്നുള്ള ഭക്ഷണത്തിന്റെ വൈവിദ്ധ്യമുണ്ടായിരുന്നു. ഇതൊക്കെ അതിഥികൾക്കായി ഒരുക്കിയ വിരുന്നാണ്. ചൈനയിൽ സാധാരണക്കാരായ ഗ്രാമീണർക്ക് ദൈനംദിനം എന്തു ഭക്ഷണമാണ് ലഭ്യമാവുക എന്ന് ഞങ്ങൾ ചോദിച്ചു. ധാന്യങ്ങളും പലതരം കൂണുകളും കടൽ വിഭവങ്ങളും പലതരം ചീരയും പച്ചക്കറിയും മിതമായ വിലയ്ക്ക് ലഭ്യമാകുന്നുണ്ടെന്ന് നേതാക്കൾ പറഞ്ഞു. ഭക്ഷണത്തിനും വിശ്രമത്തിനും ശേഷം ഞങ്ങൾ വാൻഷൂ ഹോട്ടലിലേക്ക് പുറപ്പെടാൻ തയ്യാറായി. പോകുന്ന വഴിയിൽ ടിയാനെൻമെൻ സ്ക്വയറും ഫോർബിഡൻ സിറ്റിയും കാണാൻ ചെറിയ സമയമേ ലഭിച്ചുള്ളൂ.

സ്വർഗ്ഗക്ഷേത്രവും കാണണമെന്ന് ആഗ്രഹം പ്രകടിപ്പിച്ചെങ്കിലും അതിനൊന്നും സമയം തികയില്ലെന്ന് സ്വിങ് പറഞ്ഞു. ടിയാനൻമെൻ ചത്വരത്തിന് മുന്നിൽ ഒന്ന് ഇറങ്ങി നിൽക്കാനേ ഞങ്ങൾക്ക് കഴിഞ്ഞുള്ളൂ. ചത്വരത്തിലൂടെ എല്ലാഭാഗത്തും നടന്നെത്തണമെങ്കിൽ ഒരു ദിവസം മതിയാവില്ല. പടുകൂറ്റൻ നഗര ചത്വരമാണത്. വിസ്തീർണ്ണത്തിൽ ലോകത്തിൽ നാലാമത്തേത്. ടിയാനെൻമെൻ സ്ക്വയർ എന്നാൽ 'സ്വർഗ്ഗീയ സമാധാനത്തിന്റെ കവാടം' എന്നാണത്രേ അർത്ഥം. വിശാലമായ മുറ്റങ്ങൾക്കിരുവശവും നീണ്ടനിരയിൽ ചൈനീസ് വാസ്തുശില്പ കലാചാതുരിയുള്ള കെട്ടിടങ്ങളാണ്. ചത്വരം തന്നെ ഏകദേശം 109 ഏക്കറോളം വ്യാപിച്ചു കിടക്കുന്നു. ടിയാനെൻമെൻ സ്ക്വയർ മുതൽ ഏക്കറുകളോളം വ്യാപിച്ചു കിടക്കുന്നത് ചൈനയിലെ രാജകൊട്ടാരങ്ങളാണ്. ഫോർബിഡൻ സിറ്റി എന്നാണ് ഇവ അറിയപ്പെടുന്നത്. ബീജി

ങ്ങിന്റെ ഏതാണ്ട് മദ്ധ്യഭാഗത്താണ് ഫോർബിഡൻ സിറ്റി. ഇപ്പോൾ ഇത് പാലസ് മ്യൂസിയമാണ്. ചൈനക്കാർ ഇതിനെ ജിൻ ചെങ് എന്നാണ് പറയുന്നത്. (ജിൻ- Forbiden. ചെങ്- City) അഞ്ഞൂറ് വർഷത്തോളം വിവിധ രാജവംശങ്ങളുടെ വാസസ്ഥലമായിരുന്നു ഇത്. ചക്രവർത്തിയുടെ അനുവാദമില്ലാതെ ആർക്കും അകത്തേക്കോ പുറത്തേക്കോ കടക്കാൻ പാടില്ലാത്ത സ്ഥലം എന്ന അർത്ഥത്തിലായിരിക്കണം ജിൻ ചെങ് എന്ന പേര് വന്നത്. മിങ് രാജവംശം മുതൽ ക്വിങ് രാജവംശം വരെ ഉപയോഗിച്ച കൊട്ടാരങ്ങളാണ് ഇവ. ചൈനയുടെ പൗരാണിക വാസ്തുശില്പകലയുടെ മകുടോദാഹരണങ്ങളാണ് ഇവയോരോന്നും. 1987 ൽ ഐക്യരാഷ്ട്രസഭ ഫോർബിഡൻ സിറ്റിയെ ലോക ഹെറിറ്റേജ് നഗരിയായി പ്രഖ്യാപിച്ചു. മരംകൊണ്ട് നിർമ്മിച്ച പൗരാണിക കെട്ടിടങ്ങളിൽ ലോകത്തിൽ ഏറ്റവും വലുതാണ് ഇവയെന്ന് യുനെസ്കോ പ്രഖ്യാപിച്ചു. വാസ്തുകലയുടെ മാണിക്യമായ കൊട്ടാരത്തിനകത്ത് കയറാൻ സമയമില്ലാത്തതിൽ അതിയായ സങ്കടം തോന്നി.

പിറ്റേന്നു കാലത്ത് ഞങ്ങൾ ബീജിങ്ങിനോട് വിടപറയുകയാണ്. രാവിലെ ആറു മണിക്ക് ലഗേജുകൾ പായ്ക്കു ചെയ്ത് കെട്ടിടത്തിനു വെളിയിൽ വയ്ക്കണം. അറ്റൻഡർമാർ നേരത്തെ തന്നെ അത് വിമാനത്താവളത്തിൽ കൊണ്ടുപോയി എല്ലാ നടപടിക്രമങ്ങളും പൂർത്തിയാക്കി ഷാങ്ഹായിലേക്കുള്ള കാർഗോയിൽ കൊടുത്തുവിടും. 6.30 ന് പ്രഭാതഭക്ഷണം കഴിച്ച് തയ്യാറാകണം. മുറിയിൽ എത്തിയ ഉടനെ എല്ലാ ബാഗുകളും തയ്യാറാക്കിവച്ചു. ഉറങ്ങാൻ കിടക്കുമ്പോൾ മനസ്സ് അല്പം അസ്വസ്ഥമായിരുന്നു. തലേ ദിവസത്തെപ്പോലെ ഉറങ്ങിപ്പോകുമോ എന്ന ഭയം. അതിലുപരി ബീജിങ്ങിൽ കാണാനുള്ളതെല്ലാം കണ്ടുകഴിഞ്ഞില്ല എന്ന സങ്കടം. മൂന്നു ദിവസത്തെ ബീജിങ് കാഴ്ചകൾ ഒരു കാലിഡോസ്കോപ്പിലെന്നവണ്ണം മനസ്സിന്റെ സ്ക്രീനിൽ ചിതറിക്കിടക്കുന്നു. കാഴ്ചകളുടെ തിരയിളക്കം മനസ്സിനെ ഉറങ്ങാൻ അനുവദിച്ചില്ലെങ്കിലും രാത്രിയുടെ ഏതോ യാമത്തിൽ നിദ്ര കണ്ണുകളെ തഴുകി.

9

ചൈനയുടെ സ്വപ്നനഗരിയിൽ

ഇരുപത്തിയെട്ടാം തീയതി രാവിലെ 6.30 ന് മുമ്പ് ഭക്ഷണമുറിയിലെത്തി. ആളുകൾ വന്നു തുടങ്ങിയതേ ഉള്ളൂ. ഏഴ് മണിക്ക് വിമാനത്താവളത്തിലേക്കുള്ള ബസ് വരും. അതിനുമുമ്പ് ആഹാരം കഴിച്ച് തയ്യാറാകണം. അല്പം നൂഡിൽസ്, റൊട്ടി, മുട്ട പുഴുങ്ങിയത് തുടങ്ങിയവയും ഒരു ഗ്ലാസ് മാമ്പഴച്ചാറും രേഖാദിയുടെ കൂടെയിരുന്ന് കഴിച്ചു. ഡൈനിങ് ഹാളിൽ ചായ കഴിച്ചുകൊണ്ടിരിക്കെ പിന്നിൽ നിന്ന് സഖാവേ എന്നൊരു വിളി. അത്ഭുതത്തോടെ തിരിഞ്ഞുനോക്കുമ്പോൾ പ്രകാശ്ബാബു. സി പി ഐയുടെ നേതാവും മുൻ എം എൽ എയുമാണ് പ്രകാശ് ബാബു. നായനാർ ഗവൺമെന്റിന്റെ കാലത്ത് (1996–2001) ഞങ്ങളൊന്നിച്ച് അസംബ്ലിയിൽ ഉണ്ടായിരുന്നു. ഞാൻ കൂത്തുപറമ്പ് നിയോജക മണ്ഡലത്തിൽനിന്നും പ്രകാശ് ബാബു ചാത്തന്നൂർ മണ്ഡലത്തിൽനിന്നുമാണ് തിരഞ്ഞെടുക്കപ്പെട്ടത്. നിയമസഭയിൽ നല്ല അടുക്കും ചിട്ടയും ഉള്ള പ്രസംഗമായിരുന്നു പ്രകാശ് ബാബുവിന്റേത്. ഞാൻ സന്തോഷത്തോടെ അദ്ദേഹത്തെ അഭിവാദ്യം ചെയ്തു. സി പി ഐയുടെ നാലംഗ പ്രതിനിധി സംഘമാണ് ചൈനയിൽ എത്തിയിട്ടുള്ളത്. ബാലചന്ദ്ര കാംഗോയാണ് ടീം ലീഡർ. പ്രകാശ് ബാബു സംഘാംഗങ്ങളെ ഞങ്ങൾക്ക് പരിചയപ്പെടുത്തി. അവർ ചൈനയുടെ മറ്റൊരു ഭാഗത്തേക്കാണ് പോകുന്നത്.

എയർ ചൈനയുടെ 1519 നമ്പർ വിമാനത്തിൽ ഞങ്ങൾ ഷാങ്ഹായിലേക്ക് പറന്നു. 9.30 ന് ബീജിങ് വിമാനത്താവളത്തിൽനിന്ന് പറന്നുയർന്ന വിമാനം മാവോ മ്യൂസിയം, വൻമതിൽ, ടിയാനെൻമെൻ ചത്വരവുമെല്ലാം ബഹുദൂരം പിന്നിലാക്കി ഷാങ്ഹായി ലക്ഷ്യംവച്ച് നീങ്ങി. 11.30 ന് ഷാങ്ഹായി ഇന്റർനാഷണൽ എയർപോർട്ടിലേക്ക് വിമാനം താഴ്ന്നു പറന്നപ്പോൾ അത്ഭുതക്കാഴ്ചയായി ഷാങ്ഹായി നഗരം കണ്ണുകളിൽ

എമ്മയോടൊപ്പം

നിറഞ്ഞു. അംബരചുംബികളായ കോൺക്രീറ്റ് കെട്ടിടങ്ങൾ. ഒരു കെട്ട് തീപ്പെട്ടിക്കൂടുകൾ അടുക്കിവച്ചതുപോലെ നൂറും നൂറിലധികവും നിലകളുള്ള കൂറ്റൻ സൗധങ്ങൾ. ഭൂമിയോട് അടുക്കുന്തോറും കെട്ടിടങ്ങളുടെ വലുപ്പവും സാങ്കേതികത്തികവും തെളിഞ്ഞുവന്നു. മാത്രമല്ല കെട്ടിടങ്ങളുടെ ഇടയിലായി ധാരാളം മരങ്ങളും ഉദ്യാനങ്ങളും തടാകങ്ങളും തെളിഞ്ഞുവന്നു. ഷാങ് ഹായ് - ചൈനയുടെ സ്വപ്നനഗരി! ഇതാ ഞങ്ങളുടെ കൺമുന്നിൽ ഇളംവെയിലിൽ കുളിച്ചുനില്ക്കുന്നു!

വിമാനത്താവളത്തിൽ ഞങ്ങളെ കാത്ത് അന്താരാഷ്ട്ര ഡിപ്പാർട്ട്മെന്റിന്റെ തലവൻ ഷാവോ ലെജിയും സംഘവും എത്തിയിട്ടുണ്ട്. ഒരു ദ്വിഭാഷിയും ഷാങ്ഹായിലെ പ്രോഗ്രാം കോ-ഓർഡിനേറ്ററും കൂടെയുണ്ട്. നല്ല ഉയരവും പ്രസരിപ്പുമുള്ള വാങ്ലിയാങ് എന്ന സുന്ദരിക്കുട്ടിയാണ് പ്രോഗ്രാം കോർഡിനേറ്റർ. എമ്മാ എന്നാണ് അവളുടെ ഇംഗ്ലീഷ് വിളിപ്പേര്. എമ്മ, സ്വിങ്ങിനേക്കാൾ പ്രായത്തിൽ ഇളയതാണ്. ഔദ്യോഗിക പദവിയിലും സ്വിങ് തന്നെയാണ് ഉയർന്ന ഓഫീസർ. കമ്യൂണിസ്റ്റ് പാർട്ടിയുടെ അന്താരാഷ്ട്രവിഭാഗം നേതാവും അക്കാദമിയുടെ പ്രസിഡണ്ടും പി ബി അംഗവുമായ ഷാവോലെജി ഞങ്ങളെ സ്വീകരിക്കാനെത്തിയതിൽ സന്തോഷം തോന്നി. സ്വിങ് ഏറെ സംസാരപ്രിയയായിരുന്നില്ലല്ലോ. എമ്മ അങ്ങനെയല്ല. ചെറിയ കുട്ടിയുടെ കൗതുകത്തോടെ ഞങ്ങളോരോരുത്തരോടും അവൾ കുശലാന്വേഷണം നടത്താൻ തുടങ്ങിയിരുന്നു. വിമാനത്താവളത്തിന്റെ സ്വീകരണ മുറിയിലെ സല്ക്കാരത്തിനുശേഷം ഞങ്ങളെ കൊണ്ടുപോയത് സിലാപ് എന്നറിയപ്പെടുന്ന ചൈനയുടെ പ്രസിദ്ധമായ അക്കാദമിയിലേക്കാണ്. ഷാങ്ഹായിലെ ഞങ്ങളുടെ മൂന്ന് ദിവസത്തെ താമസം ഈ അക്കാദമിയിൽ ആയിരിക്കുമെന്ന് നേരത്തെ തന്നെ സൂചിപ്പിച്ചിരുന്നു.

കേന്ദ്ര ഗവൺമെന്റ് സ്ഥാപിച്ച ചൈനയുടെ ദേശീയ അക്കാദമിയാണ് സിലാപ് (China Executive Leadership Accadamy pudong, CELAP). പുതിയ പുഡോങ് ഏരിയയിലാണ് അക്കാദമി സ്ഥിതി ചെയ്യുന്നത്. അഞ്ഞൂറ് ഏക്കറിലേറെ വിസ്തൃതിയുള്ള കാമ്പസിൽ ഹാളുകളും ഗസ്റ്റ്

ഹൗസുകളും ഒക്കെയായി അക്കാദമി വ്യാപിച്ചു കിടക്കുന്നു. വിശാലമായ പുൽമൈതാനങ്ങളും അലങ്കാരച്ചെടികളും തണൽമരങ്ങളും തടാകങ്ങളും ഒക്കെയായി മിഴി പൂട്ടാതെ നോക്കിനില്ക്കാൻ തോന്നുന്ന പരിസരം. വൈവിദ്ധ്യമേറിയ പഠന പരിശീലനക്കളരിയാണ് സിലാപ്. 2005 ലാണ് അക്കാദമി സ്ഥാപിതമായത്. എക്സിക്യൂട്ടീവ് ലീഡർഷിപ്പ് അക്കാദമി എന്ന പേര് അന്വർത്ഥമാക്കുംവിധം ജനപ്രതിനിധികൾ, ഉദ്യോഗസ്ഥർ, വ്യവസായസംരംഭകർ, വിദ്യാർത്ഥികൾ തുടങ്ങിയ സമൂഹത്തിന്റെ വിവിധ മേഖലകളിൽ ഉള്ളവർക്ക് ആവശ്യമായ ആധുനിക വിജ്ഞാനവും നേതൃത്വഗുണവും പകർന്നു നല്കുന്ന പരിശീലനമാണ് അക്കാദമി നല്കുന്നത്. അതിനാവശ്യമായ അക്കാദമിക നിലവാരമുള്ള പ്രൊഫസർമാരും പരിശീലകരും അക്കാദമിയിൽ ഉണ്ട്. രാജ്യത്തിന്റെ നാനാഭാഗത്തുനിന്ന് തിരഞ്ഞെടുക്കപ്പെടുന്നവരും വിദേശത്തുനിന്നെത്തുന്ന സംഘങ്ങളും ഗവേഷണവിദ്യാർത്ഥികളും പരസ്പരം അറിവും അനുഭവങ്ങളും പങ്കുവച്ച് സിലാപിലെ ക്ലാസ് മുറിയിലൂടെ കടന്നു പോകുന്നു. ചൈനയുടെ പുതിയ സമീപനമായ തുറന്ന വാതിൽ പദ്ധതി ഫലപ്രദമാക്കാനുള്ള ചർച്ചകൾ അക്കാദമിയിൽ നടക്കുന്നുണ്ടെന്ന് പാർട്ടി നേതാക്കൾ പറഞ്ഞു. മാറുന്ന ലോകത്തിനൊപ്പം സഞ്ചരിക്കുന്നതിനും കാലിടറാതെ പിടിച്ചുനില്ക്കുന്നതിന് കഴിവുമുള്ള നേതൃത്വത്തെ വളർത്തിയെടുക്കുകയുമാണ് ലക്ഷ്യമെന്ന് ഷാവോലെജി പറഞ്ഞു. പുതിയ തലമുറയിൽ സേവന മനസ്ഥിതി ഉളവാക്കുന്നതിനും പാർട്ടി അച്ചടക്കം പാലിക്കാൻ പഠിപ്പിക്കുന്നതിനും ശ്രദ്ധിക്കുന്നുണ്ട്. വിദ്യാഭ്യാസ മൂല്യം, കഴിവ് വർദ്ധിപ്പിക്കൽ, വ്യക്തിത്വ വികാസം, സ്വഭാവ നിയന്ത്രണം എന്നിവയാണ് അക്കാദമിയുടെ പ്രവർത്തനത്തിന്റെ അടിസ്ഥാനം. ശക്തവും ധാർമ്മികവും ഫലപ്രദവുമായ നേതൃത്വ നിരയെ വളർത്തിയെടുക്കുകയാണ് ലക്ഷ്യം. ചൈനയുടെ വ്യത്യസ്ത സാംസ്കാരിക ധാരകളുടെ സമന്വയത്തിനും അന്താരാഷ്ട്ര സൗഹൃദം വളർത്തിയെടുക്കാനും ശ്രദ്ധിക്കുന്നു.

ലോകരാഷ്ട്രങ്ങളിലെ നിരവധി പ്രമുഖർ സിലാപ് സന്ദർശിച്ചിട്ടുണ്ട്. ഫിദൽ കാസ്ട്രോ, ദക്ഷിണാഫ്രിക്കൻ പ്രസിഡന്റ് ജേക്കബ് സുമ, മുൻ ഓസ്ട്രേലിയൻ പ്രധാനമന്ത്രി ജൂലിയ ഗില്ലാർഡ്, മുൻഫ്രഞ്ച് പ്രധാനമന്ത്രി ഡൊമിനിക്- സി- വില്ലേപിൻ, അമേരിക്കൻ ധനകാര്യമന്ത്രി ആയിരുന്ന ഹെൻറി പോൾസൺ തുടങ്ങി അക്കാദമിയിൽ എത്തിച്ചേർന്ന പ്രമുഖരുടെ നീണ്ടനിര തന്നെയുണ്ട്.

അക്കാദമിയുടെ ഗസ്റ്റ് ഹൗസാണ് ഞങ്ങൾക്ക് താമസത്തിന് ഒരുക്കിയത്. മുറ്റത്തെ പുൽത്തകിടികളും ടെന്നീസ് കോർട്ടുകളും പിന്നിട്ട് ഞങ്ങൾ ഗസ്റ്റ് ഹൗസിന്റെ മുന്നിൽ ചെന്നിറങ്ങി. മൂന്നാമത്തെ നിലയിലാണ് മുറികൾ. റൂം നമ്പർ 2001 മുതൽ 2009 വരെ ഇടനാഴിയുടെ ഇരുവശത്തുമായി ക്രമീകരിച്ച 10 മുറികൾ ഞങ്ങൾക്കായി തുറക്കപ്പെട്ടു. ഓരോ സ്യൂട്ടിലും രണ്ട് മുറികൾ വീതം. ഒരു പഠനമുറിയും ഒരു കിടപ്പുമുറിയും. ലളിതമെങ്കിലും വൃത്തിയും വെടിപ്പുമുള്ള ആധുനിക സംവിധാനങ്ങൾ

മുറിയിലുണ്ട്. പഠന മുറിയിൽ ഡെസ്ക്ടോപ്പ് കമ്പ്യൂട്ടർ ക്രമീകരിച്ചിരിക്കുന്നു. താല്പര്യമുള്ളവർക്ക് ഇന്റർനെറ്റ് ഉപയോഗിക്കാനുള്ള വൈഫൈ സംവിധാനം അക്കാദമിയിലുണ്ട്. വഴിയിൽവച്ചുതന്നെ വൈഫൈ ലഭിക്കാനുള്ള കോഡ് ഞങ്ങൾക്ക് പറഞ്ഞുതന്നിരുന്നു. ചെറിയ പുസ്തക അലമാരയും സോഫകളും കസേരകളും ഒക്കെയുള്ള ഈ മുറി പഠനത്തിനും വായനയ്ക്കും പറ്റിയ അന്തരീക്ഷം പ്രദാനം ചെയ്യും. പഠനമുറിയിൽ നിന്ന് നേരെ കടക്കുന്നത് കിടപ്പുമുറിയിലേക്കാണ്. ഭംഗിയുള്ള കർട്ടനുകൾകൊണ്ട് അലങ്കരിച്ച ജനലുകളും തൂവെള്ള വിരിപ്പിട്ട കിടക്കയും ഇരുന്നെഴുതാനുള്ള മേശയും കസേരയും എല്ലാം ചേർന്ന് ഈ മുറി ഏറെ വിസ്താരമില്ലെങ്കിലും സൗകര്യപ്രദമാണ്. ടോയ്‌ലറ്റിന്റെയും ബാത്ത്റൂമിന്റെയും ഒരു ഭാഗം വേർതിരിച്ച് വസ്ത്ര അലമാരയും നനഞ്ഞ വസ്ത്രങ്ങൾ ഉണക്കുന്നതിനുള്ള ഡ്രയറും സംവിധാനം ചെയ്തിട്ടുണ്ട്. കുളിമുറിയിൽ വൻകിട ഹോട്ടലിലേതുപോലെ ബാത്ത്ടബ്ബും മറ്റുമില്ല. ഏറെ ലളിതവും വൃത്തിയുമുള്ള ക്രമീകരണം. ആധുനിക രീതിയിൽ ഒരു ട്രേയിൽ സോപ്പ്, ഷാംപൂ, ക്രീമുകൾ, ലോഷനുകൾ, ചീപ്പ്, ഇയർബഡ്സ് തുടങ്ങിയ പലതും ക്രമീകരിച്ചിരിക്കുന്നു. ട്രേയിലെ വസ്തുക്കൾ ഏറെ കൗതുകകരമാണ്. വിപണിയിൽ ലഭിക്കുന്ന വൻകിട കമ്പനികളുടെ ബ്രാൻഡഡ് ഉല്പന്നങ്ങൾ ഒന്നും അതിൽ കണ്ടില്ല. എല്ലാം കുടിൽ വ്യവസായ ഉല്പന്നമാണ്. പക്ഷേ അവയെല്ലാം ചൈനയുടെ സുന്ദരമായ ചിത്രലിപികൾ ആലേഖനം ചെയ്ത മനോഹരമായ കവറുകളിലും ട്യൂബുകളിലും വൃത്തിയായി അടക്കം ചെയ്തിരിക്കുന്നു. കൈകൊണ്ട് നിർമ്മിച്ച മരച്ചീപ്പ്, വൃത്താകൃതിയിലുള്ള വെണ്ണയുടെ നിറമുള്ള സോപ്പ് എന്നിവയ്ക്ക് പുറമെ ഒരു പാക്കറ്റിൽ കുറെ തയ്യൽ സൂചികളും വിവിധ നിറത്തിലുള്ള നൂലുകളും കുപ്പായ കുടുക്കുകളുമുണ്ട്. എന്തുകൊണ്ടും ആകർഷകവും ഉപകാരപ്രദവുമായ കിറ്റ് ആയിരുന്നു അത്. ഓർമ്മയ്ക്കുവേണ്ടി ഇവയിൽ ചിലത് വീട്ടിലേക്ക് കൊണ്ടുപോയാലോ എന്ന് രണ്ടാമത്തെ ദിവസം സ്വിങ്ങിനോട് ചോദിച്ചു. ഒരു കുഴപ്പവുമില്ല. ഓരോ ദിവസവും നിങ്ങൾക്ക് സ്വന്തമായി തരുന്നതാണ് അവ. ആവശ്യമുണ്ടെങ്കിൽ എടുക്കാവുന്നതാണ്. അത് ശരിയാണ്. വൻകിട ഹോട്ടലുകളിലേതുപോലെ പകുതി ഉപയോഗിച്ചുവച്ച എല്ലാ സാധനങ്ങളും പിറ്റേന്ന് രാവിലെ അപ്രത്യക്ഷമാകുകയും പകരം പുതിയ പാക്കറ്റ് പ്രത്യക്ഷമാകുകയും ചെയ്യുമായിരുന്നു. ഞങ്ങൾ ഓരോന്നിന്റെയും സാമ്പിളുകൾ കൂടെ കൊണ്ടു പോന്നു. അക്കാദമിയുടെ താമസസ്ഥലവും പരിസരവും ഞങ്ങൾക്ക് നന്നേ ഇഷ്ടമായി. അലമാരയിൽ പ്രദർശിപ്പിച്ച പുസ്തകങ്ങൾ എല്ലാം ചൈനീസ് ഭാഷയിൽ ഉള്ളതായിരുന്നു.

ലഗേജുകൾ മുറിയിൽ വച്ച ഉടനെ കോ-ഓർഡിനേറ്റർ താഴേക്ക് വിളിച്ചു. സിലാപിന്റെ വിശാലമായ ഒരു ലൈബ്രറി സന്ദർശിക്കാനാണ് ഞങ്ങളെ കൊണ്ടുപോയത്. ഈ ലൈബ്രറിയിലും അടുക്കിവച്ച പുസ്തകങ്ങളിലേറെയും ചൈനീസ് ഭാഷയിലുള്ളതാണ്. കുട്ടികൾക്കും മുതിർന്ന

അക്കാദമി ലൈബ്രറിയിലെ കുട്ടികളുടെ റീഡിങ് റൂം

വർക്കും വേറെ വേറെ വായനാമുറികളുണ്ട്. വട്ടമേശകൾക്ക് ചുറ്റിലും സോഫകളിലും ഇരുന്ന് ആളുകൾ വായിക്കുകയാണ്. തികച്ചും നിശ്ശബ്ദമായ അന്തരീക്ഷം. കുട്ടികളുടെ ഭാഗത്ത് കൊച്ചുകസേരകളിൽ ഇരുന്ന് ചെറിയ കുട്ടികൾ എന്തൊക്കെയോ കുറിക്കുന്നു. ചോദിച്ചപ്പോൾ ഹോംവർക്ക് ചെയ്യുകയാണെന്ന് പറഞ്ഞു. വീട്ടിൽ ഒറ്റക്കിരിക്കുന്നതിന് പകരം അവർ പരസ്പരം സഹായിച്ച് ഹോംവർക്ക് പൂർത്തിയാക്കുന്നു. അന്ന് അവധിദിനം ആയതുകൊണ്ട് വെളിയിൽ നിന്ന് ധാരാളം ആളുകൾ വായിക്കാനും വിശ്രമിക്കാനും എത്തിച്ചേർന്നിട്ടുണ്ട്. ഒരു തൂണിന് ചുറ്റും ക്രമീകരിച്ച ഇരിപ്പിടത്തിൽ മറ്റുള്ളവർ വായിക്കുന്നത് നോക്കി രണ്ട് പ്രായംചെന്ന പുരുഷന്മാർ ഇരിക്കുന്നു. തീർത്തും സാധാരണക്കാരായി തോന്നിച്ച അവരുടെ അടുത്തേക്ക് ഞങ്ങൾ ചെന്നു. അവർ പുഞ്ചിരിച്ചു. പേരെന്താണെന്ന് ചോദിച്ചപ്പോൾ കാതിനു പിറകിൽ കൈവച്ച് ഒരാൾ ഞങ്ങളെ നോക്കി. അല്പം കേൾവിക്കുറവുണ്ട്. നിശ്ശബ്ദത ഭേദിച്ച് ഉച്ചത്തിൽ പറയാനും വയ്യ. എമ്മ ഒരു കടലാസിൽ ചൈനീസ് ഭാഷയിൽ ഞങ്ങളുടെ ചോദ്യം എഴുതിക്കൊടുത്തു. സൂയുഫു, യാങ്സിങ്വി എന്നി

ങ്ങനെയാണ് അവരുടെ പേരുകൾ. രണ്ടുപേരും കൃഷിക്കാരായിരുന്നു. ഇപ്പോൾ പെൻഷൻ വാങ്ങി ജീവിക്കുന്നു. 88 വയസ്സ് കഴിഞ്ഞു. നാലാം ക്ലാസിനു സമാനമായ വിദ്യാഭ്യാസമേ ഉള്ളൂ. രണ്ടുപേരും ജീവിതത്തിൽ സംതൃപ്തരാണെന്ന് പറഞ്ഞു. ഞങ്ങൾ അവരെ അഭിവാദ്യം ചെയ്ത് കെട്ടിടത്തിന്റെ മറ്റ് മുറികളിലേക്ക് നീങ്ങി. ഒരു മുറിയിൽ പ്രായം ചെന്ന കുറെ സ്ത്രീകൾ പാവനിർമ്മാണം, എംബ്രോയിഡറി തുടങ്ങിയ തൊഴിലിൽ ഏർപ്പെട്ടിരിക്കുകയാണ്. വിശ്രമവും വിനോദവും മാത്രമല്ല, ചെറിയ ധനാഗമമാർഗ്ഗം കൂടിയാണത്. തൊട്ടടുത്ത ചെറിയ ഹാളിന്റെ മൂലയിൽ നിന്ന് മനോഹരമായ ഗാനം കേട്ടപ്പോൾ നീങ്ങി. ഉയരമുള്ള ഒരു വട്ടമേശയുടെ രണ്ട് ഭാഗത്തായി കാല് നിലത്തുമുട്ടാത്ത ഉയരമുള്ള രണ്ട് കസേരകളിലിരുന്ന് ഗാനാലാപനം നടത്തുകയാണ് സ്ത്രീയും പുരുഷനും. രണ്ട് പേർക്കും 70 ന് അടുത്ത പ്രായമുണ്ട്. പുരുഷന്റെ കൈയിൽ വീണ പോലുള്ള സംഗീത ഉപകരണവുമുണ്ട്. അത് അദ്ദേഹം മനോഹരമായി വായിക്കുന്നതാണ് ഞങ്ങൾ കേട്ടത്. സ്ത്രീ മുന്നിൽ തുറന്നുവച്ച പുസ്തകത്തിലെ വരികൾ നോക്കി പാടുകയാണ്. ലീ റൂപിങ്, ചെ ജിയാങ് എന്നിങ്ങനെയാണ് അവരുടെ പേരുകൾ. ഞങ്ങൾ അഭ്യർത്ഥിച്ചപ്പോൾ അവർ പാട്ട് തുടർന്നു. ഏതോ ഗൃഹാതുരത്വം ഉണർത്തുന്ന അതിമനോഹരമായ ഗാനം. ആർദ്രമായ പശ്ചാത്തല സംഗീതം. പ്രായം എഴുപതോട് അടുത്തിട്ടും കുയിൽനാദംപോലെ ചേതോഹരമായ ശബ്ദത്തിൽ ലയിച്ച് പാടുന്നു. ഞങ്ങൾ ശ്വാസമടക്കി നിന്നുപോയി. ഞാൻ ടാബ്ലെറ്റിൽ അവരുടെ ചിത്രവും സംഗീതവും പകർത്തി എടുത്തു. അർത്ഥം പൂർണ്ണമായി മനസ്സിലായില്ലെങ്കിലും ഹൃദയദ്രവീകരണശേഷിയുള്ള ആ മനോഹര ഗീതം ഇപ്പോഴും ഇടയ്ക്കിടെ കേൾക്കാറുണ്ട്. ഒരു ഗ്രാമീണ ഉത്സവ പരിപാടിയിൽ അവതരിപ്പിക്കാൻ ക്വിയിങ് പ്രൊവിൻസ് ഒപ്പേരയ്ക്ക് വേണ്ടി പരിശീലനം നടത്തുകയാണെന്ന് അവർ പറഞ്ഞു.

10

സോഷ്യലിസത്തിലേക്കുള്ള നീണ്ട പാത

ഇരുപത്തിയൊൻപതാം തീയതി രാവിലെ എട്ടു മണിക്ക് പ്രഭാതഭക്ഷണം കഴിഞ്ഞ് തയ്യാറായി. ഒമ്പത് മണിക്ക് ലക്ചർ ഹാളിൽ എത്തണം. അക്കാദമിയിൽനിന്ന് ലഭിച്ച തുണിസഞ്ചിയിൽ പുസ്തകങ്ങളുമായി ഞങ്ങൾ കാമ്പസിലൂടെ ക്ലാസ് നടക്കുന്ന കെട്ടിടത്തിലേക്ക് പുറപ്പെട്ടു. പ്രഭാതത്തിൽ മഞ്ഞിന്റെ നനവാർന്ന പുൽത്തകിടിയിലൂടെയുള്ള നടത്തം ഉന്മേഷം പകരുന്നതാണ്. ഇടയ്ക്ക് ചെറിയ കുളങ്ങളും കുളക്കരയിൽ വച്ചുപിടിപ്പിച്ച മഞ്ഞ മുളകളും ചേർന്ന് പരിസരമാകെ അത്യാകർഷകമായിരുന്നു. അക്കാദമിയുടെ പ്രധാന കെട്ടിടത്തിലാണ് ലക്ചർ ഹാൾ. കടുംചുവപ്പ് നിറമാർന്ന തൂണുകളിൽ പ്രൗഢഗംഭീരമായ മൂന്നുനിലകെട്ടിടമാണ് പ്രധാന ഭാഗം. നിരവധി ക്ലാസ് മുറികളും ഓഫീസ് മുറികളും ചേർന്ന ഈ കെട്ടിടത്തിൽ എല്ലാഭാഗത്തേക്കും വിശാലമായ ഇടനാഴികളുണ്ട്. ഗവേഷണ വിദ്യാർത്ഥികളും അവരെ നയിക്കുന്ന പ്രൊഫസർമാരും തിരക്കിട്ട് അങ്ങോട്ടുമിങ്ങോട്ടും പോകുന്നുണ്ട്. ഞങ്ങൾ ക്ലാസ് നടക്കുന്ന മുറി അന്വേഷിച്ച് കണ്ടെത്തി. കോളേജിൽ ചേർന്നപ്പോൾ ആദ്യത്തെ ദിവസം ക്ലാസ് ആരംഭിക്കുമ്പോഴുള്ള വിദ്യാർത്ഥിനിയുടെ ഉത്ക്കണ്ഠയ്ക്ക് സമാനമായ എന്തോ ഒന്ന് എന്റെ മനസ്സിൽ നിറഞ്ഞു. എല്ലാവരും ഉത്സാഹത്തിൽ ആയിരുന്നു. എല്ലാ യോഗങ്ങളിലും കസേരയിൽ പേരെഴുതിവക്കുന്നത് പതിവായതിനാൽ ഞങ്ങൾ ആദ്യംതന്നെ സ്വന്തം കസേര കണ്ടുപിടിക്കുകയാണ് ചെയ്തത്. ദീർഘവൃത്താകൃതിയിലുള്ള അദ്ധ്യക്ഷവേദിക്ക് ചുറ്റുമാണ് ഇരിപ്പിടം ഒരുക്കിയിരുന്നത്. അക്കാദമിയിൽ തങ്ങുന്ന മൂന്നുദിവസവും വിവിധ വിഷയങ്ങളിൽ ക്ലാസുകൾ ഉണ്ടെന്ന് പരിപാടി പട്ടികയിൽനിന്ന് മനസ്സിലാക്കിയിരുന്നു. ആദ്യത്തെ ദിവസം രണ്ട് ക്ലാസുകളാണ്. സോഷ്യലിസത്തിലേക്കുള്ള നീണ്ട പാത, ചൈനയിൽ പുതിയ നേതൃ

ത്വം എന്നീ വിഷയങ്ങൾ കൈകാര്യം ചെയ്യുന്നത് പ്രൊഫ. ജിയാങ് ഹൈഷൻ, ഡോ. തുഷൂ ബായ് എന്നിവരാണ്. രണ്ടാമത്തെ ദിവസം ചൈനയുടെ ഭരണകൂട ഘടന (State Structure and System of China), താഴെ തലത്തിൽ കമ്യൂണിസ്റ്റ് പാർട്ടി കെട്ടിപ്പടുക്കൽ എന്നീ വിഷയങ്ങളാണ് ചർച്ച ചെയ്യുക. പ്രൊഫ. ജിയാങ് ജുൻജി, പെങ്ബോ എന്നിവരാണ് ചർച്ച നിയന്ത്രിക്കുക. തുടർച്ചയായ ക്ലാസുകൾ വിരസമാകുമോ എന്ന ആശങ്കയുണ്ടായിരുന്നു ഞങ്ങൾക്ക്. എന്നാൽ ക്ലാസ് ആരംഭിച്ചതോടെ ആശങ്ക അസ്ഥാനത്തായി. അത്യധികം രസകരവും വിജ്ഞാനപ്രദവുമായിരുന്നു ഓരോ ക്ലാസും. ക്ലാസിനിടയിൽ ഇടപെടുകയും അഭിപ്രായങ്ങൾ ചോദിക്കുകയും ആവാം. അദ്ധ്യാപകർ വിനയാന്വിതരും ചോദ്യങ്ങൾ ക്ഷമയോടെ കേൾക്കുന്നവരും ആയിരുന്നു. ചൈനയെക്കുറിച്ചുള്ള ഏത് ചോദ്യത്തിനും മുൻകൂട്ടി തയ്യാറാക്കിയ സ്ഥിരം മറുപടിയാണ് ചൈനക്കാരിൽ നിന്ന് ലഭിക്കുകയെന്ന് പലരും പറഞ്ഞുകേട്ടിരുന്നു. എന്നാൽ സ്വതന്ത്രമായി ആശയവിനിമയം നടത്താൻ കഴിയുന്ന അന്തരീക്ഷമാണ് ക്ലാസിൽ ഉണ്ടായിരുന്നത്. തികഞ്ഞ ആധികാരികതയോടെയും ആത്മവിശ്വാസത്തോടെയുമാണ് അദ്ധ്യാപകർ ചൈനയുടെ സാമൂഹ്യാവസ്ഥയെക്കുറിച്ച് പറയുന്നത്. ചൈനയിലെ കമ്യൂണിസ്റ്റ് പാർട്ടി ആഗ്രഹിക്കുന്ന വളർച്ചയെക്കുറിച്ചും വികസനത്തെക്കുറിച്ചും മറ്റുള്ളവരെ ബോദ്ധ്യപ്പെടുത്തുക എന്നതാണ് തങ്ങളുടെ ആഗ്രഹം എന്ന് അവർ തുറന്നു പറഞ്ഞു.

പ്രൊഫ. ജിയാങ് ഹൈഷന്റെ ക്ലാസിൽ പങ്കെടുക്കാൻ ഞങ്ങൾക്ക് ഏറെ താല്പര്യമുണ്ടായിരുന്നു. പരിചയപ്പെട്ടപ്പോൾത്തന്നെ മനസ്സിൽ പതിഞ്ഞ ആ വ്യക്തിത്വവും അദ്ദേഹം കൈകാര്യം ചെയ്യാൻ പോകുന്ന വിഷയത്തിന്റെ പ്രത്യേകതയുമാണ് ഞങ്ങളെ ആകർഷിച്ചത്. എക്സി. അക്കാദമിയുടെ വൈസ് പ്രസിഡന്റാണ് ഡോ. ജിയാങ് ഹൈഷൻ. ആശയവിനിമയത്തിനുള്ള അന്താരാഷ്ട്ര വിഭാഗത്തിലും അദ്ദേഹം പ്രവർത്തിക്കുന്നു. ഈസ്റ്റ് ചൈനാ യൂണിവേഴ്സിറ്റി, ഷാങ്ഹായ് യൂണിവേഴ്സിറ്റി, ഇന്റർനാഷണൽ ഓഫീസ് തുടങ്ങി വിവിധ മേഖലകളിലായി 30 വർഷത്തെ പ്രവർത്തനപരിചയമുണ്ട് ഹൈഷന്. നിരവധി രാജ്യങ്ങളിലെ യൂണിവേഴ്സിറ്റികളിൽ പ്രബന്ധങ്ങൾ അവതരിപ്പിക്കാൻ പ്രൊഫസർക്ക് അവസരം കിട്ടിയിട്ടുണ്ട്. ഓസ്ട്രേലിയയിലെ ക്വീൻസ്‌ലാന്റ് യൂണിവേഴ്സിറ്റി ഓണററി ഡോക്ടറേറ്റ് നല്കി അദ്ദേഹത്തെ ആദരിച്ചിട്ടുണ്ട്. അസാമാന്യ പ്രതിഭയായിരുന്നിട്ടും വിനയത്തിന്റെ ആൾരൂപം പോലെയായിരുന്നു അദ്ദേഹത്തിന്റെ പെരുമാറ്റം.

പ്രൊഫ. ജിയാങ് ഹൈഷൻ ഞങ്ങളോട് സംസാരിക്കുന്നത് *സോഷ്യലിസത്തിലേക്കുള്ള ചൈനയുടെ നീണ്ടപാത (Long Road to Socialism)* എന്ന വിഷയമാണ്. ഞങ്ങൾക്ക് തന്ന കുറിപ്പിൽനിന്ന് മനസ്സിലാക്കാൻ കഴിഞ്ഞത് ചൈനയുടെ സംഭവബഹുലമായ ചരിത്രത്തെക്കുറിച്ച് ലഘു വിവരണം അദ്ദേഹം നല്കും എന്നാണ്. ഒപ്പം വർത്തമാനകാല

ചൈനയുടെ സോഷ്യലിസ്റ്റ് നിർമ്മാണ പ്രക്രിയയെക്കുറിച്ചും സംസാരിക്കും.

ഹൃദ്യമായ പുഞ്ചിരിയോടെ പ്രൊഫസർ ഞങ്ങളെ അഭിവാദ്യം ചെയ്തു. ആദ്യംതന്നെ അദ്ദേഹത്തിന് ഒരു ഉപഹാരം നല്കാൻ ഞങ്ങൾ തീരുമാനിച്ചു. ചൈനയിൽ സന്ദർശനവേളയിൽ കണ്ടുമുട്ടുന്ന പ്രമുഖ വ്യക്തികൾക്ക് നല്കാൻ ഇന്ത്യയുടെ സാംസ്കാരികത്തനിമയുള്ള ചെറിയ ഉപഹാരങ്ങൾ പക്കലുണ്ടായിരുന്നു. ഡൽഹി എ കെ ജി ഭവനിൽനിന്ന് കിട്ടിയ നിർദ്ദേശമനുസരിച്ച് ഭാരം കുറഞ്ഞതും കലാമേന്മയുള്ളതുമായ ചില ഉപഹാരങ്ങളാണ് ഓരോരുത്തരും കരുതിയിരുന്നത്. തിരുവനന്തപുരത്തെ ആർട്ട് ഗ്യാലറിയിൽനിന്ന് ക്യാൻവാസിൽ ചെയ്ത കുറച്ച് പെയിന്റിങ്ങുകളാണ് ഞാൻ വാങ്ങിയിരുന്നത്. രവിവർമ്മ ചിത്രങ്ങളും കഥകളിയുടെയും തെയ്യങ്ങളുടെയും മനോഹരമായ രചനകളും അക്കൂട്ടത്തിലുണ്ട്. ബംഗാളിലെ കുടിൽവ്യവസായങ്ങളുടെ കൗതുകകരമായ ചില ഉല്പന്നങ്ങളാണ് രേഖാദി കൊണ്ടുവന്നത്. നെന്മണികൾ പതിപ്പിച്ച കമ്മലുകളും നെക്ലേസുകളും വാഴനാരുകൊണ്ട് നിർമ്മിച്ച ബാഗുകളും മറ്റും മനോഹരമായിരുന്നു.

എ കെ ജി ഭവനിൽനിന്ന് കേന്ദ്രകമ്മിറ്റി അംഗം ഹരിസിങ് കാങ് രാജസ്ഥാൻ മാതൃകയിൽ നിർമ്മിച്ച ആനയുടെ ചെറിയ ശില്പം തന്നുവിട്ടിരുന്നു. ഗ്ലോബിൽ ഉറപ്പിച്ചതാണ് ശില്പം. പ്രൊഫസർ ജിയാങ് ഹൈഷന് ഉപഹാരം സമർപ്പിക്കാനുള്ള ചുമതല എന്നെയാണ് ഏല്പിച്ചത്. വർണ്ണക്കടലാസിൽ പൊതിഞ്ഞ ഗ്ലോബ് സമ്മാനിച്ചയുടനെ കൗതുകത്തോടെ അദ്ദേഹം തുറന്നു നോക്കി. നിറഞ്ഞ ചിരിയോടെ ഞങ്ങൾക്ക് നന്ദി പറ

പ്രൊഫസർ ഹൈഷൻ ഉപഹാരം നല്കുന്നു.

ഞ്ഞു. നേരത്തെതന്നെ പരിചയമുള്ള സുഹൃത്തുക്കളോടെന്നവണ്ണം അദ്ദേഹം വിഷയത്തെക്കുറിച്ച് സംസാരിക്കാൻ തുടങ്ങി.

മാർക്സിസത്തിന്റെ അടിസ്ഥാന തത്ത്വങ്ങൾ ചൈനയുടെ വർത്തമാനകാല യാഥാർത്ഥ്യവുമായി സമന്വയിപ്പിച്ചിരിക്കുകയാണെന്നും ജനസമൂഹത്തെ പൂർണ്ണമായും ആശ്രയിച്ചാണ് ഇത് ചെയ്യുന്നതെന്നും പ്രൊഫസർ ആമുഖമായി സൂചിപ്പിച്ചു. നിരവധി പ്രതിസന്ധികളെ അതിജീവിച്ചാണ് ചൈന വിപ്ലവത്തിന്റെ ഗുണഫലങ്ങൾ കൊയ്തെടുക്കാൻ തുടങ്ങിയത്. ഇപ്പോൾ സാമൂഹ്യ പരിഷ്കരണത്തിന്റെ പുതിയ നേട്ടങ്ങൾക്കായി കാതോർക്കുന്നു. ജീവിതത്തിൽ അടിസ്ഥാനപരമായ മാറ്റമുണ്ടാക്കാൻ ചൈനക്ക് കഴിയുന്നു. ഇതുവരെ മറ്റെല്ലാ നേതാക്കളും വ്യക്തമാക്കിയതുപോലെ ജിയാങ് ഹൈഷനും അത് ഉറപ്പിച്ചുപറഞ്ഞു. ചൈനക്ക് സംഭവബഹുലമായ ചരിത്രമുണ്ട്. 1949 ലെ വിപ്ലവത്തിന് മുമ്പുതന്നെ ചൈനയിൽ സാമൂഹ്യ പരിഷ്കരണ നടപടികൾ ഉണ്ടായിട്ടുണ്ട്. രാജവാഴ്ചയുടെ കെടുതികളിൽനിന്നും ദാരിദ്ര്യത്തിൽനിന്നും പിന്നോക്കാവസ്ഥയിൽ നിന്നും ജനങ്ങളെ രക്ഷിക്കാൻ രാജവംശത്തിലെ ചിലർ മുന്നോട്ടു വന്നിരുന്നു. 1898 ൽ ഗുവാങ്ഷു എന്ന യുവരാജാവ് രാജവാഴ്ചയുടെ ഏകാധിപത്യത്തിന് പകരം ഭരണഘടനാപരമായ ഏകാധിപത്യം നടപ്പിലാക്കണമെന്ന് ആഗ്രഹിച്ചു. പാർലമെന്ററി ജനാധിപത്യം സ്ഥാപിക്കണമെന്ന് വാദിച്ചു. സാമ്പത്തിക-വിദ്യാഭ്യാസ-സൈനിക മേഖലകൾ പരിഷ്കരിക്കാൻ അദ്ദേഹം നടപടികൾ തുടങ്ങി. പരമ്പരാഗതമായ വിദ്യാഭ്യാസ സമ്പ്രദായം പരിഷ്കരിക്കുക, കൺഫ്യൂഷിയൻ സിദ്ധാന്തങ്ങൾ മാത്രം പഠിപ്പിക്കുന്നതിനുപകരം കണക്കും സയൻസും പാഠ്യവിഷയമാക്കുക, മുതലാളിത്ത വികസന നയം സ്വീകരിച്ച് സമ്പദ്ഘടന ശക്തമാക്കുകയും വ്യവസായവല്ക്കരണം നടത്തുകയും ചെയ്യുക, പട്ടാളത്തെ നവീകരിക്കുക തുടങ്ങിയവയായിരുന്നു അദ്ദേഹത്തിന്റെ പരിഷ്കാര നിർദ്ദേശങ്ങൾ. എന്നാൽ തികഞ്ഞ യാഥാസ്ഥിതികയായ ഡോവാഗർ സിസി രാജ്ഞി ഇതിൽ കടുത്ത എതിർപ്പ് പ്രകടിപ്പിച്ചു. വിദേശ ഗൂഢാലോചനയെന്ന് പറഞ്ഞ് ഡുവാൻ രാജകുമാരനും എതിർപ്പുമായി വന്നു. ഇവരും രാജ്ഞിയുടെ കൂടെചേർന്ന അവസരവാദികളും പട്ടാള അട്ടിമറി നടത്തി ഗുവാങ്ഷുവിനെ കിഴടക്കി. പരിഷ്കരണവാദികൾ കൂട്ടത്തോടെ കൊല്ലപ്പെട്ടു. ഗുവാങ്ഷു രാജാവ് മരണംവരെ വീട്ടുതടങ്കലിലായി. രാജാവിന്റെ മരണത്തോടെ അദ്ദേഹം വിഭാവനം ചെയ്ത 'നൂറുദിന പരിഷ്കാരങ്ങളും' അവസാനിച്ചു. ഏങ്കിലും ചൈനയിലെ വിപ്ലവ ശക്തികൾക്ക് ഈ സംഭവങ്ങൾ ആവേശം പകർന്നു. ചൈനയെ രക്ഷിക്കാൻ രാജവാഴ്ചക്ക് അറുതി വരുത്തണമെന്ന മോഹം ജനങ്ങളിൽ വളർന്നുതുടങ്ങി. 1911 ൽ ഡോ. സൺയാത് സെന്നിന്റെ നേതൃത്വത്തിൽ പുതിയൊരു ജനാധിപത്യ വിപ്ലവം അരങ്ങേറി. 'സിൻഹായ് വിപ്ലവം' എന്നറിയപ്പെട്ട ഈ സമരം രണ്ടായിരം വർഷം പഴക്കമുള്ള രാജവാഴ്ചക്ക് അറുതിവരുത്തി.

ദേശീയ അസംബ്ലി നിലവിൽ വന്നു. രാജവാഴ്ചക്കെതിരായ പ്രക്ഷോഭത്തിൽ വൻതോതിൽ സ്ത്രീകളും പങ്കെടുത്തു. ഹാൻ, മഞ്ചു, മുസ്ലിം, മംഗോളിയൻ, തിബത്തൻ ജനവിഭാഗങ്ങളെയെല്ലാം വിപ്ലവത്തിനുവേണ്ടി യോജിപ്പിക്കാൻ സൺയാത് സെന്നിന് കഴിഞ്ഞു. എന്നാൽ ചൈനയിലാകെ നിലനിന്നിരുന്ന യുദ്ധപ്രഭുക്കളുടെ നിരന്തരമായ ഉപദ്രവം പുതിയ ഗവൺമെന്റിന് നേരിടേണ്ടി വന്നു. റിപ്പബ്ലിക്ക് ഓഫ് ചൈനയുടെ ആദ്യ പ്രസിഡന്റായി തിരഞ്ഞെടുക്കപ്പെട്ട സൺയാത് സെൻ വിപ്ലവം പൂർണ്ണമായില്ലെന്നും കൂടുതൽ മെച്ചപ്പെട്ട ഭാവിക്ക് വേണ്ടി യത്നിക്കണമെന്നും ആഹ്വാനം ചെയ്തു. ദേശീയത, ജനാധിപത്യം, ജനങ്ങളുടെ ജീവിത സുരക്ഷിതത്ത്വം എന്നീ മൂന്ന് തത്ത്വങ്ങളാണ് അദ്ദേഹം മുന്നോട്ടുവച്ചത്. 1920 ൽ സൺയാത് സെൻ പുതിയൊരു പാർട്ടി, കുമിന്താങ് രൂപീകരിച്ചു.

ഇതിനിടയിൽ ചൈനയിൽ കമ്യൂണിസ്റ്റ് പാർട്ടിയുടെ പ്രവർത്തനം ശക്തമായി. 1921 ൽ കമ്യൂണിസ്റ്റ് പാർട്ടിയുടെ ആദ്യ സമ്മേളനം മാവോ സെ തുങ്ങിന്റെ നേതൃത്വത്തിൽ ചേർന്നു. സൺയാത് സെന്നിന്റെ മരണശേഷം ചിയാങ് കൈഷെക്ക് കുമിന്താങ്ങിന്റെ നേതൃത്വം ഏറ്റെടുത്തു. സൺയാത് സെന്നിന്റെ കാലത്ത് കുമിന്താങ് കക്ഷിയും കമ്യൂണിസ്റ്റ് പാർട്ടിയും ചേർന്ന് കൂട്ടുകക്ഷി ഭരണം ഉണ്ടായിരുന്നെങ്കിലും ചിയാങ് കൈഷെക്ക് വന്നതോടെ സ്ഥിതി മാറി. ചിയാങ് കൈഷെക് കമ്യൂണിസ്റ്റ് പാർട്ടിക്കെതിരെ ഭീകരാതിക്രമങ്ങൾ അഴിച്ചുവിട്ടു. അമേരിക്കയിൽനിന്ന് സാമ്പത്തിക സഹായം നേടിക്കൊണ്ടാണ് കുമിന്താങ് അതിക്രമങ്ങൾ നടത്തിയത്. ഈ അതിക്രമങ്ങൾക്കെതിരെ മാവോയുടെ നേതൃത്വത്തിൽ നടത്തിയ ലോങ് മാർച്ചും 1949ൽ ചൈനീസ് വിപ്ലവത്തിന്റെ വിജയവും പ്രൊഫ. ഹൈഷൻ ചുരുക്കത്തിൽ ഓർമ്മിപ്പിച്ചു. തായ്‌വാനിലേക്ക് ഒളിച്ചോടിയ ചിയാങ് കൈഷെക്ക് അവിടെയും 'മാർഷ്യൽ ലോ' പ്രഖ്യാപിച്ച് 30,000ത്തിലേറെ കമ്യൂണിസ്റ്റുകാരെ കൊന്നു. ഇതിനിടയിൽ 1931 ൽ ചൈനയുടെ വടക്കുഭാഗത്തുണ്ടായ ജപ്പാൻ അധിനിവേശത്തെയും കമ്യൂണിസ്റ്റുകാർക്ക് ചെറുത്തുനില്ക്കേണ്ടതായി വന്നു. 20 ദശലക്ഷം മനുഷ്യരാണ് ജാപ്പ് വിരുദ്ധ യുദ്ധത്തിൽ കൊല്ലപ്പെട്ടത്. ചെയർമാൻ മാവോയുടെ നേതൃത്വത്തിൽ നടന്ന ലോങ് മാർച്ചും വിപ്ലവവും ഐതിഹാസിക സംഭവമായി മാറി.

1949 ലെ ജനകീയ വിപ്ലവത്തിനുശേഷം 1954ൽ നാഷണൽ പീപ്പിൾസ് കോൺഗ്രസ് നിലവിൽ വന്നു. 1956 ൽ ഭരണകൂടത്തിന്റെ സോഷ്യലിസ്റ്റ് പരിവർത്തനം പൂർത്തിയായി. കാൾ മാർക്സ് വിഭാവനം ചെയ്ത രീതിയിൽ ഉല്പാദന ഉപാധികളുടെ പൊതു ഉടമസ്ഥത നിലവിൽ വന്നു. ഗ്രാമങ്ങളിൽ കമ്യൂണുകൾ രൂപംകൊണ്ടു. മാവോ പറഞ്ഞു; "ബ്യൂറോക്രാറ്റുകളല്ല ജനങ്ങളാണ് ഭരണാധികാരികളാകേണ്ടത്" എന്ന്. കാർഷിക മേഖലയിലെ ഇടപെടൽ ദാരിദ്ര്യത്തിന് ഒരളവോളം പരിഹാരമുണ്ടാക്കിയെങ്കിലും ജനങ്ങളുടെ ജീവിതനിലവാരം ഉയർത്താനുള്ള വികസനമുണ്ടായില്ല എന്നതാണ് മാവോയുടെ കാലത്തെക്കുറിച്ച്

ഇന്നത്തെ ചൈനീസ് നേതൃത്വം വിർശനപരമായി സൂചിപ്പിക്കുന്നത്. മാവോയെ ജനകീയ ചൈനയുടെ പിതാവായി അംഗീകരിക്കുമ്പോൾ തന്നെ സാംസ്കാരിക വിപ്ലവകാലത്തെ തെറ്റുകൾ അവർ ചൂണ്ടിക്കാട്ടുന്നു. 1966 മുതൽ 1976 വരെ വികസന മുരടിപ്പുണ്ടായതായി വിലയിരുത്തുന്നു. യൂണിവേഴ്സിറ്റികളും കോളേജുകളും അടച്ചിട്ട് എല്ലാവരെയും കാർഷിക മേഖലയിലേക്ക് വിന്യസിക്കാൻ ശ്രമിച്ചത് കടുത്ത വിമർശനത്തിന് ഇടയായി. വിമോചന സേന ഭരണം ഏറ്റെടുക്കുമ്പോൾ ചൈനയിലെ ജനങ്ങൾ കൊടുംപട്ടിണിയിലായിരുന്നു. എല്ലാവർക്കും ഭക്ഷണവും വസ്ത്രവും വിതരണം ചെയ്യാൻ ശ്രമമുണ്ടായി. സർക്കാർ അടിയന്തരമായി വിതരണം ചെയ്ത കൂപ്പൺ കൊണ്ടും പൂർണ്ണമായും ഫലമുണ്ടായില്ല. ഒരു തൊഴിലാളിയുടെ അനുഭവം പ്രൊഫസർ ഹൈഷൻ വിവരിച്ചു. "ആദ്യമായി ജോലിക്ക് ചേർന്നപ്പോൾ ഇടാൻ ഷർട്ട് ഉണ്ടായിരുന്നില്ല. തുണി വാങ്ങാൻ കൂപ്പൺ കിട്ടിയിരുന്നു. കൂപ്പൺ കൊണ്ട് ഷർട്ട് വാങ്ങാൻ തികഞ്ഞില്ല. ഷർട്ടിന്റെ ലഭ്യതയും കുറവായിരുന്നു. കൂപ്പൺ ഇല്ലാതെ ടവ്വൽ കിട്ടുമായിരുന്നു. അമ്മ കുറഞ്ഞ വിലയുടെ ടവ്വലുകൾ വാങ്ങി അവ കൂട്ടിച്ചേർത്ത് ഷർട്ട് തുന്നിത്തന്നു". കൂപ്പണിൽ 15 കിലോ അരി കിട്ടാൻ അവകാശമുണ്ടായിരുന്നെങ്കിലും ക്ഷാമം കാരണം പലർക്കും അത് ലഭിച്ചില്ല. കൂട്ടുകൃഷി സംരംഭങ്ങളിൽ വ്യക്തിപരമായി കൃഷിക്കാർക്ക് കിട്ടുന്നതിന്റെ അളവ് വർദ്ധിപ്പിക്കണമെന്ന ആവശ്യവുമുയർന്നു. സാധാരണക്കാരുടെ ഇത്തരം ആവശ്യങ്ങൾ പരിഹരിക്കുന്നതിനും ജീവിതനിലവാരം ഉയർത്തുന്നതിനും കൂടുതൽ പരിഷ്കരണ നടപടികൾ സ്വീകരിക്കേണ്ടതുണ്ടെന്ന് കമ്യൂണിസ്റ്റ് പാർട്ടി മനസ്സിലാക്കി. ദെങ് സിയാവോ പിങ്ങിന്റെ നേതൃത്വത്തിൽ പരിഷ്കരണ പ്രക്രിയ ആരംഭിച്ചത് അങ്ങനെയാണ്. ദെങ്ങിന്റെ പരിഷ്കരണ ആശയങ്ങൾ മാവോയുടെ കാലത്തുള്ള നാല്വർ സംഘത്തിന് ഇഷ്ടമായിരുന്നില്ല എന്ന വാർത്ത ഉണ്ടായിരുന്നു. മാവോയുടെ ഭാര്യയും മറ്റു മൂന്നുപേരും അടങ്ങിയ ടീമിനെയാണ് നാല്വർ സംഘം എന്ന് വിശേഷിപ്പിച്ചിരുന്നത്. സോവിയറ്റ് യൂണിയനിൽ സ്റ്റാലിനെ തള്ളിപ്പറഞ്ഞതുപോലെ ചൈനയിലെ കമ്യൂണിസ്റ്റ് പാർട്ടി മാവോയെ തള്ളിപ്പറയുകയാണോ എന്ന് ഞങ്ങൾ ചോദിച്ചു. പെട്ടെന്നുതന്നെ ഹൈഷൻ അത് നിഷേധിച്ചു.

> ഒരിക്കലുമില്ല. ചെയർമാൻ മാവോയാണ് ചൈനയിൽ സോഷ്യലിസ്റ്റ് നിർമ്മാണപ്രക്രിയയ്ക്ക് അടിത്തറയിട്ടത്. മാവോയുടെ സിദ്ധാന്തങ്ങളുടെ അടിത്തറയിൽ തന്നെയാണ് ഇപ്പോൾ ചൈനാ മാതൃകയിലുള്ള സോഷ്യലിസം കെട്ടിപ്പടുക്കുന്നത്. സാംസ്കാരിക വിപ്ലവത്തെയും തള്ളിക്കളയുകയല്ല. അക്കാലത്ത് മാവോ നടത്തിയ പരീക്ഷണങ്ങളാണ് സോഷ്യലിസ്റ്റ് നിർമ്മാണ പ്രക്രിയയിലെ ശരിയും തെറ്റും മനസ്സിലാക്കാൻ കമ്യൂണിസ്റ്റ് പാർട്ടിയെ സഹായിച്ചത്.

ഇതുസംബന്ധിച്ച് ദെങ് സിയാവോ പിങ് പറഞ്ഞത് ഇങ്ങനെയാണ്:

> സാംസ്കാരിക വിപ്ലവത്തിന് വളരെയേറെ പ്രാധാന്യമുണ്ട്. അത് വിലയേറിയ അനുഭവപാഠമായിരുന്നു. ആ അനുഭവങ്ങൾ ഇല്ലായിരുന്നെങ്കിൽ കൂടുതൽ ശരിയായ രാഷ്ട്രീയ-പ്രത്യയശാസ്ത്ര-സംഘടനാ രീതി സ്വീകരിക്കാൻ കമ്യൂണിസ്റ്റ് പാർട്ടിക്ക് കഴിയുമായിരുന്നില്ല. 11-ാമത് സി പി സി സെൻട്രൽ കമ്മിറ്റിയുടെ പ്ലീനറി സെഷനിൽ പ്രഖ്യാപിക്കപ്പെട്ട നയങ്ങൾ ഓരോന്നും ഈ അനുഭവത്തിന്റെ അടിസ്ഥാനത്തിലാണ്.

സോഷ്യലിസം നടപ്പാക്കുമ്പോൾ സോവിയറ്റ് യൂണിയനിൽനിന്ന് പഠിക്കണമെന്നും എന്നാൽ സോവിയറ്റ് യൂണിയനെ അന്ധമായി അനുകരിക്കരുതെന്നും മാവോ സൂചിപ്പിച്ചിട്ടുണ്ട്. ചൈന നേരിട്ട ആഭ്യന്തര വൈരുദ്ധ്യങ്ങൾ പരിഹരിക്കുകയായിരുന്നു കമ്യൂണിസ്റ്റ് പാർട്ടിയുടെ കടമ എന്ന് ഹൈഷൻ പറഞ്ഞു. പിന്നോക്ക കാർഷിക രാജ്യത്തിന്റെ പോരായ്മകളും വ്യവസായവത്കൃത സമൂഹത്തിന്റെ ഫലമായി ഉയർന്നുവരുന്ന മനുഷ്യരുടെ ആവശ്യകതകളും തമ്മിലുള്ള വൈരുദ്ധ്യമായിരുന്നു പ്രധാനം. 1976 ൽ ചൈന പ്രതിശീർഷവരുമാനത്തിന്റെ കാര്യത്തിൽ ലോകത്തിലെ ഏറ്റവും പിന്നോക്ക രാജ്യങ്ങളിൽ ഒന്നായിരുന്നു. ഈ വൈരുദ്ധ്യം പരിഹരിക്കാൻ വ്യാവസായിക വളർച്ചക്ക് ഊന്നൽ നല്കണമെന്ന് എട്ടാം പാർട്ടി കോൺഗ്രസ് തീരുമാനിച്ചു. ചൈനയുടെ രണ്ടാംതലമുറ നേതൃത്വം ആധുനിക സോഷ്യലിസത്തിന്റെ പുതിയ പരീക്ഷണങ്ങൾ ആരംഭിച്ചു. 'എന്താണ് സോഷ്യലിസം?' എന്നതിനെക്കുറിച്ച് വലിയ ചർച്ചകൾ തന്നെ രാജ്യത്തുടനീളം ആരംഭിച്ചു. പ്രായോഗിക അനുഭവങ്ങൾക്ക് പ്രാധാന്യം നല്കണമെന്ന് ദെങ് സിയാവോ പിങ് വാദിച്ചു. "പാർട്ടിയായാലും രാജ്യമായാലും പുസ്തകങ്ങളെ (തത്ത്വശാസ്ത്രങ്ങളെ) അന്ധമായി പിന്തുടരുകയാണെങ്കിൽ ചിന്തകൾ മുരടിക്കും, അന്ധവിശ്വാസങ്ങൾ വ്യാപിക്കും. ഒരടി മുന്നോട്ടു നീങ്ങാൻ കഴിയില്ല എന്നു മാത്രമല്ല നിലനില്പുപോലും ഇല്ലാതാകും."

ചൈനയെക്കുറിച്ച് പറയുമ്പോൾ വിദേശ രാഷ്ട്രങ്ങൾ ആദ്യം സൂചിപ്പിക്കുന്നത് 'ടിയാനെൻമെൻ സ്ക്വയർ' സംഭവത്തെക്കുറിച്ചാണെന്നും അതേക്കുറിച്ച് പറയാമോ എന്നും ഞങ്ങൾ ചോദിച്ചു. പ്രൊഫ. ഹൈഷന്റെ മുഖത്ത് അല്പമൊരു ഗൗരവം പടർന്നതുപോലെ തോന്നി. അദ്ദേഹം പറഞ്ഞു:

> തീർച്ചയായും, ചൈനയെ അപകീർത്തിപ്പെടുത്താൻ ശത്രുക്കൾ ഈ സംഭവത്തെ ഉപയോഗിക്കുന്നുണ്ട്. അതിശയോക്തിപരമായ കാര്യങ്ങളാണ് പ്രചരിപ്പിക്കപ്പെട്ടത്. പ്രതിഷേധം ഉണ്ടായി എന്നത് ശരിയാണ്. പാർട്ടിയും ഗവൺമെന്റും ഇടപെട്ട് പ്രതിഷേധക്കാരെ

അവിടെനിന്ന് ഒഴിവാക്കുകയാണ് ചെയ്തത്. ദെങ് സിയാവോ പിങ് തെക്കൻ നഗരങ്ങളിലേക്കുള്ള സന്ദർശന-പ്രഭാഷണ പരമ്പര നടത്തിയത് രണ്ട് കൃത്യങ്ങളുടെ പശ്ചാത്തലത്തിലാണ്. ഒന്ന്, 1989 ജൂൺ 4 ന് ടിയാനെൻമെൻ സ്ക്വയറിൽ നടന്ന പ്രതിഷേധം. രണ്ട്, 1990 കളിൽ ലോകത്തിലെ സോഷ്യലിസ്റ്റ് രാജ്യങ്ങൾ ഒന്നിനുപിറകെ ഒന്നായി തകർന്നുവീണത്. കടുപ്പമേറിയ ഈ യാഥാർത്ഥ്യങ്ങൾ സമൂഹത്തിൽ നിരവധി ചിന്തകളുണർത്തി. ലോകത്തെ ആരാണ് നയിക്കുന്നത്? സോഷ്യലിസത്തിന്റെ ഭാവി എന്താണ്? ഭാവിയിൽ ചൈന എന്താണ് ചെയ്യേണ്ടത്? 1992 ജനുവരി, ഫെബ്രുവരി മാസങ്ങളിൽ ദെങ് പ്രധാന നഗരങ്ങൾ സന്ദർശിച്ചു. സാമ്പത്തിക പരിഷ്കരണങ്ങൾ സംബന്ധിച്ചും സാമൂഹ്യപുരോഗതിയെക്കുറിച്ചും ചർച്ചകൾ സംഘടിപ്പിച്ചു.

ടിയാനെൻമെൻ സ്ക്വയർ സംഭവത്തെ കമ്യൂണിസ്റ്റ് പാർട്ടിയെയും ഗവൺമെന്റിനെയും അട്ടിമറിക്കാനുള്ള പ്രതിവിപ്ലവമായാണ് ദെങ് വിശേഷിപ്പിച്ചത്. സ്വതന്ത്ര പത്രപ്രവർത്തനം, അഭിപ്രായ സ്വാതന്ത്ര്യം, അഴിമതിക്കെതിരെ നടപടി തുടങ്ങിയ മുദ്രാവാക്യങ്ങൾ ഉയർത്തിക്കൊണ്ടാണ് വിദ്യാർത്ഥികൾ സമരമാരംഭിച്ചത്. ലോകത്തിന്റെ പലഭാഗത്തും ഇടതുപക്ഷ ഗവൺമെന്റുകൾക്കെതിരെ ആഭ്യന്തര കലാപങ്ങൾ നടക്കുന്ന സമയത്താണ് ചൈനയിലും പ്രക്ഷോഭം ആരംഭിക്കുന്നത്. പ്രക്ഷോഭത്തിന് വൻതോതിൽ അമേരിക്കൻ സഹായമുണ്ടായിരുന്നു എന്ന് ദെങ് 1989 ജൂൺ 9 ന് നടത്തിയ വാർത്താസമ്മേളനത്തിൽ വ്യക്തമാക്കി.

സോഷ്യലിസം അവസാനിപ്പിക്കണമെന്നും അമേരിക്കൻ മോഡൽ ഭരണം സ്ഥാപിക്കണമെന്നുമാണ് പ്രക്ഷോഭകാരികൾ ആവശ്യപ്പെട്ടത്. അമേരിക്കൻ സ്വാതന്ത്ര്യ പ്രതിമയുടെ മാതൃക ഉയർത്തിയാണ് അവർ ടിയാനെൻമെൻ സ്ക്വയറിൽ ഒത്തുകൂടിയത്. പാർട്ടിക്കകത്തുനിന്ന് ഒന്നോ രണ്ടോ പേരും പ്രക്ഷോഭകാരികൾക്ക് കൂട്ടുനിന്നതായി കരുതുന്നു. പാർട്ടി സെക്രട്ടറിമാരിൽ ഒരാളായിരുന്ന ഷാവോ സിയാങ്ങിനെ സ്ഥാനത്തുനിന്നും മാറ്റി ജിയാങ് സെമിനെ പകരം നിയമിക്കേണ്ടിവന്നത് അതുകൊണ്ടാണ്. ഗവൺമെന്റിനെതിരെ മുദ്രാവാക്യവുമായി 1989 മെയ് മാസത്തിലാണ് വിദ്യാർത്ഥികൾ ടിയാനെൻമെൻ സ്ക്വയറിലേക്ക് വന്നത്. കമ്യൂണിസ്റ്റ് പാർട്ടി നേതാക്കൾ അവരെ സമീപിച്ച് പ്രശ്നങ്ങൾ ചർച്ച ചെയ്യാമെന്നും പിരിഞ്ഞുപോകണമെന്നും ആവശ്യപ്പെട്ടു. അവർ ചർച്ചയ്ക്ക് തയ്യാറായിരുന്നില്ല. കമ്യൂണിസ്റ്റ് ഗവൺമെന്റിന്റെ രാജിയിൽ കുറഞ്ഞതൊന്നും അവർക്ക് സ്വീകാര്യമായിരുന്നില്ല. ഇതിനിടയിൽ ചൈന സന്ദർശിച്ച ഗോർബച്ചേവിന് അവർ സ്വീകരണം നല്കി. ഷാവോ സിയാങ്ങും ഗോർബച്ചേവിനെ സന്ദർശിച്ചു. അപകടം മനസ്സിലാക്കിയ ദെങ് മെയ് 17 ന് സെക്യൂരിറ്റി കൗൺസിൽ വിളിച്ചുചേർത്തു.

ലോകത്തിന്റെ പല ഭാഗത്തും കമ്യൂണിസ്റ്റ് ഗവൺമെന്റുകളെ അട്ടിമറിക്കാൻ ശ്രമം നടക്കുന്ന സാഹചര്യത്തിൽ കൂടുതൽ ജാഗ്രത പാലിക്കണമെന്നും പട്ടാള നിയമം പ്രഖ്യാപിച്ച് കലാപം ഒതുക്കണമെന്നും കൗൺസിൽ തീരുമാനിച്ചു. വീണ്ടും ദെങ് സിയാവോപിങ്ങും പ്രധാനമന്ത്രി ലീ പെങ്ങും വിദ്യാർത്ഥികളെ സന്ദർശിച്ചു. പിരിഞ്ഞു പോകാൻ അഭ്യർത്ഥിച്ചു. എന്നാൽ അവർ അക്രമാസക്തമായ സമരത്തിലേക്ക് തിരിയുന്ന സൂചനയാണ് ഉണ്ടായത്. ഒടുവിൽ മെയ് മൂന്നിന് ടിയാനെൻമെൻ ചത്വരത്തിലേക്ക് പട്ടാളം കടന്നുചെന്ന് വിദ്യാർത്ഥികളെ ഒഴിപ്പിച്ചു. പാശ്ചാത്യ മാധ്യമങ്ങൾ പ്രചരിപ്പിച്ചതുപോലെ അവിടെ കൂട്ടക്കൊല നടന്നിട്ടില്ല. ബലംപ്രയോഗിച്ച് ഒഴിപ്പിക്കുക മാത്രമാണ് ചെയ്തത്.

അതിനിടയിൽ ടിയാനെൻമെൻ ചത്വരത്തിൽ നടന്ന സംഭവത്തെക്കുറിച്ച് മാധ്യമങ്ങളിൽ പ്രചരിച്ച വാർത്തകൾ എന്റെ മനസ്സിലേക്ക് ഓടിയെത്തി. ആദ്യമാദ്യം നൂറുകണക്കിന് പ്രക്ഷോഭകാരികൾ കൊല്ലപ്പെട്ടു എന്നാണ് വാർത്ത വന്നത്. പിന്നീട് അത് ആയിരക്കണക്കിന് ആളുകൾ എന്നായി മാറി. എന്താണ് യഥാർത്ഥത്തിൽ നടന്നതെന്ന് അറിയാനുള്ള ഉത്കണ്ഠ കുറെക്കാലം നിലനിന്നിരുന്നു. പിന്നീട് *വിക്കിലിക്സ്* പ്രസിദ്ധീകരിച്ച ചില വിവരങ്ങൾ വസ്തുതകൾ കൂടുതൽ വെളിപ്പെടുത്തുന്നതായിരുന്നു. അന്ന് ചൈനയിൽ ഉണ്ടായിരുന്ന അമേരിക്കൻ അംബാസഡർ ജെയിംസ് ഇ ലില്ലെ സമരം നടക്കുന്ന സമയത്ത് അമേരിക്കയിലേക്ക് അയച്ച ടെലഗ്രാം സന്ദേശങ്ങളുടെ തനിപ്പകർപ്പാണ് *വിക്കിലിക്സ്* കണ്ടെത്തി പുറത്തുവിട്ടത്. ജനാധിപത്യം സുതാര്യത (Democrasy and transperancy) എന്നീ മുദ്രാവാക്യങ്ങളാണ് പ്രക്ഷോഭകാരികൾ ഉയർത്തിയത് എന്ന് ടെലഗ്രാമിൽ പറയുന്നു. വിദേശ പത്രപ്രതിനിധികൾക്കടക്കം ചത്വരത്തിലേക്ക് കടന്നുചെല്ലുന്നതിന് പട്ടാളം തടസ്സമുണ്ടാക്കിയില്ല എന്നും പ്രക്ഷോഭകാരികൾ വിദേശികളുമായി ഇടപെടരുതെന്ന് പീപ്പിൾസ് ലിബറേഷൻ ആർമി അനൗൺസ്മെന്റ് നടത്തിയിരുന്നു എന്നും പറയുന്നു. ജൂൺ മൂന്നിന് ചത്വരത്തിലേക്ക് പ്രവേശിച്ച പട്ടാളം പിരിഞ്ഞുപോകാൻ ആവശ്യപ്പെട്ടപ്പോൾ കലാപകാരികളിൽ ഭൂരിപക്ഷവും സ്വമേധയാ പിരിഞ്ഞുപോയെന്നും ശേഷിക്കുന്നവരെ ബലംപ്രയോഗിച്ച് മാറ്റി എന്നും സന്ദേശത്തിൽ പറയുന്നു. മൂന്നാം തീയതി ചത്വരത്തിൽ ചിലിയൻ പത്രപ്രവർത്തകനായ കാർലോസ് ഗാലോ ഉണ്ടായിരുന്നുവെന്നും അദ്ദേഹം അവിടെയുള്ള വിവരങ്ങൾ ഈ രീതിയിൽ റിപ്പോർട്ട് ചെയ്തുവെന്നും ടെലഗ്രാം സന്ദേശം സൂചിപ്പിക്കുന്നു. അതേ സമയം വെളിയിൽ പ്രക്ഷോഭകാരികൾക്ക് പിന്തുണയുമായി എത്തിയവരിൽ ചിലർ പട്ടാള ബാരക്കുകൾക്ക് തീ വയ്ക്കുകയും പട്ടാളക്കാർക്ക് നേരെ ബോംബെറിയുകയും ചെയ്തതിന്റെ ഭാഗമായി പ്രകോപനമുണ്ടാവുകയും ഏറ്റുമുട്ടലിൽ ചിലർ കൊല്ലപ്പെട്ടതായി സ്ഥിരീകരിക്കാത്ത വാർത്തയുണ്ടായതായും പറയുന്നു. ജൂൺ നാലിന് കലാപം പൂർണ്ണമായി അവസാനിച്ചുവെന്നാണ്

അംബാസഡർ ടെലഗ്രാം സന്ദേശത്തിൽ രേഖപ്പെടുത്തിയിട്ടുള്ളത്.

ഈ സംഭവത്തിൽ ചൈനയിൽ പ്രവർത്തിച്ചിരുന്ന ഒരു സർക്കാരിതര സംഘടന (Soros Fund) മുഖേന അമേരിക്കൻ ചാരസംഘടനയായ സി ഐ എ ഇടപെട്ടതായും *വിക്കിലിക്സ്* വെളിപ്പെടുത്തുന്നു. പിന്നീട് സി പി സിയിൽ നിന്ന് പുറത്താക്കപ്പെട്ട ഷാവോ സിയാങ് ഈ എൻ ജി ഒ യുമായി ബന്ധപ്പെട്ടതിന്റെ സൂചനകളും ഉണ്ട്. അപ്പോൾ മറ്റെല്ലായിടത്തും എന്നതുപോലെ ചൈനയിലും അമേരിക്ക നടത്തിയ അട്ടിമറി ശ്രമങ്ങളുടെ ഭാഗം തന്നെയാണ് ഇതും എന്നതിൽ സംശയമില്ല. അതേസമയം 1989 ൽ മദ്ധ്യ അമേരിക്കൻ രാജ്യമായ പനാമയിൽ അമേരിക്കൻ പട്ടാളം നടത്തിയ കടന്നാക്രമണത്തിൽ ആറായിരത്തിലേറെ പേർ കൊല്ലപ്പെട്ടത് അന്ന് വൻകിട മാധ്യമങ്ങൾ വാർത്തയാക്കിയില്ല എന്നതും മൂലധനാധിപത്യത്തിന്റെ പക്ഷപാതിത്വം വെളിവാക്കുന്ന സംഗതിയാണ്.

ചിന്തകളിൽ നിന്ന് വിടുതൽ നേടി ഞാൻ വീണ്ടും പ്രൊഫ. ഹൈഷന്റെ വിശദീകരണങ്ങളിലേക്ക് തിരിച്ചുവന്നു. സംഭവത്തിനുശേഷം ലോകബാങ്കും എ ഡി ബിയും ചൈനയ്ക്ക് വായ്പകൾ നിഷേധിച്ചു. കടുത്ത ഉപരോധം ഏർപ്പെടുത്തി. ടൂറിസം വരുമാനം തല്ക്കാലത്തേക്ക് കുറഞ്ഞു. പ്രധാനമന്ത്രി ലീപെങ് ഐക്യരാഷ്ട്ര സഭയുടെ സെക്യൂരിറ്റി കൗൺസിലിൽ പൊട്ടിത്തെറിച്ചു. ചൈനയുടെ ആഭ്യന്തര സുരക്ഷിതത്വം രാജ്യത്തിന്റെ പരമാധികാരത്തിന്റെ പ്രശ്നമാണെന്നും സ്വതന്ത്ര രാഷ്ട്രങ്ങളുടെ പരമാധികാരത്തിൽ മറ്റുള്ളവർ ഇടപെടുന്നത് ന്യായമല്ലെന്നും അദ്ദേഹം വ്യക്തമാക്കി.

സോഷ്യലിസത്തിലേക്കുള്ള നീണ്ട പാതയിൽ ചൈന അഭിമുഖീകരിക്കേണ്ടിവന്ന പ്രശ്നങ്ങൾ നിരവധിയാണെന്ന് പ്രൊഫ. ഹൈഷൻ സൂചിപ്പിച്ചു. അട്ടിമറിശ്രമം അവസാനിച്ചപ്പോഴും ജനങ്ങൾ ആഗ്രഹിക്കുന്ന പരിഷ്കാരങ്ങൾ ചൈനയിൽ നടപ്പിലാക്കേണ്ടതാണെന്ന് പുതിയ നേതൃത്വം തീരുമാനിച്ചു. ദെങ്ങിന്റെ പ്രഭാഷണ പരമ്പരയിൽ ഇക്കാര്യം ജനങ്ങളെ ബോദ്ധ്യപ്പെടുത്തി. പുതിയ പരീക്ഷണങ്ങൾക്ക് സുധീരം ഒരുങ്ങുക എന്ന ആഹ്വാനമായിരുന്നു അത്. ആസൂത്രണവും വിപണിയും സോഷ്യലിസത്തിന്റെയും മുതലാളിത്തത്തിന്റെയും രണ്ട് പ്രതിരൂപങ്ങളാണെന്ന ധാരണ വെടിയണമെന്നാണ് ദെങ് പറഞ്ഞത്. ആസൂത്രിത വ്യവസ്ഥയായതുകൊണ്ടുമാത്രം അത് സോഷ്യലിസമാണെന്ന് പറയാൻ കഴിയില്ല. മുതലാളിത്ത സമൂഹത്തിലും അവരുടേതായ ആസൂത്രണമുണ്ട്. മാർക്കറ്റ് സാമ്പത്തിക സഹായം എന്നാൽ മുതലാളിത്തം എന്നല്ല അർത്ഥം. സോഷ്യലിസത്തിലും മാർക്കറ്റുണ്ട്. പ്ലാനിങ്ങും മാർക്കറ്റും സാമ്പത്തിക കാര്യങ്ങളുമായി ബന്ധപ്പെട്ടതാണ്.

1994 ൽ സി പി സിയുടെ 14-ാം പാർട്ടി കോൺഗ്രസിൽ ചൈന സോഷ്യലിസ്റ്റ് മാർക്കറ്റ് ഇക്കോണമി നയം അവതരിപ്പിച്ചു. ഉല്പാദന ശക്തികളെ വിമോചിപ്പിക്കുക, ചൂഷണവും ധനകേന്ദ്രീകരണവും ഇല്ലാതാക്കുക, പൊതു അഭിവൃദ്ധി ഉറപ്പാക്കുക എന്നതായിരിക്കും പരിഷ്കാ

കമ്യൂണിറ്റി സെന്ററിലെ പാർട്ടി സെക്രട്ടറിക്ക് ഉപഹാരം നല്കുന്നു

രത്തിന്റെ ലക്ഷ്യങ്ങളെന്നും സൂചിപ്പിച്ചു. ചൈന വർഗ്ഗസമര കാഴ്ചകൾ ഉപേക്ഷിക്കുകയാണോ എന്ന് ഞങ്ങൾ സംശയം പ്രകടിപ്പിച്ചു. പ്രത്യേകിച്ച് ആന്ധ്രയിൽ നിന്നു വന്ന സ: കൃഷ്ണയ്യ ഇക്കാര്യത്തിൽ വലിയ അസ്വസ്ഥത പ്രകടിപ്പിച്ചുകൊണ്ട് ഇത് മുതലാളിത്ത സമീപനത്തിലേക്കുള്ള പ്രയാണമാകുമോ എന്ന് വീണ്ടും ചോദിച്ചു. പ്രൊഫ. ഹൈഷൻ പറഞ്ഞു:

> സി പി സി ജനകീയ വിപ്ലവത്തിന് ശേഷം രാജ്യം ഭരിക്കുന്ന പാർട്ടിയാണ്. ഇപ്പോൾ വർഗ്ഗസമരം എന്നതിനേക്കാൾ ഊന്നൽ സാമ്പത്തിക വികസനത്തിന് കൊടുക്കേണ്ടതുണ്ട്. ചൈന സോഷ്യലിസത്തിന്റെ പ്രാഥമിക ഘട്ടത്തിലാണുള്ളത്. ഞങ്ങൾ ഒരിക്കലും സോഷ്യലിസം ഉപേക്ഷിക്കുകയില്ല. അതിന്റെ യാഥാർത്ഥ്യങ്ങളുമായി ബന്ധപ്പെടുത്തി മുന്നോട്ടു നയിക്കുകയാണ് ചെയ്യുന്നത്. 1990 കളോടെ ജനങ്ങളുടെ ജീവിത നിലവാരം വൻ തോതിൽ ഉയർന്നിട്ടുണ്ട്. പരിഷ്കാര നടപടികൾ തുടങ്ങിയത് ഗ്രാമീണ മേഖലയിൽ നിന്നാണ്. അത് നഗരമേഖലയിലേക്ക് വ്യാപിപ്പിക്കുകയും ചെയ്തു. കൃഷിക്കാർ രാജ്യം നിർദ്ദേശിച്ച ക്വാട്ടയിലധികം ഉല്പാദിപ്പിച്ചത് സ്വതന്ത്ര വിപണിയിൽ വിൽക്കാൻ സൗകര്യമുണ്ടാക്കി. ഭൂമിയുടെ ഉടമസ്ഥത ഇപ്പോഴും ഗവൺമെന്റിൽ നിക്ഷിപ്തമാണ്. തൊഴിലന്വേഷകർ നഗരത്തിലേക്ക് മാത്രം കുടിയേറുന്ന അവസ്ഥക്ക് പകരം തിരിച്ച് ഗ്രാമത്തിലേക്കും ഒഴുക്കുണ്ടായി. തുടർന്ന് ചൈന സാമ്പത്തിക മേഖലയിൽ തുറന്ന സമീപനം സ്വീകരിച്ചു. വൻകിട മൂലധനം ഉപയോഗപ്പെടുത്തി പ്രത്യേക സാമ്പത്തിക മേഖലകൾ തുറന്നുകൊടുത്തു. 14 തീരദേശ നഗരങ്ങൾ സ്ഥാപിച്ചു.

ഹായ്നാൻ, ഷാങ്ഹായ് മേഖലകൾ സാമ്പത്തിക വികസിത മേഖലകളാക്കി. പുതിയ പുഡോൺ ഏരിയ സ്ഥാപിച്ചു.

ജി എൻ പിയിൽ വൻതോതിൽ വർദ്ധനവുണ്ടായി. സോഷ്യലിസത്തിലേക്കുള്ള നീണ്ടപാതയിൽ അഞ്ച് തലമുറകളുടെ സംഭാവനകൾ ഉണ്ടെന്നും അതേക്കുറിച്ച് അടുത്ത ക്ലാസിൽ സൂചിപ്പിക്കും.

ഹൈഷൻ പറഞ്ഞു. ക്ലാസ് അവസാനിച്ചപ്പോൾ ചൈന ഇപ്പോൾ നടത്തുന്ന സോഷ്യലിസ്റ്റ് പരീക്ഷണങ്ങൾ അനിവാര്യമാണെന്ന് ഞങ്ങൾക്ക് തോന്നി. എന്നാൽ നേരിയ പിഴവുപോലും മുതലാളിത്ത ജീർണ്ണതകളുടെ പ്രവേശനത്തിന് വഴിയൊരുക്കുമെന്ന സന്ദേഹവും ഞങ്ങൾ പ്രകടിപ്പിച്ചു.

11

പുതിയ നേതൃത്വം

സിലാപ് അക്കാദമിയുടെ അസിസ്റ്റന്റ് ഡയറക്ടർ ജനറലും അന്താരാഷ്ട്രവിഭാഗം തലവനുമായ ഡോ. സുഷുഭായി 18 -ാം പാർട്ടി കോൺഗ്രസിനെക്കുറിച്ചും ചൈനയിൽ പുതിയ നേതൃത്വത്തിന്റെ അധികാര പ്രവേശനത്തെക്കുറിച്ചുമാണ് സംസാരിച്ചത്. വിപ്ലവത്തിനുശേഷം ചൈനയുടെ വളർച്ച വിവിധ തലമുറകളുടെ ഘട്ടങ്ങളായാണ് സി പി സി പരിശോധിക്കുന്നത്. സുഷുഭായി തന്റെ പ്രസംഗത്തിൽ 18-ാം പാർട്ടി കോൺഗ്രസിനു മുമ്പുള്ള പശ്ചാത്തലവും പാർട്ടി കോൺഗ്രസിന്റെ തന്ത്രപരമായ കാഴ്ചപ്പാടും ഭാവിയെക്കുറിച്ചുള്ള പ്രതീക്ഷകളും സൂചിപ്പിച്ചു. ചൈനയിൽ സോഷ്യലിസത്തിലേക്കുള്ള പാത വെട്ടിത്തുറക്കുക എന്നതാണ് പാർട്ടി കോൺഗ്രസിന്റെ ലക്ഷ്യം. ബീജിങ്ങിലെപ്പോലെ ഇവിടെയും ചൈനയുടെ പ്രത്യേകതകളോടുകൂടിയ സോഷ്യലിസത്തെക്കുറിച്ച് വാചാലരായി. ചൈനയുടെ സവിശേഷതകളോടുകൂടിയ സോഷ്യലിസം സ്ഥാപിക്കുകയാണ് സി പി സിയുടെ ഉദ്ദേശ്യം. അതിനുവേണ്ടി 18-ാം പാർട്ടി കോൺഗ്രസ് ദെങ് സിയാവോ പിങ്ങിന്റെ പരിഷ്കരണ കാഴ്ചപ്പാടുകൾക്ക് ശക്തമായ പിന്തുണ നല്കുകയുണ്ടായി. സോഷ്യലിസമെന്നാൽ എല്ലാ മേഖലയിലുമുള്ള അഭിവൃദ്ധിയാണെന്നും പാർട്ടി കോൺഗ്രസ് എടുത്തുപറയുന്നു. എല്ലാ മേഖലയിലും തുല്യതയും കൂടുതൽ അദ്ധ്വാനിക്കുന്നവർക്ക് കൂടുതൽ പ്രതിഫലവും ലഭിക്കുന്ന വ്യവസ്ഥിതിയാണ് ഉണ്ടാകേണ്ടത്. മനസ്സ് സ്വതന്ത്രമാക്കിക്കൊണ്ട് തുറന്ന വാതിൽ പരിഷ്കരണ നടപടികൾ തുടരാൻ പാർട്ടിയും ഗവൺമെന്റും തയ്യാറാവണം. പാർട്ടിയും ഗവൺമെന്റും തമ്മിലുള്ള ബന്ധത്തെക്കുറിച്ച് പാർട്ടി കോൺഗ്രസ് വിശദമായി പരിശോധിച്ചു. "ചൈനയിൽ പാർട്ടി പിതാവ് ആണെങ്കിൽ ഗവൺമെന്റ് മാതാവിനെപ്പോലെയാണെന്ന്" പൊട്ടിച്ചിരിച്ചുകൊണ്ട് ഡോ. സുഷുഭായി പറഞ്ഞു.

ചൈനയിൽ ഇതേവരെ അഞ്ച് തലമുറകൾ സോഷ്യലിസ്റ്റ് നിർമ്മാണ പ്രക്രിയയിൽ നേതൃത്വപരമായ പങ്ക് നിർവ്വഹിച്ചതായി 18-ാം പാർട്ടി കോൺഗ്രസ് വിലയിരുത്തി. 1949 മുതൽ 1975 വരെയുള്ള ഘട്ടമാണ് ഒന്നാം തലമുറയായി കണക്കാക്കുന്നത്. ചൈനീസ് വിപ്ലവത്തിന്റെ തൊട്ടടുത്ത ഘട്ടമാണ് അത്. ചെയർമാൻ മാവോയുടെ നേതൃത്വത്തിൽ കേന്ദ്രീകൃതമായ നേതൃത്വമായിരുന്നു കാര്യങ്ങൾ നിയന്ത്രിച്ചിരുന്നത്. സാമ്പത്തികമായും സാമൂഹികമായും ഏറെ പിന്നോക്കം നിന്ന ഒരു രാജ്യത്ത് സോഷ്യലിസത്തിന് അടിസ്ഥാന ശിലകൾ പാകുകയായിരുന്നു ആ ഗവൺമെന്റിന്റെ ലക്ഷ്യം. വിപ്ലവ മുന്നേറ്റത്തിനുശേഷം ചൈനയിൽ ജനാധിപത്യം സ്ഥാപിക്കുക എന്ന അടിയന്തര കടമയാണ് ആ ഘട്ടത്തിൽ നിർവ്വഹിക്കാനുണ്ടായിരുന്നത്. മാവോയുടെ കാലത്തെ സാംസ്കാരിക വിപ്ലവത്തെക്കുറിച്ച് നിരവധി വിമർശനങ്ങൾ ഉയർന്നുവന്നു. സോഷ്യലിസ്റ്റ് വിരുദ്ധ ശക്തികളെ കീഴ്പ്പെടുത്തുന്നതിന്റെ ഭാഗമായി ജനങ്ങളുടെ ജനാധിപത്യ അവകാശങ്ങൾ അട്ടിമറിക്കപ്പെട്ടു എന്ന പരാതി ഉണ്ടായി. ചില പിഴവുകൾ ഉണ്ടായിട്ടുണ്ടെങ്കിലും അടിമകളെപ്പോലെ കഴിഞ്ഞ ലക്ഷക്കണക്കിന് ജനങ്ങൾക്ക് അടിസ്ഥാന ആവശ്യങ്ങളായ ഭൂമി, ഭക്ഷണം, പാർപ്പിടം തുടങ്ങിയവ ഉറപ്പാക്കാൻ മാവോയുടെ നേതൃത്വത്തിന് കഴിഞ്ഞു എന്ന് പാർട്ടി കോൺഗ്രസ് വിലയിരുത്തുന്നു. കായികാദ്ധ്വാനത്തിന് പ്രാധാന്യം കൊടുത്തുകൊണ്ട് കാർഷിക മേഖലയിലേക്ക് മുഴുവൻ ജനങ്ങളെയും വഴിതിരിച്ചുവിട്ടത് പിന്നീട് വിമർശനത്തിന് ഇടയാക്കി. സാംസ്കാരിക വിപ്ലവം നടന്ന കാലയളവിൽ കാർഷികോല്പാദനവും ജനങ്ങളുടെ ഉപഭോഗവും പതിന്മടങ്ങ് വർദ്ധിച്ചുവെങ്കിലും സാമ്പത്തിക വളർച്ച മുരടിച്ചതായി പിന്നീട് വിലയിരുത്തപ്പെട്ടു. സോഷ്യലിസ്റ്റ് നിർമ്മാണ പ്രക്രിയയുമായി മുന്നോട്ടുപോകണമെങ്കിൽ സാമ്പത്തിക രംഗത്ത് വളർച്ച കൈവരിക്കുകയും തൊഴിലില്ലായ്മ പോലുള്ള പ്രശ്നങ്ങൾക്ക് പരിഹാരം കാണുകയും ചെയ്യേണ്ടതുണ്ടെന്ന് പാർട്ടി തീരുമാനിച്ചു. സാംസ്കാരിക വിപ്ലവത്തിന്റെ പേരിൽ മാവോയെ വിമർശിക്കുമ്പോഴും ചൈനീസ് വിപ്ലവത്തിന്റെ ശില്പിയായ അദ്ദേഹത്തെ തള്ളിപ്പറയാൻ ചൈനക്കാർ തയ്യാറാവുന്നില്ല. മഹത്തായ ചൈനീസ് വിപ്ലവമാണ് സമത്വത്തിലേക്കുള്ള ചൈനയുടെ പ്രയാണത്തിന്റെ തുടക്കം എന്ന് പാർട്ടി നിരന്തരമായി ജനങ്ങളെ ഓർമ്മിപ്പിക്കുന്നു.

പാർട്ടിയുടെ രണ്ടാം തലമുറയായി വിശേഷിപ്പിക്കുന്നത് ദെങ് സിയാവോ പിങ്ങിന്റെ നേതൃത്വംതന്നെയാണ്. 1975 മുതൽ 1996 വരെയുള്ള കാലഘട്ടമാണ് ഇത്. ചൈനയുടെ വളർച്ചയുടെ സുവർണകാലമായാണ് ഇതിനെ കണക്കാക്കുന്നത്. വികസനത്തിലേക്കും പരിഷ്കാരത്തിലേക്കും വാതിൽ തുറക്കുന്ന സമീപനം സി പി സി അംഗീകരിച്ചത് ഈ കാലഘട്ടത്തിലാണ്. ആധുനിക ചൈനയുടെ ശില്പിയായി കണക്കാക്കപ്പെടുന്ന ദെങ് സോഷ്യലിസ്റ്റ് നിർമ്മാണ പ്രക്രിയയിൽ ആസൂത്രണപ്രക്രിയയോടൊപ്പം വിപണിക്കുകൂടി പ്രാധാന്യം നല്കി.

മുഴുവൻ ജനങ്ങളുടെയും ജീവിത നിലവാരം മെച്ചപ്പെടുത്തുകയാണ് ലക്ഷ്യമെന്ന് ദെങ് പ്രഖ്യാപിച്ചു. ചൈന അഭിമുഖീകരിച്ച ഏറ്റവും വലിയ പ്രശ്നം ദാരിദ്ര്യമായിരുന്നു. ഇതിന് ചരിത്രപരവും ഭൂമിശാസ്ത്രപരവുമായ കാരണങ്ങളോടൊപ്പം അസന്തുലിത വികാസത്തിന്റെ പ്രശ്നങ്ങളും കാരണമായിരുന്നു. 1949-ൽ ലോകത്തിലെ ഏറ്റവും ദരിദ്ര രാഷ്ട്രങ്ങളിലൊന്നായിരുന്നു ചൈന. എന്നാൽ സോഷ്യലിസ്റ്റ് ആസൂത്രണപ്രക്രിയ കമ്യൂണിസ്റ്റ് പാർട്ടിയുടെ നേതൃത്വത്തിൽ ആരംഭിച്ചതോടെ പടിപടിയായി ചൈനയ്ക്ക് ദാരിദ്ര്യത്തെ ഇല്ലാതാക്കാൻ കഴിഞ്ഞു. 1985 ആകുമ്പോഴേക്കും കർഷകരുടെ പ്രതിശീർഷ വരുമാനത്തിൽ 260 ശതമാനം വർദ്ധനവുണ്ടായി. 1949 ൽ പരമ ദരിദ്ര കുടുംബങ്ങളുടെ എണ്ണം 250 ദശലക്ഷമായിരുന്നത് 1985 ൽ 125 ദശലക്ഷമായി കുറഞ്ഞു. 1986 മുതൽ ചൈന വികസനോന്മുഖമായ വൻകിട ദാരിദ്ര്യ നിർമ്മാർജ്ജന പദ്ധതികൾക്ക് തുടക്കം കുറിച്ചു. 20 വർഷത്തോളം നടത്തിയ കഠിനാദ്ധ്വാനത്തിന്റെ ഫലമായി വമ്പിച്ച നേട്ടമാണ് ഈ രംഗത്ത് ചൈന കൈവരിച്ചത്. 2007 ആകുമ്പോഴേക്കും ദരിദ്ര കുടുംബങ്ങളുടെ എണ്ണം 14.79 ദശലക്ഷമായി കുറഞ്ഞു. ഗ്രാമീണ ജനസംഖ്യയുടെ 30 ശതമാനത്തിലേറെ പേരും വിപ്ലവം നടക്കുന്ന ഘട്ടത്തിൽ പട്ടിണിമൂലം നരകിക്കുകയായിരുന്നു. എന്നാൽ 2007 ൽ ഗ്രാമീണ ജനതയിൽ വേണ്ടത്ര ഭക്ഷണവും പാർപ്പിടവും ലഭിക്കാത്തവരുടെ എണ്ണം 1.6 ശതമാനമായി കുറഞ്ഞു. 1989 നും 2008 നും ഇടയിലുള്ള ഒരു കണക്ക് സൂചിപ്പിക്കുന്നത് കൃഷിക്കാരുടെ പ്രതിശീർഷ വരുമാനം 303 യുവാനിൽ നിന്ന് 2617 യുവാനായി വർദ്ധിച്ചു എന്നതാണ്. പ്രതിശീർഷം ഒമ്പത് ശതമാനത്തിന്റെ വർദ്ധന ഉണ്ടായി. ഇതോടൊപ്പം സാമൂഹ്യ ക്ഷേമ നടപടികളിലും വലിയ വർദ്ധനവുണ്ടായി. അഗതികളെയും യാചകരെയും പുനരധിവസിപ്പിക്കാനുള്ള പദ്ധതിയും നല്ല ഫലം ഉണ്ടാക്കി. ആരോഗ്യമേഖലയിലും വിദ്യാഭ്യാസമേഖലയിലും ദ്രുതഗതിയിലുള്ള മാറ്റങ്ങൾ ഉണ്ടായി. വൃദ്ധരുടെ പരിപാലനത്തിലാണ് ആകർഷകമായ മാറ്റങ്ങൾ ഉണ്ടായത്. 40000 ലേറെ സ്ഥാപനങ്ങൾ 2009 ആകുമ്പോഴേക്കും നിലവിൽ വന്നു. 236 ദശലക്ഷം വൃദ്ധജനങ്ങൾ ഇത്തരം സ്ഥാപനങ്ങളിൽ ശാസ്ത്രീയമായി സംരക്ഷിക്കപ്പെട്ടു. വയോധികരെ സംരക്ഷിക്കാനുള്ള പ്രത്യേക നിയമം 1996 ൽ പാസാക്കി. അംഗവൈകല്യമുള്ളവർക്ക് വേണ്ടിയും പ്രത്യേക നിയമങ്ങൾക്ക് രൂപംകൊടുത്തു. 1992 ൽ സ്ത്രീകളുടെ അവകാശങ്ങൾ സംരക്ഷിക്കുന്നതിനുള്ള നിയമവും പ്രായപൂർത്തിയാകാത്തവരെ സംരക്ഷിക്കുന്നതിനുള്ള നിയമവും, നിർബ്ബന്ധിത വിദ്യാഭ്യാസത്തിനുള്ള നിയമവും കൂടുതൽ ശക്തമാക്കി. സാമൂഹ്യ സുരക്ഷിതത്വം ഉറപ്പാക്കിക്കൊണ്ടാണ് സാമ്പത്തിക വളർച്ച കൈവരിക്കാനുള്ള ദെങ് സിയാവോ പിങ്ങിന്റെ പരിഷ്കാരങ്ങൾ മുന്നോട്ട് നീങ്ങിയത്. സമതുലിതമായ വികാസം ലക്ഷ്യമാക്കിയാണ് പരിഷ്കരണ പ്രക്രിയ മുന്നോട്ട് നീങ്ങിയതെന്ന് ഡോ. സുഷുഭായി ഉദാഹരണസഹിതം വ്യക്തമാക്കി.

ആസൂത്രണത്തിന്റെ കൂടെ വിപണി സാമ്പത്തിക വ്യവസ്ഥയും ചൈന സ്വീകരിച്ചുവെന്നത് ലോകമെമ്പാടും ഇപ്പോഴും ചർച്ച ചെയ്യപ്പെടുന്ന വസ്തുതയാണ്. എന്നാൽ ഈ പരിഷ്കരണത്തോടെ ആയിരക്കണക്കിന് ആളുകൾക്ക് വിപണിയിൽ അർഹമായ തൊഴിൽ കണ്ടെത്താൻ കഴിഞ്ഞു എന്നാണ് സി പി സി പറയുന്നത്. 1998 ഓടെ സ്വയം തൊഴിൽ കണ്ടെത്താനുള്ള ജനങ്ങളുടെ സാദ്ധ്യത വർദ്ധിപ്പിക്കാൻ കഴിയുന്ന സർക്കാരിതര സംവിധാനത്തെയും ഗവൺമെന്റ് പ്രോത്സാഹിപ്പിച്ചു. ഗവൺമെന്റ് എക്സ്ചേഞ്ചുകൾക്കു പുറമെ നിരവധി തൊഴിൽദാന കേന്ദ്രങ്ങൾ ആരംഭിച്ചു. എന്നാൽ ഇവയിലെല്ലാം ശക്തമായ പാർട്ടി നിയന്ത്രണം ഉണ്ടായിരുന്നു. ലോക സാമ്പത്തിക മാന്ദ്യത്തിന്റെ ഭാഗമായി തൊഴിലില്ലായ്മയുടെ നിരക്ക് വർദ്ധിക്കുന്ന സാഹചര്യം ഉണ്ടായപ്പോൾ തൊഴിലില്ലായ്മയുടെ രൂക്ഷത കുറയ്ക്കാൻ ചൈന പരിഹാര നടപടികൾ പെട്ടെന്ന് സ്വീകരിച്ചു. ഗവൺമെന്റ് നിയന്ത്രണത്തിലുള്ള സ്ഥാപനങ്ങൾക്ക് തൊഴിലാളികളുടെ എണ്ണം കുറയ്ക്കേണ്ടിവരുന്ന സാഹചര്യം ഉണ്ടായാൽ തൊഴിലില്ലായ്മ ഇൻഷുറൻസ് വഴി ആനുകൂല്യങ്ങൾ നൽകുക, നഗരങ്ങളിൽ ഉപജീവനത്തിനുള്ള സഹായം നല്കുക, ചികിത്സ ഇൻഷുറൻസ് സഹായം നൽകുക തുടങ്ങിയ പദ്ധതികളിലൂടെ പ്രശ്നങ്ങൾ പരിഹരിക്കാൻ ഗവൺമെന്റിന് സാധിച്ചു. ബിരുദധാരികളായി പുറത്തേക്കുവരുന്ന കോളേജ് വിദ്യാർത്ഥികൾ, ഗ്രാമങ്ങളിൽനിന്ന് നഗരങ്ങളിലേക്ക് കുടിയേറുന്ന തൊഴിലാളികൾ എന്നിവർക്ക് സുസ്ഥിരമായ തൊഴിൽ അവസരങ്ങൾ കണ്ടെത്തിക്കൊടുക്കുന്നതിനുള്ള ഭഗീരഥ പ്രയത്നങ്ങളാണ് വർത്തമാന കാല ചൈനയിൽ നടക്കുന്നത്. ഗവൺമെന്റിന്റെ മുൻകൈയോടെ ധാരാളം തൊഴിലവസരങ്ങൾ ഉണ്ടാകുന്ന വ്യവസായം ആരംഭിച്ചും വൻകിട സ്വകാര്യസംരംഭങ്ങളിൽ സ്ഥാപന ഉടമകളുമായും തൊഴിലാളികളുമായും മറ്റും ചർച്ച നടത്തി കൂടുതൽ തൊഴിലവസരങ്ങൾ സൃഷ്ടിച്ചുമാണ് ചൈന ഇക്കാര്യത്തിൽ മുന്നേറുന്നത്. 17-ാം പാർട്ടി കോൺഗ്രസ് 2007 ൽ പ്രഖ്യാപിച്ച ലക്ഷ്യം സാമ്പത്തിക വികസനം, ജീവിത നിലവാരത്തിലുള്ള ഉയർച്ച എന്നിവയാണ്. ലോക സാമ്പത്തിക മാന്ദ്യത്തിന്റെ കാലഘട്ടത്തിലും വിദ്യാഭ്യാസത്തിനും തൊഴിലിനും പാർപ്പിടത്തിനും ആരോഗ്യ പരിരക്ഷയ്ക്കുമുള്ള പൊതുജനങ്ങളുടെ അവകാശം ഹനിക്കപ്പെടാതെ തന്നെ സാമ്പത്തിക വളർച്ചയിലും പിന്നോക്കം പോകാതെ ചൈന മുന്നോട്ടുപോകുന്നു എന്നത് ലോകത്തിന് മാതൃക തന്നെയാണ്. ക്ഷേമപദ്ധതികൾ വെട്ടിക്കുറച്ച് മാന്ദ്യത്തിന്റെ പ്രശ്നങ്ങൾ പരിഹരിക്കാൻ ശ്രമിക്കുന്ന മുതലാളിത്ത വികസനപാത പിൻതുടരുന്ന ഇന്ത്യയടക്കമുള്ള രാജ്യങ്ങൾക്ക് ചൈനയിൽനിന്ന് ധാരാളം പഠിക്കാനുണ്ട്. ചൈനയുടെ ജി എൻ പി യിലുണ്ടായ വൻ വർദ്ധനവിനുകാരണം ദെങ് സിയാവോ പിങ്ങിന്റെ പരിഷ്കാരമാണെന്ന് ഭൂരിപക്ഷം ചൈനക്കാരും വിശ്വസിക്കുന്നു. പാർട്ടിയുടെ മൂന്നാം തലമുറയായി കാണുന്നത് ജിയാങ് സെമിന്റെ നേതൃത്വത്തെയാണ്. 1996

നും 2002 നും ഇടയ്ക്കുള്ള കാലഘട്ടമാണ് ഇത്. സെമിൻ ഊന്നൽ കൊടുക്കുന്നത് മൂന്ന് അടിസ്ഥാന കാര്യങ്ങൾക്കാണ്. ഒന്നാമത്തേത് വിദ്യാഭ്യാസത്തിന്. രണ്ടാമത്തേത് രാഷ്ട്രീയ ബോധവല്ക്കരണത്തിന്. മൂന്നാമത്തേത് നീതിയുക്തമായ സമീപനത്തിന്. ഉല്പാദന രീതികൾ വികസിപ്പിക്കുന്നതിനും ഭൂരിപക്ഷം വരുന്ന പൗരന്മാരുടെ അടിസ്ഥാന താല്പര്യങ്ങൾ സംരക്ഷിക്കുന്നതിനും കാർഷിക മേഖലയിൽ ആധുനികവൽക്കരണം നടക്കുന്നതിനും സെമിൻ ശ്രദ്ധിച്ചു. അതോടൊപ്പം ചൈനയിൽ ഒരു സോഷ്യലിസ്റ്റ് മാർക്കറ്റ് ഇക്കണോമി വികസിപ്പിച്ചെടുക്കുകയായിരുന്നു സെമിന്റെ ലക്ഷ്യം. ഇത് ലോക സാമ്പത്തിക ഘടനയുമായി അതായത് ഡ ബ്ല്യു ടി ഒ അടക്കമുള്ള സംവിധാനവുമായി ബന്ധപ്പെടുന്നതിനും ഇക്കാലത്ത് പരിശ്രമിക്കുകയുണ്ടായി. ഇക്കാര്യം വിശദീകരിച്ചുകൊണ്ട് ഡോ. സുഷുഭായി പറഞ്ഞത് ചൈന ഇക്കാര്യത്തിൽ ആരെയും അനുകരിക്കുകയില്ല. പ്രത്യേകിച്ച് വളർച്ചയുടെ കാര്യത്തിൽ റഷ്യയെയോ, അമേരിക്കയെയോ അനുകരിക്കുകയില്ല. ചൈന ചൈനയുടെ മാതൃക സ്വീകരിക്കും എന്നാണ്. സോഷ്യലിസ്റ്റ് സമൂഹ നിർമ്മാണ പ്രക്രിയയും മുതലാളിത്ത വിപണി സംസ്കാരവും എങ്ങനെ ഒരുമിച്ച് കൊണ്ടുപോകും എന്ന് എല്ലാവരും ഉത്കണ്ഠപ്പെടുമ്പോഴും ചൈന അവരുടെ പരീക്ഷണവുമായി മുന്നേറാൻതന്നെ തീരുമാനിച്ചിരിക്കുകയാണെന്ന് ഞങ്ങൾക്ക് ബോദ്ധ്യമായി.

പാർട്ടിയുടെ നാലാം തലമുറ ഹു ജിന്റാവിന്റെ നേതൃത്വത്തിലുള്ളതാണ്. 2002 നും 2012 നും ഇടയ്ക്കുള്ള ഘട്ടത്തെയാണ് ഇങ്ങനെ വിശേഷിപ്പിക്കുന്നത്. വികസന കാര്യങ്ങൾ കൂടുതൽ ശാസ്ത്രീയമാക്കുകയാണ് ഹു ചെയ്തത് എന്ന് പറയുന്നു. ജനങ്ങൾക്ക് മുൻഗണന നൽകുന്നതും സംക്ഷിപ്തവും സമതുലിതവും സുസ്ഥിരവുമായ വികസനമെന്നാണ് ഹുവിന്റെ കാലത്തു പ്രചരിപ്പിച്ചത്. ഗ്രാമങ്ങളും നഗരങ്ങളും തമ്മിലുള്ള അന്തരം കുറച്ചുകൊണ്ടുവരുന്നതിനും ഹുവിന്റെ കാലത്ത് ബോധപൂർവ്വമായ ഇടപെടലുകൾ ഉണ്ടായി. ചില മേഖലകളിൽ വൻതോതിലുള്ള വ്യവസായ സാമ്പത്തിക വളർച്ചയും സ്വകാര്യ മൂലധന നിക്ഷേപവും ഉണ്ടാകുമ്പോൾ അതിന്റെ പരിണത ഫലമായി ജനങ്ങൾ തമ്മിലുള്ള അന്തരം വർദ്ധിക്കുകയാണ്. ഇത് പരിഹരിക്കുന്നതിനുള്ള ഇടപെടലിനാണ് ഹു ജിന്റാവോ മുൻഗണന നല്കിയത്.

ഇപ്പോൾ ചൈനയിൽ പാർട്ടിയുടെ പുതുതലമുറയുടെ ഭരണമാണ്. ഷി ജിൻ പിങ്ങിന്റെ നേതൃത്വത്തിൽ ഏഴ് പേരടങ്ങിയ പുതിയ നേതൃത്വം നിലവിൽ വന്നിരിക്കുന്നു. 2012 ൽ നടന്ന 18-ാം പാർട്ടി കോൺഗ്രസ് നിലവിലുള്ള പൊളിറ്റ് ബ്യൂറോയിൽ നിന്ന് ഏഴ് പേരെ ഒഴിവാക്കുകയും പുതിയ ഏഴ് പേരെ കൊണ്ടുവരികയും ചെയ്തു. ഒരെതിർപ്പുമില്ലാതെയാണ് പാർട്ടി കോൺഗ്രസ് പുതിയ നേതൃത്വത്തെ തിരഞ്ഞെടുത്തതെന്ന് സുഷുഭായി സൂചിപ്പിച്ചു. അധികാരം ഒരു നേതാവിൽ കേന്ദ്രീകരിക്കുന്നതിനുപകരം സമാനപ്രതിഭകളായ നേതാക്കളുടെ കൂട്ടുത്തരവാദിത്വമാണ് ഇനി മുതൽ ഉണ്ടാവുക എന്ന് ചൈന സൂചി

പ്പിക്കുന്നു. പുതിയ നേതൃത്വത്തിൽ ശാസ്ത്ര സാങ്കേതിക ധനകാര്യ മേഖലകളിൽനിന്നുള്ള പ്രമുഖരെയാണ് ഉൾപ്പെടുത്തിയിരിക്കുന്നത്. "പ്രവർത്തനം രാജ്യത്തെ രക്ഷിക്കും. അതേ സമയം അതിരുകവിഞ്ഞ വിടുവായത്വം രാജ്യത്തെ നാശത്തിലേക്ക് നയിക്കും" എന്നതാണ് പുതിയ നേതൃത്വത്തിന്റെ മുദ്രാവാക്യം. മനോഹരവും സന്തോഷപ്രദവുമായ ചൈന എന്നതാണ് തങ്ങളുടെ കാഴ്ചപ്പാടെന്ന് പുതിയ നേതാക്കൾ പറയുന്നു. സ്വകാര്യമൂലധന നിക്ഷേപത്തിന്റെയും ദ്രുതഗതിയിലുള്ള സാമ്പത്തിക വളർച്ചയുടെയും ഫലമായി ചൈനയിൽ വികസനത്തോടൊപ്പം പുതിയ വെല്ലുവിളികളും ഉയരുന്നതായി നേതാക്കൾ സൂചിപ്പിക്കുന്നു. ഊർജ്ജത്തിന്റെയും മറ്റ് വിഭവങ്ങളുടെയും വൻ തോതിലുള്ള ഉപഭോഗമാണ് പ്രധാന പ്രശ്നം. മുതലാളിത്ത ഉപഭോഗ രീതിയുടെ കടന്നുവരവും അതിനെ പിന്തുടർന്ന് വരുന്ന അഴിമതിയുമാണ് മറ്റൊരു വിപത്ത്. അഴിമതിക്കെതിരെ ശക്തമായ പോരാട്ടം ആരംഭിച്ചു കഴിഞ്ഞു എന്ന് സുഷുഭായി സൂചിപ്പിച്ചു. 1982 നും 2011 നും ഇടയിൽ 42 ലക്ഷം കേഡർമാർ ചെറുതും വലുതുമായ അഴിമതിക്കുറ്റത്തിന് ശിക്ഷിക്കപ്പെട്ടിട്ടുണ്ട്. 465 മുതിർന്ന നേതാക്കളും ശിക്ഷയ്ക്ക് വിധേയരായി. മുൻ പൊളിറ്റ് ബ്യൂറോ സ്റ്റാന്റിങ് കമ്മിറ്റി അംഗവും വൈസ് ഗവർണറുമെല്ലാം കടുത്ത ശിക്ഷ ഏറ്റുവാങ്ങിയവരിൽപ്പെടും. ഞങ്ങളുടെ ചൈന സന്ദർശന വേളയിലാണ് ഉന്നതനായ ഒരു പാർട്ടി നേതാവ് ബോസ്‌ലായി അഴിമതിക്കുറ്റത്തിന് വിചാരണയ്ക്ക് വിധേയനായി ശിക്ഷിക്കപ്പെട്ടത്. ജീവപര്യന്തം കഠിനതടവായിരുന്നു ശിക്ഷ. ജിനാനിലെ ഇന്റർമീഡിയറ്റ് പീപ്പിൾസ് കോടതിയിലാണ് വിചാരണ നടന്നത്. ഭാര്യ ഉൾപ്പെട്ടിട്ടുള്ള കേസ് ഒതുക്കിത്തീർക്കാൻ ബോസ്‌ലായി അധികാര ദുർവിനിയോഗം നടത്തി എന്നതായിരുന്നു കേസ്. സംഘടനാ നടപടിക്രമം ലംഘിച്ചതിനു കൂടിയായിരുന്നു ബോ വിചാരണ ചെയ്യപ്പെട്ടത്. താൻ നിരപരാധിയാണെന്ന് വാദിച്ചെങ്കിലും കോടതി വിധി ബോയ്ക്ക് എതിരായിരുന്നു. എത്ര ഉന്നതരായാലും അഴിമതിക്കും അധികാര ദുർവിനിയോഗത്തിനുമെതിരെ ശക്തമായ നടപടി ഉണ്ടാകുമെന്ന സൂചനയാണ് ഇത് നല്കുന്നത്. സാംസ്കാരിക രംഗത്ത് ഉണ്ടാകുന്ന അപശ്രുതികൾ പരിഹരിക്കുന്നതിനും പരിസ്ഥിതി പ്രശ്നങ്ങൾ പരിഹരിക്കുന്നതിനും തുല്യ പ്രാധാന്യം നൽകുമെന്നാണ് പുതിയ നേതൃത്വം പറയുന്നത്. ഗവൺമെന്റും മാർക്കറ്റും തമ്മിലുള്ള സമതുലിതാവസ്ഥ നിലനിർത്തിക്കൊണ്ട് പുതിയ വെല്ലുവിളികളെ ചെറുക്കാൻ നേതൃത്വം തയ്യാറെടുക്കുകയാണെന്ന് സുഷുഭായി സൂചിപ്പിച്ചു. ചൈനയുടെ സോഷ്യലിസ്റ്റ് നിർമ്മാണ പ്രക്രിയ എത്രത്തോളം വിജയിക്കുമെന്ന് ഇപ്പോൾ പ്രവചിക്കുന്നില്ലെന്നും ചൈന ജനക്ഷേമകരമായ പദ്ധതികളുടെ പണിപ്പുരയിലാണെന്നും അദ്ദേഹം പറഞ്ഞു. ലോകത്തിന്റെ മറ്റൊരു ഭാഗത്തും കാണാത്ത ജനകീയ പരീക്ഷണങ്ങളാണ് ചൈനയിൽ നടക്കുന്നതെന്ന് ഞങ്ങൾക്ക് ബോദ്ധ്യമായി.

12

ഭരണകൂട ഘടന

രണ്ടാമത്തെ ദിവസം ചൈനയിലെ ഭരണകൂട ഘടനയെക്കുറിച്ചും താഴെത്തട്ടിൽ കമ്യൂണിസ്റ്റ് പാർട്ടി കെട്ടിപ്പടുക്കുന്നതുസംബന്ധിച്ചുമാണ് ചർച്ച നടന്നത്. അക്കാദമിയുടെ അന്താരാഷ്ട്ര വിഭാഗം ഡെപ്യൂട്ടി ഡയറക്ടർ പ്രൊഫസർ ജിയാങ് ജുൻജി, സുഡാൻ യൂണിവേഴ്സിറ്റിയിലെ പ്രൊഫസർ പെങ് ബോ എന്നിവരാണ് ചർച്ച നയിക്കുന്നത്. ചൈനയുടെ സ്വപ്നങ്ങൾ നടപ്പിലാക്കാൻ ഭരണകൂട ഘടനയെ എങ്ങനെയാണ് പാകപ്പെടുത്തിയതെന്ന് അറിയാൻ ഞങ്ങൾക്ക് ഏറെ താല്പര്യമുണ്ടായിരുന്നു.

ജിയാങ് ജുൻജിയുടെ ക്ലാസിൽ ചൈനയുടെ ഭരണകൂട ഘടനയെക്കുറിച്ച് പ്രസ്താവിക്കുകയുണ്ടായി. 1949 ലെ വിപ്ലവത്തിനുശേഷം ചൈനീസ് ഗവൺമെന്റ് സംവിധാനത്തിന്റെ അടിസ്ഥാനശിലയായി അംഗീകരിച്ചത് ഡാൻവെയ് എന്നറിയപ്പെടുന്ന തൊഴിൽക്കൂട്ടായ്മകളാണ്. പൊതുജനങ്ങളെയും ഭരണകൂടത്തെയും ബന്ധിപ്പിക്കുന്ന ഇടനിലയായിരുന്നു ഡാൻവെയ്കൾ. പ്രത്യേക കമ്യൂണുകളാണ് ഇവ. ഗവൺമെന്റ് നയങ്ങൾ നടപ്പിലാക്കാനുള്ള അടിസ്ഥാന ഘടകങ്ങളായാണ് ഇവയെ വിഭാവനം ചെയ്തത്. ഗൃഹനിർമ്മാണം, ശിശുക്ഷേമം, വിദ്യാലയങ്ങളുടെ നടത്തിപ്പ്, ക്ലിനിക്കുകൾ, പോസ്റ്റ് ഓഫീസ് തുടങ്ങിയ എല്ലാ സംവിധാനങ്ങൾക്കും ഡാൻവെയ് സംവിധാനങ്ങൾ ഉണ്ടായിരിക്കും. ഭരണത്തിന്റെ രണ്ടാമത്തെ പ്രത്യേകത പാർട്ടി സംഘടന എല്ലാ സാമൂഹിക സാമ്പത്തിക സംവിധാനവുമായി ബന്ധപ്പെട്ടിരിക്കുന്നു എന്നതാണ്. തുറന്നവാതിൽ സമീപനത്തിന്റെ ഒരു വെല്ലുവിളി ഇത്തരത്തിലുള്ള സാമൂഹിക സംവിധാനത്തിന് പോറലേല്ക്കുമോ എന്നതാണ്. നേരിട്ട് രാഷ്ട്ര ഭരണകൂടവും വ്യക്തികളും തമ്മിലുള്ള ഇടപെടലുകളായി സാമ്രാജ്യത്വ ആഗോളവല്ക്കരണത്തിന്റെ വിപത്ത് ഉണ്ടാവുകയും 'സമൂഹ

ത്തിന്റെ'തിരോധാനം ഉണ്ടാകുന്നതും വിപരീത ഫലം ഉളവാക്കുന്ന കാര്യങ്ങളാണ്. വികസനവും സുസ്ഥിരതയും തമ്മിലുള്ള സന്തുലിതാവസ്ഥ നഷ്ടപ്പെടുന്നതിനും ഇത് കാരണമായേക്കുമെന്ന് സി പി സി സംശയിക്കുന്നു. ഇതോടൊപ്പം സാംസ്കാരിക രംഗത്ത് നശീകരണ പ്രവണത ഉണ്ടാകുന്നതിനും ഇടയുണ്ടെന്ന് സി പി സി പറയുന്നു.

ഇതിനു പരിഹാരമായി സി പി സി കാണുന്നത് താഴെ തലത്തിൽ പാർട്ടി സംഘടന ശക്തമാക്കുകയാണ്. പാർട്ടി സെല്ലുകളിലൂടെ വ്യക്തികളെയും പ്രാദേശിക സമൂഹങ്ങളെയുമെല്ലാം പാർട്ടിയുമായി ബന്ധപ്പെടുത്തുന്നു. ചൈനയുടെ ഭരണകൂടത്തിന്റെ ഘടനയിൽ പ്രഥമസ്ഥാനം സി പി സി ജനറൽ സെക്രട്ടറിക്കാണ്. ജനറൽ സെക്രട്ടറിക്ക് താഴെ നാഷണൽ പീപ്പിൾസ് കോൺഗ്രസ്, പൊളിറ്റ് ബ്യൂറോ സ്റ്റാന്റിങ് കമ്മിറ്റി, പ്രധാനമന്ത്രി എന്നിവർ പ്രവർത്തിക്കുന്നു. നാഷണൽ പീപ്പിൾ കോൺഗ്രസിനു കീഴിൽ പ്രൊവിൻഷ്യൽ പീപ്പിൾസ് കോൺഗ്രസും ലോക്കൽ പീപ്പിൾസ് കോൺഗ്രസുമുണ്ട്. പൊളിറ്റ് ബ്യൂറോ സ്റ്റാന്റിങ് കമ്മിറ്റിക്ക് കീഴിൽ പ്രൊവിൻഷ്യൽ പാർട്ടി കമ്മിറ്റികളും ലോക്കൽ പാർട്ടി കമ്മിറ്റികളും പ്രവർത്തിക്കുന്നു. പ്രധാനമന്ത്രിയുടെ നേതൃത്വത്തിനു കീഴിലുള്ള സ്റ്റേറ്റ് കൗൺസിലിന് കീഴിൽ പ്രൊവിഷനൽ ഗവൺമെന്റുകളും ലോക്കൽ ഗവൺമെന്റുകളും പ്രവർത്തിക്കുന്നു. ഇതോടൊപ്പം ചൈനയുടെ പ്രസിഡന്റും കേന്ദ്ര കൺട്രോൾ കമീഷൻ ചെയർമാനുമുണ്ട്. ഇവരുടെയെല്ലാം പ്രവർത്തനമേഖലകൾ നിശ്ചയിച്ചിട്ടുണ്ട്. ചൈനയിൽ ഗവൺമെന്റ് സംവിധാനങ്ങളും പാർട്ടി സംവിധാനവും പരസ്പരം ബന്ധപ്പെട്ടിരിക്കുന്നു. താഴെ തലത്തിൽ നാല് തട്ടുകളിലായി തദ്ദേശ ഭരണം ക്രമീകരിച്ചിരിക്കുന്നു. മുനിസിപ്പൽ തലം, ജില്ല (County) സ്ട്രീറ്റ് (Street) അയൽക്കൂട്ടം (neighbour hood) എന്നിവയാണ് അവ. ചെറിയ ജില്ലകൾ ചേർന്നതാണ് മുനിസിപ്പാലിറ്റി. ഇവയിലൂടെ ഒറ്റയ്ക്കും സംയുക്തമായും ഭരണപ്രവർത്തനങ്ങൾ നടപ്പിലാക്കുന്നു. പരിഷ്കാരത്തിന് ശേഷം സാമൂഹ്യ നിയന്ത്രണം ശക്തമാക്കാനുള്ള നടപടികൾ സ്വീകരിച്ചുവരുന്നുവെന്ന് നേതാക്കൾ വ്യക്തമാക്കി. കമ്യൂണിറ്റി നിർമ്മാണം, പാർട്ടിഘടക രൂപീകരണം, പൊതുജന പങ്കാളിത്തം വർദ്ധിപ്പിക്കൽ ഗവൺമെന്റ് ഇതര സംഘടനകളുടെ പങ്കാളിത്വവും നിയന്ത്രണവും, പുതിയ തൊഴിൽസംസ്കാരവും സാമൂഹ്യ സ്ഥിതിയും മനസ്സിലാക്കൽ, നഗരസമൂഹത്തെക്കുറിച്ചുള്ള പഠനം, പൊതുഅഭിപ്രായങ്ങൾക്കുള്ള വേദി സൃഷ്ടിക്കൽ തുടങ്ങിയ കാര്യവും ശ്രദ്ധിക്കുന്നുണ്ട്. പാർട്ടി സംഘടനാരംഗത്ത് പ്രധാനപ്പെട്ട നാല് കാര്യങ്ങൾ നടപ്പിലാക്കുന്നു. 1. കച്ചവടസ്ഥാപനങ്ങൾ, വികസനകേന്ദ്രങ്ങൾ, നിർമ്മാണ കേന്ദ്രങ്ങൾ, സ്വതന്ത്ര വിപണി തുടങ്ങി എല്ലാ മേഖലകളിലും സംഘടന വ്യാപിപ്പിക്കുക. 2. സേവനവിന്യാസം, 'പാർട്ടി മെമ്പർ, സേവന കേന്ദ്രം' എന്ന സ്ഥിതി ഉണ്ടാക്കുക, എങ്ങനെ ഓരോ ആളിനും സേവനം എത്തിക്കും എന്ന പരിശോധന നടത്തുന്നു. 3. പുനഃസംഘാടനം. വികേന്ദ്രീകൃത ഭരണത്തിന്റെ ശൃംഖല വ്യാപകമാക്കുകയാണ് ഉദ്ദേശ്യം.

4. പാർട്ടി നേതൃത്വത്തിന്റെ വ്യക്തിപരമായ മേധാവിത്വത്തിനുപകരം കൂട്ടായ നേതൃത്വം ഉറപ്പുവരുത്തുക. എല്ലാ പ്രവർത്തനങ്ങളിലും ജനപങ്കാളിത്തം ഉറപ്പുവരുത്തുക, പൊതുസുരക്ഷയ്ക്ക് ഊന്നൽനല്കുക എന്നിവയും ശ്രദ്ധിക്കുന്നു.

1994 നുശേഷം ചൈന പിന്തുടരുന്നത് മാർക്കറ്റ് എക്കണോമി ആണ്. ഇതിനെ സോഷ്യലിസ്റ്റ് മാർക്കറ്റ് ഇക്കണോമി എന്ന് വിശേഷിപ്പിക്കാനാണ് താല്പര്യം. ചൈനയുടെ പ്രത്യേകതകളോടുകൂടി സോഷ്യലിസം കെട്ടിപ്പടുക്കാൻ ഈ സമ്പ്രദായത്തെ പരമാവധി ഉപയോഗപ്പെടുത്തുക എന്നതാണ് ലക്ഷ്യം. ഏത് സംരംഭത്തിന്റെ കാര്യത്തിലും തീരുമാനമെടുക്കുന്നത് ചൈനയിലെ കേന്ദ്ര ഗവൺമെന്റാണ്. എല്ലാ കാര്യങ്ങളും ഗവൺമെന്റ് നിയന്ത്രണത്തിലായിരിക്കും. ചൈനയിൽ അഞ്ച് ദശലക്ഷത്തോളം പ്രാദേശിക ഗവൺമെന്റുകളുണ്ട്. കേന്ദ്ര ഗവൺമെന്റ് തൊട്ട് ഏറ്റവും താഴെയുള്ള അയൽക്കൂട്ട ഘടകം വരെ ഓരോന്നിനെയും നിയന്ത്രിക്കുന്ന പാർട്ടി കമ്മിറ്റികൾ ഉണ്ട്. സ്വകാര്യ സ്ഥാപനമായാലും പൊതുസ്ഥാപനമായാലും അവയുടെ കാര്യങ്ങൾ നിയന്ത്രിക്കുന്ന പാർട്ടി കമ്മിറ്റി ഉണ്ടായിരിക്കും. ഏത് സംരംഭം നടത്തുമ്പോഴും അവയിൽ എല്ലാം ഗുണമേന്മയും തുല്യതയും ഉറപ്പുവരുത്തുകയാണ് ചൈനയുടെ മുദ്രാവാക്യമെന്ന് ജിയാങ് ജുൻജി പറഞ്ഞു. കീഴ്തട്ടുവരെ വ്യാപിച്ചുകിടക്കുന്ന പ്രാദേശിക ഗവൺമെന്റുകളുടെ ചിട്ടയായ പ്രവർത്തനത്തിലൂടെയാണ് ചൈന എല്ലാ കാര്യങ്ങളും നടപ്പിലാക്കുന്നത്. 2008 ൽ നടത്തിയ ഒളിമ്പിക്സും 2013 ലെ അന്താരാഷ്ട്ര പ്രദർശനവും ഈ കൂട്ടായ്മയുടെ വിജയപ്രതീകങ്ങളാണ്. ചില ഭാഗങ്ങളിൽ വൻകിട സംയുക്ത സംരംഭങ്ങൾ ആരംഭിക്കാൻ ചൈന തീരുമാനിച്ചിട്ടുണ്ട്. അതേസമയം പ്രധാനപ്പെട്ട പൊതുമേഖലാ സംരംഭങ്ങൾ ഗവൺമെന്റ് നിയന്ത്രണത്തിൽത്തന്നെ നിലനിർത്തും. ടെലികോം, ഇലക്ട്രിസിറ്റി തുടങ്ങിയ വലിയ പൊതുമേഖലാ സംരംഭങ്ങൾ ഇപ്പോഴും ഗവൺമെന്റിന്റെ പൂർണ്ണ നിയന്ത്രണത്തിലാണ്. രാജ്യത്തിന്റെ പൊതു സംരംഭങ്ങളെക്കുറിച്ച് (State ownes enterprises - SOE) ചൈനീസ് ഗവൺമെന്റ് പറയുന്നത് അവയ്ക്ക് രണ്ടു ലക്ഷ്യങ്ങൾ ഉണ്ട് എന്നാണ്. ഒന്നാമത്തേത് ചൈനയുടെ സാമ്പത്തിക ഘടനയിൽ സ്വകാര്യ മൂലധനത്തിന് സ്വാധീനം ചെലുത്താൻ അവസരം നല്കാതിരിക്കുക. ഗവൺമെന്റിന് പൊതു സമൂഹത്തോടുള്ള ബാദ്ധ്യതയും താല്പര്യവും നിലനിർത്താൻ ഈ സംവിധാനം കാരണമാകുന്നു. രണ്ടാമത്തെ കാര്യം സമ്പത്തിന്റെ സമതുലിതമായ വിതരണമാണെന്ന് സി പി സി ചൂണ്ടിക്കാട്ടുന്നു. ചൈനയുടെ അടിസ്ഥാന സാമ്പത്തിക ഘടനയിൽ മേധാവിത്വം വഹിക്കുന്നത് പൊതുഉടമസ്ഥത ആയതിനാൽ ചൂഷണം പരമാവധി ഒഴിവാക്കുന്നതിന് കഴിയുന്നു. സാമ്പത്തിക ധ്രുവീകരണം തടയുന്നതിനും ജോലിക്കനുസരിച്ച് വിതരണം എന്ന അവസ്ഥ നിലനിർത്തുന്നതിനും പൊതുഅഭിവൃദ്ധി ലക്ഷ്യമായി പ്രവർത്തിക്കുന്നതിനും കഴിയുന്നു എന്ന് സി പി സി ക്കു വേണ്ടി അദ്ധ്യാപകർ വിശദമാ

ക്കി. ചൈന നാഷണൽ പെട്രോളിയം (Zino peck), ചൈന മൊബൈൽ കമ്യൂണിക്കേഷൻ, ചൈന റെയിൽവേ ഗ്രൂപ്പ്, ചൈന സ്റ്റേറ്റ് കൺസ്ട്രക്ഷൻസ് എൻജിനിയറിങ്, ചൈന മെറ്റലേർജിക്കൽ ഗ്രൂപ്പ്, ഇൻഡസ്ട്രി കോർപ്പറേഷൻ ഓഫ് ചൈന തുടങ്ങിയ മുപ്പതിലേറെ വൻകിട പൊതു മേഖല സംരംഭങ്ങൾ ഗവൺമെന്റിന് കീഴിലുണ്ട്. എല്ലാം ലാഭകരമായി പ്രവർത്തിക്കുന്നവയാണ്. ഇത്തരം സ്ഥാപനങ്ങളിൽ കാലികമായ പരിഷ്കരണങ്ങൾ വരുത്തുന്നുണ്ടെങ്കിലും ഇവ രാജ്യത്തിന്റെ സ്വത്തായി നിലനിർത്തുന്ന കാര്യത്തിൽ ഒരുമാറ്റവും ഉണ്ടാക്കിയില്ലെന്ന് സി പി സി പറയുന്നു.

ഏത് മേഖലയിലായാലും ചടുലമായ വികസനമാണ് ചൈന ആഗ്രഹിക്കുന്നത്. 1999 ൽ നടപ്പിലാക്കാൻ തുടങ്ങിയ സമുദ്രതീര വികസനം ഷാങ്ഹായ് വികസന കോർപ്പറേഷന്റെ നേതൃത്വത്തിൽ നടന്ന വൻവികസനമാണ്. പുഡോങ് ഏരിയ പുതിയ വികസന മേഖലയായി പ്രഖ്യാപിച്ചത്, വ്യോമഗതാഗത മേഖലയിൽ ഉണ്ടായിട്ടുള്ള വളർച്ച തുടങ്ങിയ കാര്യങ്ങളെ പ്രൊഫസർ വിശദമാക്കി. ഓരോ മേഖലയെക്കുറിച്ചു പറയുമ്പോഴും അവയിലുള്ള പാർട്ടി നിയന്ത്രണത്തെക്കുറിച്ച് സൂചിപ്പിച്ചുകൊണ്ടിരുന്നു. സോവിയറ്റ് റഷ്യയുടെ അവസ്ഥ തങ്ങൾക്കുണ്ടാകാതിരിക്കാൻ ശ്രദ്ധിക്കുന്നു എന്നാണ് നേതാക്കൾ പറഞ്ഞത്. ഭരണകാര്യത്തിൽ രണ്ട് കാര്യങ്ങൾ ഗവൺമെന്റ് വേർതിരിച്ച് കാണുന്നുണ്ട്. ഒന്നാമത്തേത് ചൈനയിൽ മാവോവിന്റെ കാലത്ത് സാംസ്കാരിക വിപ്ലവം ചെലുത്തിയ സ്വാധീനമാണ്. സാംസ്കാരിക വിപ്ലവം സാമ്പത്തിക വളർച്ചയെ മുരടിപ്പിച്ചു എന്ന് പറയുമ്പോഴും സാമൂഹ്യ സമത്വത്തിന്റെ മേഖലയിൽ കൈവരിച്ച വമ്പിച്ച നേട്ടം ആധുനിക ചൈന നിഷേധിക്കുന്നില്ല. രണ്ടാമത്തേത് തുറന്നവാതിൽ നയത്തിന്റെ ഭാഗമായി ഉണ്ടാക്കിയെടുക്കാൻ കഴിഞ്ഞ നേട്ടങ്ങളും അതോടൊപ്പം വന്നുചേരുന്ന പുതിയ വെല്ലുവിളികളുമാണ്. എല്ലാഘട്ടത്തിലും സമൂഹത്തിൽ നിയമവാഴ്ച ഉറപ്പാക്കാൻ ചൈന ആഗ്രഹിക്കുന്നു. 1999 ൽ നിയമവാഴ്ചയുടെ പ്രാധാന്യം ഭരണഘടനയിൽ പ്രത്യേകം ഉൾക്കൊള്ളിച്ചിട്ടുണ്ട്. നിയമം ലംഘിക്കുന്നവർക്ക് കർശനശിക്ഷ ഉറപ്പാക്കുകയാണ് ലക്ഷ്യം. നിയമ നിർമ്മാണങ്ങളും ത്വരിതഗതിയിൽ ആയിരിക്കുന്നു. നിയമപഠനവും വക്കീൽ ജോലിയും പുതിയ തലമുറയിൽ ഏറെ വർദ്ധിച്ചിട്ടുണ്ട്. കമ്യൂണിസ്റ്റ് പാർട്ടിയുടെ ഭരണപരമായ മികവ് ആഗോള വികസന ആശയങ്ങളെ സ്വാംശീകരിക്കാൻ സഹായിക്കുന്നുണ്ടെങ്കിലും ആഗോളവല്ക്കരണത്തിന്റെ ഭാഗമായ പുതിയ വെല്ലുവിളികളും ചൈന നേരിടുന്നുണ്ട്.

ചൈനയുടെ പരമ്പരാഗത സംസ്കാരം, കുടുംബം, സമൂഹം, കൺഫ്യൂഷസ് സിദ്ധാന്തങ്ങൾ തുടങ്ങിയവയുടെമേൽ ആഗോള സാമൂഹ്യ പ്രശ്നങ്ങൾ അടിച്ചേല്പിക്കുന്ന ആഘാതമുണ്ട്. വ്യത്യസ്ത താല്പര്യക്കാരായ ആളുകളെ യോജിപ്പിച്ചുകൊണ്ടുപോവുകയാണ് ശ്രമകരമായ ജോലി. പൗരന്മാരുടെ ബോധനിലവാരം ഉയർത്തേണ്ടതുണ്ട്.

ഉയർന്ന ഉദ്യോഗസ്ഥന്മാർക്കിടയിലെ അധികാര ദുർവിനിയോഗം, അഴിമതി എന്നിവ അവസാനിപ്പിക്കാൻ കഴിയണം. നിയമത്തിന്റെ മെല്ലെപ്പോക്ക് തടഞ്ഞ് നിയമവാഴ്ച വേഗത്തിലാക്കണം. ഇതിന് ചൈനീസ് ഗവൺമെന്റ് കാണുന്ന മാർഗ്ഗം ജനകീയ സമ്മേളന (People congress)ത്തിന്റെ പ്രവർത്തനം ശക്തമാക്കുക എന്നതാണ്. സി പി സി യുടെ പ്രവർത്തനം മെച്ചപ്പെടുത്തുന്നതോടൊപ്പം ദേശീയ അച്ചടക്ക സമിതിയുടെ പ്രവർത്തനം ശക്തമാക്കാൻ ചൈന ശ്രമിക്കുന്നുണ്ട്.

ജോൺ നൈസ്ബിറ്റ് കണ്ട ചൈന

പ്രൊഫ. ജിയാങ് ജുൻജിയുടെ ക്ലാസിൽ അമേരിക്കൻ എഴുത്തുകാരനും പ്രഭാഷകനുമായ ജോൺ നൈസ്ബിറ്റിനെക്കുറിച്ച് സംസാരിച്ചു. ജോണും അദ്ദേഹത്തിന്റെ ഭാര്യ ഡോറിസും ചേർന്ന് ചൈനയെക്കുറിച്ച് ഒരു പുസ്തകം എഴുതിയിട്ടുണ്ട്. *മെഗാ ട്രെന്റ്സ് (Mega Trends)*. ചൈന പുതിയ രാഷ്ട്രീയ സാമൂഹ്യ സമ്പ്രദായം രൂപീകരിക്കുകയാണെന്ന് ഈ പുസ്തകത്തിൽ അഭിപ്രായപ്പെടുന്നു. ചൈനയിൽ ഇപ്പോൾ ഉള്ളത് കമ്യൂണിസമോ മുതലാളിത്തമോ ഒന്നും അല്ലെന്നും യഥാർത്ഥ ജനാധിപത്യം നടപ്പിലാക്കുന്നതിനുള്ള പ്രാദേശിക പ്രവർത്തനമാണെന്നും നൈസ്ബിറ്റ് പറയുന്നു. ചൈനയെക്കുറിച്ച് വിശദമായ പഠനം നടത്തിയതിന് ശേഷമാണ് നൈസ്ബിറ്റ് ദമ്പതികൾ അവരുടെ കാഴ്ചപ്പാട് മുന്നോട്ടുവയ്ക്കുന്നത്. പടിഞ്ഞാറൻ രാജ്യങ്ങൾ ഉദ്ഘോഷിക്കുന്ന ജനാധിപത്യത്തിൽനിന്നും വ്യത്യസ്തമായ കൂടുതൽ ശാസ്ത്രീയമായ യഥാർത്ഥ ജനാധിപത്യം ചൈനയിൽ ഉണ്ടെന്ന് അവർ സാക്ഷ്യപ്പെടുത്തുന്നു. ഇത് ഒരു ലംബമാന(Vertical) ജനാധിപത്യ പ്രക്രിയയാണെന്നും മുകളിൽനിന്ന് താഴേക്കും താഴെനിന്ന് മുകളിലേക്കും പരിഗണനകൾ മാറി മാറി ഉപയോഗപ്പെടുത്തുന്ന രീതിയാണെന്നും സ്ഥാപിക്കുന്നു. പടിഞ്ഞാറുനിന്ന് നോക്കുന്നവർ ചൈന അഴിമതിനിറഞ്ഞ ഒരു കമ്യൂണിസ്റ്റ് സമ്പ്രദായമാണെന്നാണ് വിലയിരുത്തുന്നത്. സ്വന്തം അഭ്യുന്നതിക്കുവേണ്ടി ചൈന മുതലാളിത്ത സമ്പ്രദായം നടപ്പിലാക്കുന്നു എന്ന ആക്ഷേപവും ഉണ്ട്. അവിടെ ജനങ്ങൾക്ക് അഭിപ്രായ സ്വാതന്ത്ര്യം ഇല്ല എന്നും പറയുന്നുണ്ട്. എന്നാൽ ജനങ്ങൾക്ക് അവരുടെ അഭിപ്രായപ്രകടനത്തിന് വിപുലമായ സംവിധാനം ചൈനയിൽ ഉണ്ടെന്ന് നൈസ്ബിറ്റ് പറയുന്നു. ഗവൺമെന്റ് ഒരു ലക്ഷ്യം പ്രഖ്യാപിച്ചാൽ അത് ജനങ്ങളിലാകെ ചർച്ചയ്ക്ക് വിധേയമാക്കുന്നു. പദ്ധതി പ്രഖ്യാപിക്കുന്നതിനും ഫലവത്താക്കുന്നതിനുമുള്ള ലോകത്തിലെ ഏറ്റവും വലിയ പരീക്ഷണശാലയാണ് ചൈന എന്നാണ് പുസ്തകത്തിൽ പറയുന്നത്. ഏറ്റവും വികേന്ദ്രീകൃതമായ രീതിയാണിത്. ചിലപ്പോൾ താഴെ തട്ടിൽ നിർദ്ദേശിക്കുന്ന പദ്ധതി മുകളിലേക്കാണ് കൊണ്ടുപോവുക. Bottom up രീതി എന്ന് പറയും. വിവിധ മേല്ത്തട്ടുകളിൽ ചർച്ചചെയ്യപ്പെടുന്ന പദ്ധതി പ്രായോഗികമാണെന്ന് തെളിഞ്ഞാൽ അവ ഗവൺമെന്റിന്റെ പദ്ധതിയായി സ്വീകരി

ക്കുന്നു. അല്ലാത്തവ തള്ളിക്കളയുന്നു. ആയതിനാൽ ഇതൊരു ഉപദേശകരൂപത്തിലുള്ള മികച്ച ജനാധിപത്യമാണെന്ന് ബിറ്റ് സ്ഥാപിക്കുന്നു. വംശ, ഭാഷ, ജാതി- മത ഭേദമില്ലാതെ പദ്ധതികൾ നടപ്പിലാക്കുന്നതിനാൽ ഏതെങ്കിലും ഭാഗത്തെ അവഗണിച്ചു എന്ന പരാതി ഉണ്ടാകുന്നില്ല. ചൈനയിൽ എവിടെയെങ്കിലും ഒരു പദ്ധതി ജനങ്ങൾക്കുവേണ്ടി നടപ്പാക്കാൻ തുടങ്ങിയാൽ മറ്റ് ഭാഗങ്ങളിൽ ഉള്ളവർ തങ്ങളെ അവഗണിച്ചെന്ന് മുറവിളി കൂട്ടാറുണ്ടോ എന്ന് ചോദിച്ചാൽ ജനങ്ങൾ മറുപടി പറയുന്നത് ഇങ്ങനെയാണത്രെ."പദ്ധതി ആ പ്രദേശത്ത് വിജയകരമാകുന്നു എന്ന് ഗവൺമെന്റിന് ബോദ്ധ്യംവന്നാൽ നാളെ അത് ഞങ്ങൾക്കുകൂടി അനുവദിക്കുമെന്ന് ഉറപ്പാണ്." നൈസ്ബിറ്റ് പറയുന്നത് പടിഞ്ഞാറൻ രാജ്യങ്ങൾ പദ്ധതി നടപ്പിലാക്കുന്നത് തിരെഞ്ഞെടുപ്പ് വിജയം കണ്ടുകൊണ്ട് മാത്രമാണ്. എന്നാൽ ചൈന പദ്ധതിയുടെ ഗുണഫലം ജനങ്ങൾക്ക് എത്രമാത്രം ലഭ്യമാകുന്നു എന്നതിനെ അടിസ്ഥാനമാക്കിയാണ് ഓരോ പുതിയ പദ്ധതിയും നടപ്പിലാക്കുന്നത് എന്നാണ്. അതുകൊണ്ടുതന്നെ നിലനില്ക്കുന്ന ഗവൺമെന്റിനെ അട്ടിമറിക്കാനുള്ള വൻതോതിലുള്ള നീക്കങ്ങൾ ചൈനയിൽ ഉണ്ടാകുന്നില്ല. പ്യൂ റിസർച്ച് സെന്റർ നടത്തിയ പഠനത്തിൽ 89 ശതമാനം ജനങ്ങളും ഗവൺമെന്റിന്റെ പ്രവർത്തനങ്ങളെ പിന്തുണക്കുന്നു എന്നാണ് കണ്ടത്. ഞങ്ങൾ ഈ ഗവൺമെന്റിനെ അട്ടിമറിക്കാൻ ആഗ്രഹിക്കുന്നു എന്ന് പറയുന്നവരുടെ എണ്ണം വളരെ ചുരുക്കമാണെന്ന് നൈസ്ബിറ്റ് പറയുന്നു. ലംബമാന ജനാധിപത്യരീതിയിൽ സ്വാതന്ത്ര്യം എന്നു പറഞ്ഞാൽ ഒരു വ്യക്തിയുടെ ഏകപക്ഷീയമായ സ്വാതന്ത്ര്യം അല്ലെന്നും സാമൂഹ്യഘടനയുടെയും സമതുലിതമായ നിലനില്പിന്റെയും പ്രശ്നമാണെന്നും പറയുന്നു. ജനാധിപത്യത്തിന്റെ ഊന്നൽ വ്യക്തിപരമായ തിരഞ്ഞെടുപ്പുകളിൽനിന്ന് സാമൂഹിക ഐക്യത്തിലേക്കും പൊതു നന്മയിലേക്കും മാറുന്നു എന്നതാണ് പ്രത്യേകത. ചില പദ്ധതികളെക്കുറിച്ച് ജനങ്ങളുടെ കൂട്ടായ വിമർശനങ്ങൾ ശരിയാണെന്ന് ബോദ്ധ്യം വന്നപ്പോൾ പദ്ധതികളിൽനിന്ന് ചൈന പിൻവാങ്ങിയതായി പുസ്തകത്തിൽ രേഖപ്പെടുത്തുന്നുണ്ട്. അതേസമയം ശരിയല്ലാത്ത പ്രതിഷേധങ്ങളെ ഗവൺമെന്റ് അംഗീകരിക്കാത്ത അനുഭവങ്ങളും ഉണ്ട്.

സാംസ്കാരിക വിപ്ലവത്തിന്റെ നാളുകളിൽ തൊഴിലാളികൾക്ക് വിദ്യാഭ്യാസം ഉണ്ടായിരുന്നില്ലെന്നും തൊഴിൽമേഖല നവീകരിക്കാത്തതിനാൽ എല്ലാം നഷ്ടത്തിലായി എന്നും പറയുന്നു. എന്നാൽ തുറന്നവാതിൽ സമീപനത്തിനുശേഷം തൊഴിൽശാലകൾ ലാഭത്തിലായി എന്നാണ് സൂചിപ്പിക്കുന്നത്. ഒരേസമയം കടുത്ത നിയന്ത്രണത്തിന്റെയും വിപുലമായ സ്വാതന്ത്ര്യത്തിന്റെയും മിശ്രിതമാണ് ചൈനയിൽ കാണുന്നത് എന്നാണ് ബിറ്റ് ദമ്പതികൾ പറയുന്നത്. ഇപ്പോൾ ചൈനീസ് മാതൃകയിലുള്ള സോഷ്യലിസം എന്നുപറയുന്ന ചൈനയുടെ അടിയന്തര ലക്ഷ്യം തങ്ങളുടെ രാജ്യത്തെ ലോകത്തിലെ ഏറ്റവും വികസിത രാജ്യ

മാക്കുക എന്നതാണെങ്കിൽ അടുത്ത ലക്ഷ്യം ലോകത്തെയാകെ നവീകരിക്കുക എന്നതായിരിക്കും തുടക്കത്തിൽ ഒളിമ്പിക്സ് സ്വർണ്ണ മെഡൽ ലക്ഷ്യംവച്ച ചൈന ഇപ്പോൾ നൊബേൽ സമ്മാനങ്ങൾ ലക്ഷ്യമാക്കുകയാണ്. കല്ലുകളുടെ സ്ഥാനം അടയാളപ്പെടുത്തികൊണ്ട് പുഴ മുറിച്ചുകടക്കുക (Crossing the river by feeling the stone)എന്ന സമീപനമാണ് ചൈന സ്വീകരിക്കുന്നത്. ചൈനീസ് ഗവൺമെന്റ് ചൈനയെക്കുറിച്ച് നല്ല കാര്യങ്ങൾ പ്രചരിപ്പിക്കാൻ നിങ്ങളെ വിലയ്ക്കെടുത്തതാണോ എന്ന് ചിലർ നൈസ്ബിറ്റ് ദമ്പതികളോട് ചോദിച്ചത്രെ. ചൈനയെക്കുറിച്ചൊരു പുസ്തകം എഴുതാൻ സി പി സിയുടെ കേന്ദ്രപ്രചാരണവിഭാഗം നല്കുന്ന വിവരങ്ങൾ മാത്രമേ ഉപയോഗിക്കാൻ കഴിയൂ എന്ന വിമർശനം ചൈനയ്ക്ക് വെളിയിലുണ്ട്. ഇത്തരം ചോദ്യങ്ങൾക്ക് നൈസ് ബിറ്റ് മറുപടി നൽകിയത് ചൈനയെക്കുറിച്ച് വിമർശിക്കുന്ന പുസ്തകം എഴുതി പ്രസിദ്ധീകരിച്ചെങ്കിൽ ഞങ്ങൾക്ക് എത്രയോ കൂടുതൽ പണം സമ്പാദിക്കാമായിരുന്നു എന്നാണ്.

ചൈനയിൽ ടാൻജിൻ എന്ന സ്ഥലത്ത് ഒരു ഇൻസ്റ്റിറ്റ്യൂട്ട് തുടങ്ങാൻ അനുവാദം ലഭിച്ചതിലുപരിയായി പ്രത്യേക സഹായങ്ങളൊന്നും ലഭ്യമായിട്ടില്ല എന്നവർ പറയുന്നു. ഗൂഗിൾ കമ്പനിക്ക് ചൈന കടുത്ത സെൻസർഷിപ്പ് ഏർപ്പെടുത്തുന്നു എന്നും ഗവൺമെന്റ് അവരുമായുള്ള കരാർ അവസാനിപ്പിച്ചുവെന്നും നൈസ് ബിറ്റിനോട് ചിലർ ചൂണ്ടിക്കാട്ടി. ചൈന ഇങ്ങനെ ചെയ്യുന്നത് ജനാധിപത്യപരമാണോ എന്ന് ചിലർ ചോദിച്ചു. ബിറ്റ് പറയുന്നത് ചട്ടം ലംഘിച്ച ഗൂഗിൾ കമ്പനിക്കാരാണ് കുറ്റക്കാർ എന്നാണ്. രാജ്യത്തിന്റെ സുരക്ഷിതത്വവുമായി ബന്ധപ്പെട്ട ചില കാര്യങ്ങളിൽ ഗൂഗിൾ നുഴഞ്ഞുകയറില്ല എന്ന ഉറപ്പിലാണ് ലൈസൻസ് നൽകിയത്. എന്നാൽ ആ വിശ്വാസം തെറ്റിച്ചപ്പോഴാണ് കരാർ റദ്ദാക്കിയത്. ചൈനയിൽ ഹാക്കർമാർ തങ്ങളുടെ രേഖകൾ ചോർത്തുന്നു എന്നതായിരുന്നു ഗൂഗിളിന്റെ പരാതി. ചൈനയിൽനിന്നും വലിയ മാർക്കറ്റ് ഷെയറുകൾ കിട്ടാത്തതുകൊണ്ടുകൂടിയാണ് അവർ പരാതി പറയുന്നത്. ഹിലാരി ക്ലിന്റൺ ഗൂഗിളിനുവേണ്ടി വാദിച്ചിരുന്നു. നൈസ്ബിറ്റ് പറയുന്നത് "ചൈനയുമായി കരാറുണ്ടാക്കുക ലളിതമായ പ്രക്രിയയാണ്. ഒരു ഹസ്തദാനത്തിലൂടെ നിങ്ങൾക്ക് അത് സാധിക്കും. എന്നാൽ വിശ്വാസ്യത ലംഘിച്ചാൽ നിങ്ങൾ വെള്ളത്തിൽ മുങ്ങിത്താഴും. കരാർ ലംഘനം ചൈന ഒരിക്കലും അംഗീകരിക്കില്ല."

13

പാർട്ടിയുടെ ജന്മഗൃഹത്തിലേക്ക്

ഷാങ്ഹായിലെ മൂന്നാമത്തെ ദിവസം രാവിലെ ഞങ്ങൾ പുറപ്പെട്ടത് സി പി സിയുടെ ജന്മഗൃഹം സന്ദർശിക്കുന്നതിനാണ്. ചൈനയിലെത്തുന്ന എല്ലാ ഇടതുപക്ഷക്കാരും ആഗ്രഹിക്കുന്ന കാര്യമാണ് കമ്യൂണിസ്റ്റ് പാർട്ടിയുടെ ആദ്യസമ്മേളനം നടന്ന സ്ഥലം സന്ദർശിക്കുക എന്നത്. പ്രസിദ്ധമായ നാൻജിയാങ് പെഡസ്ട്രിയൻ ഏരിയയിലാണ് ഈ സ്മാരകമന്ദിരം സ്ഥിതി ചെയ്യുന്നത്. ഞങ്ങളുടെ ബസ് മന്ദിരത്തിന്റെ കവാടത്തിൽ ചെന്നുനിന്നു. ചൈനയുടെ പ്രാചീന വാസ്തു ശില്പകലയുടെ ള്ളിമയും പ്രൗഢിയും വിളിച്ചോതുന്ന ചെറിയ ഇരുനില കെട്ടിടമാണത്. കല്ലുകളിൽ കൊത്തുപണികളോടു കൂടിയ കവാടമാണ് കെട്ടിടത്തിന്റെ പ്രത്യേകത. പഴയകാലത്ത് ഇതിന് ഷിക്കുമെൻ ശില്പകല (shikumen) എന്നാണ് പറഞ്ഞിരുന്നത്. 1920 ലാണ് കെട്ടിടത്തിന്റെ പണി തീർന്നത്. കമ്യൂണിസ്റ്റ് പാർട്ടിയുടെ രണ്ട് മെമ്പർമാരുടെ താമസസ്ഥലമായിരുന്നത്രെ ഇത്. സ്മാരകമന്ദിരത്തിന്റെ മുന്നിൽ നില്ക്കുമ്പോൾ ലോകജനസംഖ്യയുടെ 20 ശതമാനം വരുന്ന ജനങ്ങളുടെ ജീവിതത്തിൽ വമ്പിച്ച മാറ്റങ്ങളുണ്ടാക്കാൻ ഇടയാക്കിയ മഹാസംഭവത്തിന്റെ പിറവിയുടെ ഓർമ്മ ഞങ്ങളുടെ മനസ്സിനെ ആവേശം കൊള്ളിച്ചു.

ചെറിയ ഒരു മുറിയുടെ മുന്നിലേക്കാണ് ആദ്യം പ്രവേശിച്ചത്. 194 ചതുരശ്ര അടി വിസ്തീർണ്ണമുള്ള തീരെ ചെറിയ ഒരു മുറി. ഭക്ഷണമുറിയെന്നോ വിശ്രമമുറിയെന്നോ വേർതിരിക്കാനാവാത്ത വിധം ലളിതമായിരുന്നു അത്. 93 വർഷം മുമ്പ് ചൈനീസ് കമ്യൂണിസ്റ്റ് പാർട്ടിയുടെ ആദ്യസമ്മേളനം ഈ മുറിയിലാണ് നടന്നത്. 1921 ജൂലൈ 23 ന് നടന്ന ആ യോഗത്തിൽ 13 പേരാണ് പങ്കെടുത്തത്. കമ്യൂണിസ്റ്റ് ഇന്റർനാഷണലിൽ നിന്നുള്ള രണ്ട് പേർ കൂടി ചേരുമ്പോൾ 15 പേർ. അവർ യോഗം ചേരുമ്പോൾ ഉപയോഗിച്ചിരുന്ന കൊച്ചു മേശയും മരക്കസേരകളും അതേപടി

പാർട്ടിയുടെ ജന്മഗൃഹത്തിൽ – ആദ്യ കേന്ദ്രകമ്മിറ്റി യോഗത്തിന്റെ മെഴുകു പ്രതിമ

സൂക്ഷിച്ചിട്ടുണ്ട്. വെള്ളം കുടിക്കാൻ ഉപയോഗിച്ച ജഗ്ഗുകളും ഗ്ലാസുകളുമെല്ലാം ഗൃഹാതുര സ്മരണകളുണർത്തുംവിധം പ്രദർശിപ്പിച്ചിരിക്കുന്നു. 1999ൽ കെട്ടിടം പുതുക്കി പരിഷ്കരിച്ചപ്പോഴും പഴയ സംവിധാനങ്ങൾ ഒന്നും മാറ്റിയില്ല.

കമ്യൂണിസ്റ്റ് പാർട്ടിയുടെ രൂപീകരണ സമ്മേളനം നടക്കുന്ന സമയത്ത് ചൈനയുടെ വിവിധ ഭാഗങ്ങളിൽ രൂപംകൊണ്ട കമ്യൂണിസ്റ്റ് ഗ്രൂപ്പുകളിലെല്ലാംകൂടി 53 പാർട്ടി മെമ്പർമാരാണുണ്ടായിരുന്നത്. ഈ മെമ്പർമാരെ പ്രതിനിധീകരിച്ചാണ് 13 പ്രതിനിധികൾ സമ്മേളനത്തിൽ പങ്കെടുത്തത്. കമ്യൂണിസ്റ്റ് ഇന്റർനാഷണലിൽനിന്ന് പങ്കെടുത്തവർ നെതർലാന്റിൽ നിന്നുള്ള മാരിൻ, സോവിയറ്റ് റഷ്യയിൽനിന്നുള്ള നിക്കോൾസ്കി എന്നിവരായിരുന്നു. മാവോ സെ തുങ്ങിനൊപ്പം സമ്മേളനത്തിൽ പങ്കെടുത്ത മറ്റു സഖാക്കൾ ചെൻ ഡുക്സി, ഷാങ് ഗൊതാവൊ, ദോങ് ബിവു, ലീ-ഡാ, ലുയു രൺജിങ്, വാങ് ജിൻമെയ്, ചെൻഗോങ്ബോ, ഹെ സുബെങ്, ചെൻ ടാൻക്വി, ലി ഹാൻജുൻ, സെങ് എമ്മിങ്, ഷു ഫോഹായ് എന്നിവരായിരുന്നു. സമ്മേളനത്തിൽ രൂപീകരിച്ച പാർട്ടി സെൻട്രൽ ബ്യൂറോയിലേക്ക് ചെൻ ഡുക്സി, ഷാങ് ഗൊതാവൊ, ലീ സാ എന്നിവർ തിരഞ്ഞെടുക്കപ്പെട്ടു. ചെൻ സെക്രട്ടറിയായി പ്രവർത്തിക്കണമെന്നും തീരുമാനമുണ്ടായി. ജൂലൈ 23 മുതൽ 30 വരെയാണ് പാർട്ടി കോൺഗ്രസ് ചേർന്നത്. സമ്മേളനം ചേരുന്നതിനിടയിൽ പൊലീസുകാർ തടസ്സമുണ്ടാക്കി. കൂടുതൽ ഇടപെടലുണ്ടാകുമെന്ന് കണ്ടപ്പോൾ സമ്മേളനം രഹസ്യമായി ഒരു ടൂറിസ്റ്റ് ബോട്ടിലേക്ക് മാറ്റി. സൗത്ത് ലേക്കിലെ ഷാജിയാങ് എന്ന സ്ഥലത്താണ് സമ്മേളനം പൂർത്തിയാക്കിയത്.

പുതുതായി രൂപംകൊണ്ട പാർട്ടിക്ക് കമ്യൂണിസ്റ്റ് പാർട്ടി ഓഫ്

ചൈന (സി പി സി) എന്ന് നാമകരണംചെയ്തു. സഖാവ് ലെനിന്റെ 'പാർട്ടി തൊഴിലാളി വർഗ്ഗത്തിന്റെ മുന്നണിപ്പോരാളി' (Vanguard Party) എന്ന ആശയത്തിൽ നിന്നാണ് സി പി സിയുടെ തുടക്കം. വിപ്ലവ പാർട്ടിയുടെ പരിപാടിയും അംഗീകരിച്ചു. ജനകീയ വിപ്ലവ സൈന്യത്തിന്റെ നേതൃത്വത്തിൽ ബൂർഷ്വാ ഭരണത്തെ കടപുഴക്കി എറിയുക, തൊഴിലാളി വർഗ്ഗത്തിന്റെ നേതൃത്വത്തിൽ രാഷ്ട്രം പുതുക്കിപ്പണിയുക, എല്ലാ തരത്തിലുള്ള വർഗ്ഗ വിവേചനങ്ങളും അവസാനിപ്പിക്കുക, തൊഴിലാളിവർഗ്ഗ സർവ്വാധിപത്യം സ്ഥാപിച്ച് വർഗ്ഗചൂഷണം പൂർണ്ണമായും ഇല്ലാതാക്കാൻ ശ്രമിക്കുക, ഉല്പാദന ഉപാധികളുടെ മേലുള്ള മുതലാളിത്വത്തിന്റെ ഉടമസ്ഥാവകാശം അവസാനിപ്പിക്കുകയും അവ സാമൂഹ്യ നിയന്ത്രണത്തിൽ കൊണ്ടുവരികയും ചെയ്യുക എന്നിവയാണ് പാർട്ടിയുടെ ലക്ഷ്യമായി അംഗീകരിച്ചത്. ഏറ്റവും പ്രധാനപ്പെട്ട ഉത്തരവാദിത്വം തൊഴിലാളിവർഗ്ഗത്തെയാകെ സംഘടിത പ്രസ്ഥാനത്തിനു കീഴിൽ കൊണ്ടുവന്ന് അവർക്ക് രാഷ്ട്രീയ വിദ്യാഭ്യാസം നല്കുകയാണെന്നും തീരുമാനിച്ചു. അതിനായി സ്റ്റഡിസർക്കിളുകൾ രൂപീകരിക്കാനും തീരുമാനമായി. പാർട്ടി ഭരണഘടനയും അംഗീകരിച്ചു. മാർക്സിസം-ലെനിനിസം അടിസ്ഥാനമാക്കി ജനാധിപത്യ കേന്ദ്രീകരണത്വമാണ് അംഗീകരിച്ചത്.

1919 ൽ സാമ്രാജ്യത്വ അധിനിവേശത്തിനെതിരെ ചൈനയിൽ ആരംഭിച്ച മെയ്-4 പ്രസ്ഥാനവും കമ്യൂണിസ്റ്റ് പാർട്ടിയുടെ രൂപീകരണത്തിലേക്ക് നയിച്ച ആവേശകരമായ അനുഭവമായിരുന്നു. ഒന്നാംലോക മഹായുദ്ധത്തിനുശേഷം ജർമനിയുടെ അധീനതയിലായിരുന്ന പ്രദേശങ്ങൾ വിമോചിപ്പിക്കണമെന്നാവശ്യപ്പെട്ടാണ് ബുദ്ധിജീവികളും രാജ്യസ്നേഹികളും പ്രക്ഷോഭമാരംഭിച്ചത്. എന്നാൽ അന്നത്തെ ഫ്യൂഡൽ ഭരണകൂടം ജപ്പാനുമായി സന്ധി ചെയ്യുകയും മോചിപ്പിക്കപ്പെട്ട പ്രദേശങ്ങൾ ജപ്പാന് കൈമാറാൻ ആലോചിക്കുകയും ചെയ്തു. ഇതിനെതിരെ ഉയർന്നുവന്ന ശക്തമായ പ്രതിഷേധമായിരുന്നു മെയ്-4 പ്രസ്ഥാനം. നൂറുകണക്കിന് സ്ത്രീകളും വിദ്യാർത്ഥികളും ബുദ്ധിജീവികളും ഈ പ്രക്ഷോഭത്തിൽ അണിചേർന്നിരുന്നു. അതിനിടയിലാണ് ലീ ഡച്ചാവൊ, ചെൻ ഡുക്സി തുടങ്ങിയവർ കമ്യൂണിസ്റ്റ് ആശയഗതികൾ പ്രചരിപ്പിക്കാൻ മുൻകൈ എടുത്തതും അത് പാർട്ടിയുടെ രൂപീകരണത്തിലേക്ക് നീങ്ങിയതും. അർദ്ധ ഫ്യൂഡൽ-അർദ്ധ കൊളോണിയൽ ഭരണത്തിൽ ചൈന അനുഭവിച്ചു കൊണ്ടിരിക്കുന്ന ദുരിതമയമായ ജീവിതത്തിൽനിന്ന് കരകയറാൻ ജനങ്ങളെയാകെ ഒന്നിപ്പിക്കാൻ കഴിയുന്ന ലക്ഷ്യബോധമുള്ള ഒരു രാഷ്ട്രീയ പാർട്ടി ഉണ്ടാകണമെന്ന് തീരുമാനിക്കുകയായിരുന്നു. 1917 ലെ റഷ്യൻ വിപ്ലവം ഇത്തരം ചിന്തകൾക്ക് വലിയ പ്രചോദനമായി. മാർക്സിസത്തിലൂടെ മാത്രമേ ചൈനയിലെ ജനങ്ങൾക്ക് മോചനമുണ്ടാവുകയുള്ളൂ എന്ന് അവർ തീരുമാനിച്ചു. വിപ്ലവത്തിന്റെ വിജയത്തിന് ലക്ഷ്യബോധമുള്ള കമ്യൂണിസ്റ്റ് പാർട്ടിയുടെ ആവശ്യകതയെക്കുറിച്ചുള്ള ലെനിന്റെ ആഹ്വാനം വഴികാട്ടിയായി. അത്തരമൊരു പാർട്ടിയുടെ അഭാവത്താ

ലാണ് 1911ലെ ബൂർഷ്വാ ജനാധിപത്യ വിപ്ലവം ലക്ഷ്യംകാണാതെ പോയതെന്ന് നേതാക്കൾ വിലയിരുത്തി.

ഒന്നാം പാർട്ടി കോൺഗ്രസ് ചേർന്ന മുറിയുടെ നേർക്കാഴ്ച ഞങ്ങളുടെ മനസ്സിനെ വർഷങ്ങൾ പിന്നിലേക്ക് ആനയിക്കുന്നതിനിടയിൽ സ്വിങ്ങും എമ്മയും മുകളിലത്തെ നിലയിലെ ചരിത്ര മ്യൂസിയം കാണാൻ വിളിച്ചു. 450 ചതുരശ്ര മീറ്റർ വിസ്തീർണ്ണമുള്ള ഹാളിലാണ് മ്യൂസിയം ഒരുക്കിയിരിക്കുന്നത്. നിലത്ത് മനോഹരമായ ചുവപ്പും മഞ്ഞയും നിറമുള്ള പരവതാനി വിരിച്ച മ്യൂസിയം ഏറെ ആകർഷകമായിരുന്നു. ചുവരിൽ വലിയ ഫ്രെയിമുകളിൽ നിരവധി ഫോട്ടോകൾ പ്രദർശിപ്പിച്ചിട്ടുണ്ട്. 19-ാം നൂറ്റാണ്ടിൽ ചൈനയെ കീഴടക്കാൻ നാലുഭാഗത്തുനിന്നും ഉണ്ടായ വിദേശ അധിനിവേശത്തെ സൂചിപ്പിക്കുന്ന ഭൂപടമായിരുന്നു ആദ്യത്തെ ചിത്രം. സ്മാരകത്തിന്റെ നടത്തിപ്പിനുവേണ്ടിയുള്ള പാർട്ടി കമ്മിറ്റി സെക്രട്ടറി ഭൂപടം നോക്കി ഞങ്ങളോട് കാര്യങ്ങൾ വിശദീകരിച്ചു. ഓരോ ഭാഗത്തുനിന്നും യൂറോപ്യന്മാരും ഫ്രഞ്ചുകാരും ജപ്പാൻകാരുമെല്ലാം എങ്ങനെ ചൈനയിലേക്ക് കടന്നുവന്ന് തങ്ങളുടെ മാതൃഭൂമിയെ കൊള്ളയടിച്ചു എന്ന് വിശദീകരിക്കുമ്പോൾ അദ്ദേഹത്തിന്റെ ഉള്ളിലെ രാജ്യസ്നേഹവും സാമ്രാജ്യത്വവിരുദ്ധ മനോഭാവവും ആ മുഖത്തുനിന്ന് വായിച്ചെടുക്കാൻ ഞങ്ങൾക്ക് സാധിച്ചു. തദ്ദേശവാസികളെ കറുപ്പു നല്കി മയക്കിക്കിടത്തി അവരുടെ ജീവരക്തംപോലും ഊറ്റിയെടുത്ത സാമ്രാജ്യത്വ ചൂഷണത്തിന്റെ ഞെട്ടിപ്പിക്കുന്ന അനുഭവങ്ങളാണ് അധിനിവേശത്തിന്റെ കഥകളോരോന്നും. 1800 ൽ ബ്രിട്ടൻ ചൈനയിൽ കറുപ്പ് (അവീൻ) ഇറക്കുമതി ചെയ്തു. ചൈനയിലുണ്ടായിരുന്ന ഡച്ചുകാർ പുകയിലയിൽ കറുപ്പ് കലർത്തി വലിക്കുമായിരുന്നു. ചൈനയിലെ ജനങ്ങളാകട്ടെ കറുപ്പ് നേരിട്ട് വലിക്കാൻ തുടങ്ങി. മഞ്ചുവംശത്തിന്റെ കാലത്ത് കറുപ്പ് ഇറക്കുമതി നിരോധിച്ചു. എന്നാൽ ബ്രിട്ടീഷുകാർ ചില ഉദ്യോഗസ്ഥന്മാർക്ക് കൈക്കൂലി നല്കി രഹസ്യമായി കറുപ്പ് ഇറക്കുമതി തുടരുകയും ലഹരിമരുന്ന് കച്ചവടത്തിലൂടെ കോടികൾ സമ്പാദിക്കുകയും ചെയ്തു. ഇതേത്തുടർന്ന് രാജാവ് ഒരു ഉന്നത ഉദ്യോഗസ്ഥനെ കറുപ്പ് പിടികൂടാനുള്ള പ്രത്യേക കമീഷണറായി നിശ്ചയിച്ചു. അദ്ദേഹം കാന്റണിലെ കറുപ്പ് സൂക്ഷിച്ച കേന്ദ്രത്തിലേക്ക് കയറിച്ചെന്ന് 20,000 പെട്ടി കറുപ്പ് പിടിച്ചെടുത്ത് നശിപ്പിച്ചു. ഈ സംഭവം ബ്രിട്ടീഷുകാരെ വല്ലാതെ ചൊടിപ്പിച്ചു. 1840 ൽ ബ്രിട്ടൻ ചൈനയോട് യുദ്ധം ആരംഭിച്ചു. കറുപ്പുയുദ്ധം എന്നാണ് ഈ യുദ്ധം അറിയപ്പെടുന്നത്. രണ്ടുകൊല്ലം നീണ്ടുനിന്ന യുദ്ധത്തിനൊടുവിൽ രാജവംശം ബ്രിട്ടന് കീഴടങ്ങി. ഒത്തുതീർപ്പു വ്യവസ്ഥയനുസരിച്ച് കാന്റൺ, ഷാങ്ഹായ്, അമോയ്, നിങ്പോ, ഫൂച്ചോ എന്നീ അഞ്ച് തുറമുഖങ്ങൾ ബ്രിട്ടൻ തുറന്നുകൊടുക്കേണ്ടിവന്നു. കറുപ്പുമാത്രമല്ല എല്ലാ കച്ചവടവും സാമ്രാജ്യത്വം പൊടിപൊടിച്ചു. മെല്ലെ മെല്ലെ കാന്റൺ സമീപമുള്ള ഹോങ്കോങ് ദ്വീപും ബ്രിട്ടൻ സ്വതന്ത്രമാക്കി. സംസ്കാര സമ്പന്നരായ ചൈനീസ് ജനതയെ ആർത്തിപൂണ്ട

വെള്ളക്കാർ കീഴടക്കിയത് അവരുടെ കൈയിലുള്ള യന്ത്രത്തോക്കിന്റെ ബലത്തിൽ മാത്രമായിരുന്നു എന്ന് ജവഹർലാൽ നെഹ്റു *വിശ്വചരിത്രാവലോകനത്തിൽ* (ജയിലിൽ നിന്ന് മകൾ ഇന്ദിരാഗാന്ധിക്ക് അയച്ച കത്തുകളുടെ സമാഹാരം) സൂചിപ്പിച്ചിട്ടുണ്ട്. പ്രാകൃതരായ വിദേശികളുടെ നുഴഞ്ഞുകയറ്റത്തെക്കുറിച്ച് അന്നത്തെ ചക്രവർത്തി പറഞ്ഞത് “എന്റെ കിടക്കയിൽ കിടന്ന് കൂർക്കം വലിക്കാൻ ഞാൻ ആരെയും അനുവദിക്കില്ല” എന്നായിരുന്നു. സാമ്രാജ്യത്വത്തിന്റെ ലജ്ജയില്ലാത്ത കടന്നു കയറ്റത്തോടുള്ള എല്ലാ അവജ്ഞയും ഈ വാക്കുകളിൽ മുഴങ്ങുന്നുണ്ട്. ഇന്ന് നമ്മുടെ രാജ്യത്ത് നടക്കുന്ന സാമ്രാജ്യത്വ ഇടപെടലുകളിൽ എത്രപേർക്ക് ഇങ്ങനെയൊരു വിമ്മിഷ്ടം ഉണ്ടാകുന്നുണ്ട് എന്ന് ഞാൻ ആലോചിച്ചുപോയി.

ലോക മുതലാളിത്തത്തിന്റെ മൂലധന സഞ്ചയത്തിൽ എത്രകോടി മനുഷ്യരുടെ ചോരത്തുള്ളികളാണ് സന്നിവേശിപ്പിച്ചിരിക്കുന്നതെന്ന് ഞങ്ങൾ നെടുവീർപ്പിട്ടു. ചൈനയിൽ നിലനിന്നിരുന്ന രാജവംശങ്ങളുടെ വാഴ്ച മുതൽ ജനകീയ ചൈനാ റിപ്പബ്ലിക് സ്ഥാപിക്കുന്നതു വരെയുള്ള എല്ലാ കാര്യങ്ങളും ഇവിടെ പ്രദർശിപ്പിച്ചിട്ടുണ്ട്. ഒപ്പം പ്രാചീന ചൈനയുടെ സാംസ്കാരിക പ്രതീകങ്ങളായ നാണയങ്ങൾ, ആഭരണങ്ങൾ, ആയുധങ്ങൾ, വസ്ത്രങ്ങൾ, പാത്രങ്ങൾ, വാദ്യോപകരണങ്ങൾ തുടങ്ങിയവയുടെ പ്രദർശനവും ഉണ്ട്. പ്രധാന ഹാളിന്റെ ഒരു വശത്തുകൂടെ രണ്ടാമത്തെ ചെറിയ ഹാളിലേക്ക് പ്രവേശിച്ചപ്പോൾ ഞങ്ങൾ അത്ഭുതപരതന്ത്രരായി നിന്നുപോയി. ചെയർമാൻ മാവോയും മറ്റ് 14 സഖാക്കളും ഇരുന്ന് യോഗം ചേരുന്നു. മാവോ എഴുന്നേറ്റുനിന്ന് വലതുകൈ ഉയർത്തി സംസാരിക്കുകയാണ്. ചുറ്റുമിരിക്കുന്ന സഹപ്രവർത്തകർ ശ്രദ്ധയോടെ കേൾക്കുന്നു. ഓരോരുത്തരുടെയും മുഖഭാവംപോലും വ്യക്തമാണ്. ചിലരുടെ മുഖത്ത് അഭിമാനദ്യോതകമായ മന്ദഹാസം, മറ്റു ചിലരിൽ ആലോചനയുടെ ഗാംഭീര്യം, ചിലരിൽ അതിയായ ഉത്കണ്ഠയും കൗതുകവും. അവർ ചൈനീസ് കമ്യൂണിസ്റ്റ് പാർട്ടിയുടെ ഒന്നാംപാർട്ടി കോൺഗ്രസ് ചേരുകയാണ്. ഞങ്ങൾ മിഴി പൂട്ടാതെ നോക്കിനിന്നുപോയി. മെഴുകുപ്രതിമകളായിരുന്നു അത്. ജീവൻ തുടിക്കുന്ന മെഴുകുപ്രതിമകൾ. അവരുടെ മുന്നിലെ മേശപ്പുറത്ത് താഴത്തെ മുറിയിൽ കണ്ടതുപോലെ ഗ്ലാസും ജഗ്ഗുമൊക്കെ വച്ചിട്ടുണ്ട്. ശരിക്കും 93 വർഷം മുമ്പ് നടന്ന മീറ്റിങ്ങിന്റെ തനിയാവർത്തനം. തൊട്ടടുത്ത ചുവരിൽ ഒരു വലിയ നൗകയുടെ ചിത്രവുമുണ്ട്. പാർട്ടി കോൺഗ്രസിന്റെ പകുതി ദിവസം ആ ബോട്ടിലാണ് യോഗം ചേർന്നതെന്ന് പറഞ്ഞിരുന്നല്ലോ.

53 മെമ്പർമാരെ പ്രതിനിധീകരിച്ച് 13 പേർ പങ്കെടുത്ത പാർട്ടി കോൺഗ്രസിൽ രൂപംകൊണ്ട ചൈനയുടെ കമ്യൂണിസ്റ്റ് പാർട്ടിയിൽ ഇന്ന് 86.7 ദശലക്ഷം അംഗങ്ങളുണ്ട്. ലോകത്തിലെ ഏറ്റവും വലിയ രാഷ്ട്രീയ പാർട്ടിയാണ് സി പി സി. കമ്യൂണിസ്റ്റ് യൂത്ത് ലീഗ് എന്ന പേരിൽ യുവജന സംഘടനയും ഓൾ ചൈന വിമൻസ് ഫെഡറേഷൻ എന്നപേരിൽ സ്ത്രീ

കളുടെ സംഘടനയും പ്രവർത്തിക്കുന്നുണ്ട്. ഫാക്ടറികളും കൃഷിയിടങ്ങളും ഓഫീസുകളും സ്കൂളുകളും കേന്ദ്രമാക്കി തൊഴിലാളികളുടെയും ജീവനക്കാരുടെയും സംഘടനകളുണ്ട്. ഇവയിൽനിന്നാണ് പാർട്ടി മെമ്പർഷിപ്പിലേക്ക് ആളുകൾ കടന്നുവരുന്നത്. കമ്യൂണിസ്റ്റ് പാർട്ടിയുടെ ഭരണഘടനയും പരിപാടിയും അംഗീകരിക്കുകയും ദൈനംദിന പ്രവർത്തനങ്ങളിൽ ഏർപ്പെടുകയും ചെയ്യുന്നവർക്കാണ് മെമ്പർഷിപ്പ് നല്കുക. ഈയിടെ സമ്പന്നരായ ആളുകൾക്കും പാർട്ടി മെമ്പർഷിപ്പ് നല്കിയിട്ടുണ്ട്. അതിസമ്പന്നരെ പാർട്ടിയിൽ ചേർക്കുന്നത് പാർട്ടിയുടെ വിപ്ലവകരമായ സ്വഭാവത്തിനും വർഗ്ഗവികാരത്തിനും എതിരാവുകയില്ലേ എന്ന് ഞങ്ങൾ ചോദിച്ചു. ഒരാളുടെ കൈയിൽ എത്ര പണമുണ്ട് എന്നതല്ല, അത് എങ്ങനെയുണ്ടാക്കി എന്നതും എന്തിനുവേണ്ടി വിനിയോഗിക്കുന്നു എന്നുമാണ് കമ്യൂണിസ്റ്റ് പാർട്ടി പരിശോധിക്കുന്നത് എന്നായിരുന്നു മറുപടി. ചൈനയിൽ ചില സമ്പന്നർ സമ്പാദ്യത്തിന്റെ നിശ്ചിത ശതമാനം സാമൂഹ്യക്ഷേമ മേഖലയിൽ സ്വമേധയാ ചെലവഴിക്കാൻ സന്നദ്ധത പ്രകടിപ്പിക്കുന്നു. പാർട്ടിയിൽ ചേരുന്നവർ അംഗീകരിക്കേണ്ട പ്രതിജ്ഞാവാചകം ഇതാണ്:

> ഞാൻ സ്വന്തം താല്പര്യപ്രകാരമാണ് പാർട്ടിയിൽ ചേരുന്നത്. പാർട്ടി പരിപാടി ഉയർത്തിപ്പിടിക്കുമെന്നും പാർട്ടി ഭരണഘടന നടപ്പിലാക്കുമെന്നും പാർട്ടി മെമ്പർ എന്ന നിലയിൽ എന്റെ ഉത്തരവാദിത്വം നിർവ്വഹിക്കുമെന്നും പാർട്ടി തീരുമാനങ്ങൾ ശിരസ്സാവഹിക്കുമെന്നും അച്ചടക്കം കൃത്യമായി പാലിക്കുമെന്നും പാർട്ടി രഹസ്യങ്ങൾ സൂക്ഷിക്കുമെന്നും എപ്പോഴും പാർട്ടിയോട് കൂറു പുലർത്തുമെന്നും കഠിനപ്രയത്നം ചെയ്യുമെന്നും പാർട്ടിക്കും ജനങ്ങൾക്കുംവേണ്ടി ജീവിതം തന്നെ അർപ്പിക്കുമെന്നും ഒരിക്കലും പാർട്ടിയെ വഞ്ചിക്കുകയില്ലെന്നും പ്രതിജ്ഞ ചെയ്യുന്നു.

പാർട്ടി ഭരണഘടന കാലികമായി പരിഷ്കരിച്ചിട്ടുണ്ട്. വിപ്ലവത്തിനു ശേഷം, പ്രത്യേകിച്ച് ദെങ് സിയാവോ പിങ്ങിന്റെ പരിഷ്കാരങ്ങളുടെ ഘട്ടത്തിൽ തൊഴിലാളിവർഗ്ഗത്തിന്റെ മുന്നണിപ്പോരാളിയാണ് പാർട്ടി എന്നതിനു പകരം "തൊഴിലാളി വർഗത്തിന്റെയും ചൈനയിലെ മുഴുവൻ ജനങ്ങളുടെയും മുന്നണിപ്പോരാളിയാണ് പാർട്ടി" എന്നെഴുതിച്ചേർത്തിട്ടുണ്ടെന്ന് നേതാക്കൾ പറഞ്ഞു. കമ്യൂണിസ്റ്റ് പാർട്ടിയുടെ വിപ്ലവസ്വഭാവം ഇതുവഴി ചോർന്നുപോവുകയില്ലേ എന്ന ചോദ്യത്തിന് ബഹുജനങ്ങളെയാകെ വിശ്വാസത്തിലെടുക്കാതെ സോഷ്യലിസ്റ്റ് നിർമ്മാണ പ്രക്രിയയിൽ സുഗമമായി മുന്നേറാൻ കഴിയില്ല എന്നായിരുന്നു അവരുടെ മറുപടി. അതുപോലെതന്നെ ചൈനീസ് കമ്യൂണിസ്റ്റ് പാർട്ടിയുടെ അടിസ്ഥാന തത്ത്വമായി ഭരണഘടനയിൽ പറയുന്നത് മാർക്സിസം - ലെനിനിസം, മാവോ ചിന്തകൾ, ചൈനയുടെ സവിശേഷതകളുള്ള സോഷ്യലിസം, ദെങ് സിയാവൊ പിങ് സിദ്ധാന്തം, വികസനത്തെക്കുറിച്ചുള്ള

ശാസ്ത്രീയ കാഴ്ചപ്പാട് എന്നിവയാണ്. അതോടൊപ്പം ഉല്പാദനശക്തികളുടെ ആധുനിക വികാസം, വികസിത സാംസ്കാരിക മേഖല, മഹാഭൂരിപക്ഷം വരുന്ന ജനങ്ങളുടെ അടിസ്ഥാന താല്പര്യങ്ങൾ എന്നീ മൂന്നു കാര്യങ്ങൾ (Three Represents) ക്കുകൂടി ഭരണഘടന ഊന്നൽ നല്കുന്നു. അഞ്ച് വർഷത്തിൽ ഒരിക്കൽ നടക്കുന്ന പാർട്ടി കോൺഗ്രസാണ് സി പി സിയുടെ കേന്ദ്രകമ്മിറ്റിയെ തിരഞ്ഞെടുക്കുന്നത്. കേന്ദ്രകമ്മിറ്റി പൊളിറ്റ് ബ്യൂറോയെയും പി ബിയുടെ സ്റ്റാൻഡിങ് കമ്മിറ്റിയെയും തിരഞ്ഞെടുക്കുന്നു. കേന്ദ്രകമ്മിറ്റി വർഷത്തിൽ ഒരു തവണയാണ് ചേരുക. അതിനിടയിൽ രാജ്യഭരണവും പാർട്ടി പ്രവർത്തവും നിയന്ത്രിക്കുന്നത് പി ബി സ്റ്റാൻഡിങ് കമ്മിറ്റിയും പാർട്ടി ജനറൽ സെക്രട്ടറിയുമാണ് . ആവശ്യമുള്ളപ്പോൾ കേന്ദ്രകമ്മിറ്റിയുടെ പ്രത്യേക പ്ലീനറി സെഷനും ചേരുന്നു. 2013ലെ പ്ലീനറി സെഷനിൽവച്ചാണ് നാഷണൽ സെക്യൂരിറ്റി കമീഷന് രൂപം കൊടുത്തത്. നേരത്തെതന്നെ സെൻട്രൽ കമീഷൻ ഫോർ ഡിസിപ്ലിൻ ഇൻസ്പെക്ഷൻ (C C D I) നിലവിലുണ്ട്. മിലിട്ടറി കമീഷന്റെ നേതൃത്വം പാർട്ടി ജനറൽ സെക്രട്ടറിക്ക് തന്നെയാണ്. എന്നാൽ ചൈന ഇപ്പോൾ വ്യക്തിപരമായ നേതൃത്വത്തിന് പകരം കൂട്ടായ നേതൃത്വ (Collective Leadership) ത്തിനാണ് ഊന്നൽ നല്കുന്നത് എന്ന് നേതാക്കൾ പറഞ്ഞു. വിവിധ മേഖലകളിൽ കഴിവ് തെളിയിച്ച ഏഴ് പേർ ചേർന്നതാണ് പുതിയ നേതൃത്വം. സി പി സിയെ കൂടാതെ ചൈനയിൽ ഗവൺമെന്റിന്റെ അംഗീകാരമുള്ള എട്ട് പാർട്ടികൾ കൂടിയുണ്ട്. ഭരണത്തിൽ ഈ പാർട്ടികളുമായി കോ-ഓർഡിനേഷൻ ഉണ്ടാക്കാൻ ചൈനീസ് പീപ്പിൾസ് പൊളിറ്റിക്കൽ കൺസൾട്ടേറ്റീവ് കോൺഗ്രസ് (സി പി പി സി സി) രൂപീകരിച്ചിട്ടുണ്ട്. 1921 ൽ ദേശീയ വിമോചനത്തിന്റെ ആശയും ആവേശവുമായി ജന്മംകൊണ്ട സി പി സി ഇന്ന് 137 കോടി ജനങ്ങളുടെ ഭാഗധേയം നിർണ്ണയിക്കുന്ന മഹാപ്രസ്ഥാനമായി മാറിയിരിക്കുന്നു എന്ന ചിന്തയോടെ ഞങ്ങൾ പാർട്ടി പിറന്നുവീണ കെട്ടിടത്തിൽനിന്ന് പുറത്തിറങ്ങി.

14

നഗരവല്ക്കരണവും കുടിയേറ്റവും

ചൈന സന്ദർശിക്കാൻ സി പി സി ക്ഷണിക്കുമ്പോൾ ഞങ്ങൾക്ക് അവിടെ ചർച്ചചെയ്യാൻ പ്രത്യേകിച്ചൊരു വിഷയംകൂടി നിർദ്ദേശിച്ചിരുന്നു. 'നഗരവല്ക്കരണവും കുടിയേറ്റവും - പ്രശ്നങ്ങൾ പരിഹാരമാർഗ്ഗങ്ങൾ' എന്നതായിരുന്നു വിഷയം. മുതലാളിത്ത സാമ്പത്തിക വളർച്ചയുടെ ഭാഗമായുണ്ടാകുന്ന അനിവാര്യതയാണ് നഗരവല്ക്കരണം. ലാഭകേന്ദ്രീകൃതമായ വികസന നയത്തിന്റെ ഭാഗമായി ഗ്രാമങ്ങളിലെ സുസ്ഥിര ജീവിതങ്ങൾ തകരുകയും തൊഴിലും ജീവിതവും തേടി മനുഷ്യർ നഗരങ്ങളിലെ വ്യവസായ കേന്ദ്രങ്ങളിലേക്ക് അഭയാർത്ഥികളായി പ്രയാണം തുടരുകയും ചെയ്യുന്നു. ലോകത്തിലെ വൻകിട രാജ്യങ്ങളെ ഇന്ന് ഏറ്റവും കൂടുതൽ അലട്ടുന്ന പ്രശ്നമാണ് നഗരങ്ങളിലേക്കുള്ള കൂട്ടപ്പലായനവും ചേരിരൂപീകരണവും. ഈ ഗുരുതര പ്രശ്നത്തിന് യാതൊരു പരിഹാരമാർഗ്ഗവും മുതലാളിത്ത സാമ്പത്തികനയം നിർദ്ദേശിക്കുന്നില്ല. യാതൊരു നിയന്ത്രണവും ക്രമീകരണവുമില്ലാതെ ദരിദ്രജനകോടികൾ വന്നടിയുന്ന ചേരികളിൽ മിക്കവയും ഭൂമിയിലെ മഹാനരകങ്ങളായി മാറിക്കഴിഞ്ഞു. ഇന്ത്യയിൽ ഡൽഹി, മുംബൈ, കൊൽക്കത്ത തുടങ്ങിയ മഹാനഗരങ്ങളിലെല്ലാം ലക്ഷക്കണക്കിന് മനുഷ്യർ അധിവസിക്കുന്ന ചേരികൾ രൂപംകൊണ്ടിട്ടുണ്ട്. മുംബൈയിലെ ധാരാവി ചേരി മനുഷ്യത്വഹീനമായ ഒട്ടേറെ സംഭവങ്ങൾകൊണ്ട് കുപ്രസിദ്ധമാണ്. ആധുനിക മുതലാളിത്തത്തിന്റെ തൊഴിൽരഹിത വളർച്ചയുടെ ബാക്കിപത്രമാണ് ചേരികൾ. മുതലാളിത്ത സാമ്പത്തിക വളർച്ചയുടെ ഫലമായി പരമ്പരാഗത കാർഷികമേഖലയിൽ ഉണ്ടാകുന്ന ആഘാതം കൃഷിക്കാരെ കാർഷികമേഖലയിൽനിന്ന് ആട്ടിയോടിക്കുന്നു. തൊഴിലും കൂലിയും തേടി നഗരത്തിന്റെ മാസ്മരവലയത്തിലേക്ക് ഓടിയെത്തുന്ന മനുഷ്യരെ പരി

ഗണിക്കാൻ മുതലാളിത്ത ഭരണകൂടങ്ങൾക്ക് യാതൊരു പദ്ധതിയുമില്ല. എല്ലാ പൗരാവകാശങ്ങളും നിഷേധിക്കപ്പെടുന്ന അവർ അഭിശപ്തമായ ജീവിതസാഹചര്യങ്ങളിലേക്ക് തള്ളപ്പെടുന്നു. കൊള്ള, കൊലപാതകം, പിടിച്ചുപറി, വ്യഭിചാരം, ലൈംഗിക അരാജകത്വം, മയക്കുമരുന്ന് ഉപയോഗം തുടങ്ങി ഭീകര പ്രവർത്തനങ്ങൾക്കുള്ള റിക്രൂട്ട്മെന്റ് കേന്ദ്രങ്ങൾ വരെയായി ചേരികൾ അധഃപതിക്കുന്നു. ചേരികളിലേക്ക് പറിച്ചെറിയപ്പെടുന്ന സ്ത്രീകളും പെൺകുട്ടികളും സഹിക്കുന്ന മാനസികവും ശാരീരികവുമായ പീഡനങ്ങൾ വാക്കുകൾക്ക് അതീതവും ഹൃദയഭേദകവുമാണ്. അത്തരത്തിലുള്ള ഒരുപാട് സംഭവങ്ങളുടെ വേദനിപ്പിക്കുന്ന ഓർമ്മകളാണ് ഇന്ത്യൻ പ്രതിനിധിസംഘമായ ഞങ്ങളുടെ മനസ്സിൽ ഉണ്ടായിരുന്നത്. ചേരിനിർമ്മാർജ്ജനം സംബന്ധിച്ച് പ്രായോഗികമായ എന്തെങ്കിലും അനുഭവങ്ങൾ ലഭ്യമാകുമോ എന്നറിയാൻ ഇന്റർനെറ്റ് വഴി അന്വേഷണം നടത്തിയപ്പോൾ ചൈനയെക്കുറിച്ച് വിദേശമാധ്യമങ്ങൾ പ്രത്യേകിച്ച് അമേരിക്കൻ മാധ്യമങ്ങൾ നടത്തിയ ചില അഭിപ്രായ പ്രകടനങ്ങൾ ശ്രദ്ധയിൽ പെട്ടിരുന്നു. ചിലർ ഗവൺമെന്റിന്റെ കടുംപിടിത്തംകൊണ്ടാണ് ചേരികൾ ഉണ്ടാകാത്തത് എന്നും കടുത്ത സ്വാതന്ത്ര്യ നിഷേധമാണ് എന്നും എഴുതിപ്പിടിപ്പിച്ചു. മറ്റുചിലർ ഒറ്റപ്പെട്ട ചില ചിത്രങ്ങൾ ശേഖരിച്ച് ചൈനയിലും ചേരികളുണ്ട് എന്ന് സമർത്ഥിക്കാൻ ശ്രമിച്ചു. അവർക്കും ചൈനയിൽ ഭീകരമായ ചേരിപ്രദേശങ്ങളുണ്ട് എന്ന് സചിത്ര തെളിവുകൾ ഹാജരാക്കാനുണ്ടായിരുന്നില്ല. മറ്റുചിലർ ചൈനയിലെ ഗവൺമെന്റ് തൊഴിലാളികൾക്കുവേണ്ടി ഒരുക്കിയ സൗകര്യങ്ങളുടെ പരിമിതികളെ വിമർശിച്ചു. എന്നാൽ അവരാരും സ്വന്തം രാജ്യങ്ങളിൽ ഈ പ്രശ്നത്തിന് ശാസ്ത്രീയ പരിഹാരമുള്ളതായി സൂചിപ്പിച്ചുകണ്ടില്ല. ചൈനയിലെ ഗവൺമെന്റ് സ്വീകരിക്കുന്ന ശാസ്ത്രീയവും ശ്രമകരവുമായ നിലപാടുകളെ പ്രകീർത്തിച്ച് ഇന്റർനെറ്റിൽ ധാരാളം വാർത്തകളും കുറിപ്പുകളുമുണ്ട്. ഏതായാലും നഗരവല്ക്കരണ പ്രശ്നങ്ങളെക്കുറിച്ച് ചൈനക്കാരിൽ നിന്നുതന്നെ കേൾക്കാൻ അവസരമുണ്ടായിരിക്കുന്നു. 30-ാം തിയ്യതി രാവിലെ ഞങ്ങളുടെ ചർച്ച ഈ വിഷയം സംബന്ധിച്ചാണ്.

രാവിലെ അക്കാദമിയുടെ ഇന്റർനാഷണൽ കമ്യൂണിക്കേഷൻ സെന്ററിലെ 108-ാം നമ്പർ മുറിയിലേക്ക് ഞങ്ങൾ പുറപ്പെട്ടു. അവിടെയാണ് ചർച്ച. അക്കാദമിയുടെ ജനറൽ ഡയറക്ടർമാരിൽ ഒരാളായ ഹെ ലിഷെങ് ആണ് ചർച്ച നയിക്കുന്നത്. ചൈനയെ ഏറെ അലട്ടുന്ന പ്രശ്നം നഗരവല്ക്കരണവുമായി ബന്ധപ്പെട്ടതാണെന്നും അതിനെക്കുറിച്ച് സി പി സി വിശദമായി ചർച്ച ചെയ്തിട്ടുണ്ടെന്നും ലിഷെങ് ആമുഖമായി സൂചിപ്പിച്ചു. മൂന്നു കാര്യങ്ങൾക്കാണ് ഗവൺമെന്റ് പ്രാധാന്യം കൊടുക്കുന്നത്. (1) നഗരവല്ക്കരണത്തിന്റെ നവീന പരിപ്രേക്ഷ്യം (2) നഗരത്തിലേക്ക് കുടിയേറുന്ന തൊഴിലാളികളുടെ തൊഴിലവകാശങ്ങളും സാമൂഹ്യസുരക്ഷിതത്വവും (3) നഗരവും ഗ്രാമവും തമ്മിലുള്ള അന്തരം പരമാവധി കുറച്ച് കുടിയേറ്റത്തിന്റെ അളവ് നിയന്ത്രിക്കുക.

നഗരവല്ക്കരണം എന്നാൽ ഭൂമി ഏറ്റെടുക്കലും കൂറ്റൻ കോർപ്പറേറ്റ് സ്ഥാപനങ്ങൾ നിർമ്മിച്ചുകൂട്ടുകയുമല്ല, മറിച്ച് കൂടുതൽ തൊഴിലവസരങ്ങൾ സൃഷ്ടിക്കാനുള്ള വ്യവസായവല്ക്കരണം കൂടിയാണെന്ന് ചൈന കരുതുന്നു. നഗരങ്ങൾ ഗ്രാമങ്ങളെ സഹായിക്കണം. വ്യവസായ വളർച്ചയുടെ ഫലമായുണ്ടാകുന്ന ധനം ഗ്രാമീണ കാർഷികമേഖലയെ അഭിവൃദ്ധിപ്പെടുത്താൻ വിനിയോഗിക്കണം. ചരക്കും ഉല്പന്നങ്ങളും ഗ്രാമങ്ങളിൽ നിന്ന് നഗരത്തിലേക്കും തിരിച്ചും യഥേഷ്ടം ഒഴുകാനുള്ള സംവിധാനമുണ്ടാക്കണം. ഗവൺമെന്റ് ഗ്രാമവാസികൾക്ക് അനുകൂലമായ നയങ്ങൾ സ്വീകരിക്കണം. ഗ്രാമീണസമ്പത്ത് കുറഞ്ഞ വിലയ്ക്ക് നഗരങ്ങൾ കൊള്ള ചെയ്യുന്നതിനോ കുറഞ്ഞ കൂലിക്ക് തൊഴിൽ വിലയ്ക്കുവാങ്ങുന്നതിനോ ഭൂമി കൈയേറുന്നതിനോ ഉള്ള അവസരമുണ്ടാകരുത്. നഗരവല്ക്കരണം പരിസ്ഥിതിയെ നശിപ്പിക്കാൻ ഇടയാകരുത്. നഗരവല്ക്കരണത്തിലേക്കുള്ള പുതിയ പാത ഹരിതപാതയായിരിക്കണം. നഗരത്തിൽ ജീവിക്കുന്നവർക്ക് ശുദ്ധവായു ശ്വസിക്കാൻ കഴിയണം. ഓരോ നഗരവും നൂതനവും പ്രായോഗികവുമാകാൻ പരസ്പരം മത്സരിക്കണം. ഇത്തരം ശാസ്ത്രീയ കാഴ്ചപ്പാട് നിലനിർത്തുമ്പോഴും ധാരാളം വെല്ലുവിളികൾ ഉയർന്നുവരുന്നുണ്ടെന്ന് ലിഷെങ് സൂചിപ്പിച്ചു.

നഗരത്തിലേക്ക് തൊഴിൽ തേടിവരുന്നവരെ അധിവസിപ്പിക്കുക എന്നതാണ് വലിയ പ്രശ്നം. അങ്ങോട്ടും ഇങ്ങോട്ടും സഞ്ചരിക്കുന്ന അസ്ഥിര ജനസംഖ്യ (floating population) യാണിത്. ചൈനയിൽ ഇവരുടെ എണ്ണം 236 ദശലക്ഷം വരും. സി പി സി ഈ പ്രശ്നം പരിഹരിക്കാൻ ചില പ്രായോഗിക നടപടികൾ സ്വീകരിച്ചിട്ടുണ്ട്. താമസക്കാരുടെ രജിസ്ട്രേഷനാണ് പ്രധാനം. തൊഴിൽതേടി വരുന്നവർക്കുനേരെ വാതിൽ കൊട്ടിയടക്കാൻ കഴിയില്ല. അതേസമയം മൊത്തം നഗരവാസികളുടെ രജിസ്ട്രേഷൻ താളം തെറ്റാനും പാടില്ല. നഗരത്തിൽ സ്ഥിരതാമസമാക്കുന്നവർക്കായി ചില നിബന്ധനകളുണ്ട്. തൊഴിൽ പരിചയം, നികുതി കുടിശ്ശികയില്ലാതിരിക്കുക, വിദ്യാഭ്യാസ യോഗ്യത, നഗരത്തിൽ താമസിക്കാനുദ്ദേശിക്കുന്ന സമയം- എല്ലാം പരിശോധനക്ക് വിധേയമാക്കുന്നു. കൂടുതൽ ശമ്പളം ലഭ്യമാകുന്നവർക്ക് വാടകയ്ക്ക് താമസിക്കാനുള്ള സൗകര്യങ്ങൾ ഒരുക്കുന്നു. അല്ലെങ്കിൽ കമ്പനികളുമായി ബന്ധപ്പെട്ട താമസസൗകര്യം ഉറപ്പുവരുത്തുന്നു. കുറഞ്ഞ വരുമാനക്കാർക്ക് ഗവൺമെന്റ് മുൻകൈയെടുത്ത് താങ്ങാനാവുന്ന വാടകക്ക് താമസം ഒരുക്കുന്നു. അതിനായി നിരവധി ഫ്ളാറ്റുകൾ ഗവൺമെന്റ് നിർമ്മിച്ചുകഴിഞ്ഞു. തൊഴിൽ തേടിയലയുന്നവർക്ക് തൊഴിൽ കണ്ടെത്തുന്നതുവരെ തങ്ങാനുള്ള താല്ക്കാലിക വാസസ്ഥലങ്ങളും ഒരുക്കുന്നു. ഗവൺമെന്റ് രജിസ്ട്രേഷനിൽ ഉൾപ്പെടാതെ ആരും അലഞ്ഞുതിരിയരുത് എന്നതാണ് നിർദ്ദേശം. ഇത്തരം നിബന്ധനകളെയാണ് പടിഞ്ഞാറൻ രാജ്യങ്ങൾ കടുത്ത നിയന്ത്രണങ്ങൾ എന്ന് പരിഹസിക്കുന്നത്. എന്നാൽ നഗരത്തിലേക്ക് കുടിയേറിവരുന്നവർക്ക് ഗ്രാമത്തിൽ അവർ ജീവിക്കുമ്പോൾ ലഭ്യമായി

രുന്ന റേഷൻ ആനുകൂല്യം, പെൻഷൻ, ആരോഗ്യ വിദ്യാഭ്യാസ ഇൻഷുറൻസ് എന്നിവ തുടർന്നും ലഭ്യമാകുന്നു എന്ന് ഉറപ്പുവരുത്താൻ ഗവൺമെന്റ് ശ്രമിക്കുന്നതടക്കമുള്ള കാര്യങ്ങൾ ബൂർഷ്വാ മാധ്യമങ്ങൾ ബോധപൂർവ്വം മറച്ചുവയ്ക്കുന്നു. ഭൂമി സംരക്ഷിക്കുന്നതിനാവശ്യമായ കടുത്ത നിയമങ്ങൾ വികസനത്തിന്റെ പേരുപറഞ്ഞ് ഭൂമി കൈയടക്കാനുള്ള വൻകിടക്കാരുടെ നീക്കത്തെ തടയുന്നു. ഇന്ത്യയിലെ കണ്ണും കാതുമില്ലാത്ത നഗരവല്ക്കരണവും സാധാരണക്കാരന്റെ ഭൂമി വൻതോതിൽ അന്യാധീനപ്പെടുത്തുന്നതും ഭരണാധികാരികൾക്ക് വിഷയമേ അല്ല എന്നത് ഞാൻ ഓർത്തുപോയി. 'ചൈനാ നിർമ്മിതം' (made in china) എന്ന മുദ്രാവാക്യം ഗ്രാമീണ മേഖലയിലെ തൊഴിലവസരങ്ങൾ വർദ്ധിപ്പിച്ചപ്പോൾ നഗരത്തിലേക്കുള്ള വമ്പിച്ച ഒഴുക്ക് നന്നായി കുറയ്ക്കാൻ കഴിഞ്ഞു എന്ന് ലിഷെങ് പറഞ്ഞു. ചൈന കയറ്റുമതി ചെയ്യുന്ന ഉല്പന്നങ്ങളിൽ ബഹുഭൂരിഭാഗവും ഗ്രാമങ്ങളിലെ ചെറുകിട വ്യവസായ ശാലകളിൽ ഉല്പാദിക്കുന്നവയാണ്. ഇന്ത്യയിൽ 'മെയ്ഡ് ഇൻ ഇന്ത്യ' എന്നു പറഞ്ഞാൽ വൻകിട മുതലാളിമാരുടെ ബ്രാന്റഡ് ഉല്പന്നങ്ങൾക്ക് വിപണി അന്വേഷിക്കുക എന്നാണർത്ഥം എന്ന് മനസ്സിൽ തോന്നിയെങ്കിലും പറഞ്ഞില്ല.

നഗരങ്ങളിൽ സ്വകാര്യ മൂലധനം സ്വീകരിച്ചുകൊണ്ട് വൻകിട സംരംഭങ്ങൾ ആരംഭിക്കുന്നുണ്ട്. തൊഴിൽ ശക്തിയിൽ വലിയ വിഭാഗത്തെ അവിടെ വിന്യസിക്കാൻ ശ്രമിക്കുന്നു. സ്ഥാപനങ്ങളിൽ ആരോഗ്യകരമായ തൊഴിൽബന്ധങ്ങളുണ്ടാക്കാൻ ഗവൺമെന്റ് ശ്രദ്ധിക്കണം. പ്രാഥമികവും ദ്വിതീയവും തൃതീയവുമായ വ്യവസായ സംരംഭങ്ങളിലാണ് തൊഴിലാളികൾ വിന്യസിക്കപ്പെടുന്നത്. തൊഴിലന്വേഷകർക്ക് നാലുതരത്തിലുള്ള ഏജൻസികൾ മുഖേന തൊഴിൽ ലഭ്യമാകുന്നു. ഒന്നാമത്തേത് ഗവൺമെന്റും കമ്പനികളും തയ്യാറാക്കുന്ന ലേബർ സർവ്വീസ് മാർക്കറ്റ് മുഖേനയാണ്. സുഹൃത്തുക്കളും ബന്ധുക്കളും നിർദ്ദേശിക്കുന്നവരെ കമ്പനികൾ സ്വീകരിക്കുന്നുണ്ട്. സംരംഭകർ നടത്തുന്ന ഓപ്പൺ റിക്രൂട്ട്മെന്റ് ഏജൻസികളുണ്ട്. തൊഴിലധിഷ്ഠിത വിദ്യാഭ്യാസ സ്ഥാപനങ്ങളിൽ നിന്നുള്ള തെരഞ്ഞെടുപ്പുകളുണ്ട്. ഇവയിൽ പലതും നമ്മുടെ രാജ്യത്തുമുണ്ടെന്ന് ഞാൻ ഓർമ്മിച്ചു. എന്നാൽ ചൈനയിൽ എല്ലാറ്റിനെയും നിയന്ത്രിക്കുന്ന പാർട്ടി സംവിധാനമുണ്ട് എന്നതാണ് പ്രത്യേകത. ജോലി ലഭ്യമായാൽ സേവനവേതന വ്യവസ്ഥകളും ഗവൺമെന്റ് നിർദ്ദേശിക്കുന്നുണ്ട്. ധനകാര്യനയങ്ങളും വ്യവസായനയങ്ങളും കേന്ദ്ര ഗവൺമെന്റ് നിർദ്ദേശിക്കുന്നതിനനുസരിച്ചായിരിക്കും. പ്രാദേശിക ഗവൺമെന്റുകൾ, ആശുപത്രികൾ, റിക്രിയേഷൻ സെന്ററുകൾ, സേവന കേന്ദ്രങ്ങൾ തുടങ്ങിയവ സ്ഥാപിച്ചിരിക്കണം. തൊഴിലിൽ പ്രാവീണ്യം നേടുന്നതിനുള്ള പരിശീലന കേന്ദ്രങ്ങളും ഗവൺമെന്റ് ഒരുക്കുന്നു. തൊഴിലവകാശങ്ങൾ ഉറപ്പാക്കാൻ തൊഴിൽനിയമങ്ങൾ, ലേബർ കോൺട്രാക്റ്റ് സിസ്റ്റം, മിനിമം വേജ് സിസ്റ്റം എന്നിവയിലൂടെ പരിശോധന നടത്തുന്നു. ക്രമാനു

ഗതമായ ശമ്പളവർദ്ധനവിന് ശ്രമിക്കുന്നു. തൊഴിൽ സുരക്ഷിതത്വനിയമം കർശനമാക്കുക വഴി അപകടമരണങ്ങൾ പരമാവധി കുറയ്ക്കുന്നു. തർക്കങ്ങൾ അപ്പപ്പോൾ പരിഹരിക്കാൻ ആർബിട്രേഷൻ മുഖേന കഴിയുന്നു.

സാമൂഹ്യക്ഷേമപദ്ധതികൾ വ്യാപകമാക്കുന്നതിന്റെ ഭാഗമായി എല്ലാവർക്കും തിരിച്ചറിയൽ കാർഡ് നൽകുന്നു. ആരോഗ്യ ഇൻഷുറൻസ്, തൊഴിലില്ലായ്മ ഇൻഷുറൻസ് തുടങ്ങിയ ആനുകൂല്യങ്ങൾ ഗവൺമെന്റും കമ്പനികളും കൂട്ടായി നിർവ്വഹിക്കുന്നു. അപകട ഇൻഷൂറൻസ്, പ്രസവാനുകൂല്യം എന്നിവ പൂർണ്ണമായും കമ്പനികൾ നല്കണം. നഗരത്തിലേക്ക് കടന്നുവരുന്ന കുടിയേറ്റക്കാരിൽ പകുതിയോളം സ്ത്രീകളാണ്. അവർക്ക് സുരക്ഷിതത്വം ഉറപ്പുവരുത്താൻ പ്രത്യേകം ശ്രദ്ധിക്കുന്നു. വൻകിട കമ്പനികൾക്കും ഇത്തരം സുരക്ഷിതത്വങ്ങൾക്കുള്ള ബാദ്ധ്യത ഉണ്ടെന്ന് നേരത്തെ ബോദ്ധ്യപ്പെടുത്തുന്നു. പലപ്പോഴും കൂലി കുറയ്ക്കുന്നതിനും ക്ഷേമപദ്ധതികൾ ഉപേക്ഷിക്കുന്നതിനും ആവശ്യമായ പരിശീലന പരിപാടികൾ ഏർപ്പെടുത്താതിരിക്കുന്നതിനും ശക്തമായ സമ്മർദ്ദമുണ്ടാകുന്നുണ്ട്. ഈ പ്രശ്നങ്ങൾക്ക് പരിഹാരം കാണാനുള്ള നിതാന്ത ജാഗ്രതയിലാണ് ചൈനയുടെ ഭരണകൂടമെന്ന് ലിഷെങ് സൂചിപ്പിച്ചു. കമ്പനികൾക്കുമേലുള്ള നിയന്ത്രണങ്ങൾ ശക്തമാക്കാൻ കഠിന പരിശ്രമംതന്നെ വേണ്ടിവരുന്നുണ്ടെന്ന് അദ്ദേഹം പറഞ്ഞു. ഇങ്ങനെയൊക്കെ പരിശ്രമിച്ചിട്ടാണ് ചേരിരൂപീകരണം തടയുന്നതെന്നും സഖാവ് വ്യക്തമാക്കി. കാര്യങ്ങൾ നേരിട്ടു മനസ്സിലാക്കാൻ ഞങ്ങളെ ഒരു വ്യവസായവല്കൃത മേഖലയിലെ കമ്യൂണിറ്റി സെന്ററിലേക്ക് കൊണ്ടുപോകുന്നുണ്ടെന്നും അദ്ദേഹം സൂചിപ്പിച്ചു.

നഗരവല്ക്കരണ പ്രശ്നങ്ങൾ പരിഹരിക്കാൻ പുതിയ എന്തെങ്കിലും അനുഭവങ്ങൾ ചൈനയ്ക്ക് പകർന്നുകൊടുക്കാൻ മാത്രം ഞങ്ങളുടെ കൈയിൽ ഒന്നുമുണ്ടായിരുന്നില്ല. സ്വാതന്ത്ര്യത്തിന്റെ 67 വർഷം പിന്നിടുമ്പോഴും ഇന്ത്യക്ക് ചേരിനിർമ്മാർജ്ജന-ദാരിദ്ര്യ നിർമ്മാർജ്ജന പദ്ധതികൾ ഫലപ്രദമായി നടപ്പിലാക്കാൻ കഴിഞ്ഞിട്ടില്ലെന്ന് അവിടെ പറയാൻ ഞങ്ങൾക്ക് മടിതോന്നി. ചേരികൾ ഇല്ലാതാക്കുന്നതിനും ആദിവാസി ക്ഷേമത്തിനുമെല്ലാം ഇന്ത്യ നീക്കിവച്ച പണം എങ്ങോട്ട് ഒഴുകിപ്പോയെന്ന് ജനങ്ങൾ അറിയുന്നില്ല. വിദേശ ബാങ്കുകളിലെ കള്ളപ്പണത്തിന്റെ കണക്കുപോലും ആരെയും അലോസരപ്പെടുത്തുന്നില്ല. ഞാൻ നെടുവീർപ്പിട്ടുപോയി. 65 ദശലക്ഷം ജനങ്ങളുണ്ട് ഇന്ത്യയുടെ ചേരികളിൽ എന്നാണ് ഗവൺമെന്റ് പറയുന്നത്. യഥാർത്ഥ കണക്ക് എത്രയോ കൂടുതലാകും. 535 ഏക്കറോളം വ്യാപിച്ചുകിടക്കുന്ന ധരാവിയിൽ മാത്രം 10 ലക്ഷത്തിലേറെപ്പേരുണ്ടെന്ന് പറയുന്നു. അവിടെ റേഷൻകാർഡുകൾ 500ൽ താഴെയാണ്. മെച്ചപ്പെട്ട ജീവിതസൗകര്യങ്ങൾ യാതൊന്നുമില്ല. 1440 പേർക്ക് ഒരു ടോയ്‌ലറ്റ് എന്നാണ് കണക്കുകൾ സൂചിപ്പിക്കുന്നത്. കോളറയും ക്ഷയരോഗവും ചേരിയിൽ വ്യാപിച്ചുകൊണ്ടിരിക്കുന്നു. തീപിടിത്തവും വെള്ളപ്പൊക്കവും മനുഷ്യജീവനെ വിഴുങ്ങിക്കൊണ്ടിരിക്കു

ന്നു. ചേരി പരിഷ്കരിക്കാൻ 5000 കോടി രൂപ അമേരിക്കൻ കമ്പനിയായ 'ലേമാൻ ബ്രദേഴ്സി'നെ ഏല്പിച്ചതായി കേട്ടിരുന്നു. ലോകസാമ്പത്തിക മാന്ദ്യത്തിൽ ഈ കമ്പനിയാണ് സ്വയം പാപ്പരായി പ്രഖ്യാപിച്ചത്. പിന്നീടൊരു 15,000 കോടി മറ്റേതോ കമ്പനിയെയും ഏല്പിച്ചതായി കേട്ടിരുന്നു "വരൂ നമുക്ക് കാൻ ഗിയാഗോ കമ്യൂണിറ്റി സെന്റർ കാണാൻ പോകാം" എന്നു വിളിച്ചപ്പോൾ ഞാൻ ചിന്തയിൽ നിന്നുണർന്നു.

ചൈനയിൽ ചേരിവല്ക്കരണം സൂക്ഷ്മമായും തടഞ്ഞുകഴിഞ്ഞു എന്ന് നേതാക്കൾ അവകാശപ്പെടുന്നില്ല. ക്ഷേമപദ്ധതികളിലും സർവ്വെയിലും ഐ ഡി കാർഡ് വിതരണത്തിലും ഉൾപ്പെടാതെ കുറച്ചുപേർ ബാക്കിയാകുന്നുണ്ട്. അവരെക്കൂടി പുനരധിവസിപ്പിക്കാനുള്ള നീക്കമാണ് നടക്കുന്നത്. ഇക്കാര്യത്തിലും ചൈന ഒരു പരീക്ഷണകേന്ദ്രമായി മാറുകയാണ്. ഒരുഭാഗത്ത് സാമ്പത്തിക വളർച്ചയുടെ ഒഴിവാക്കാനാവാത്ത ആവശ്യകത, മറുഭാഗത്ത് മുതലാളിത്ത സാമ്പത്തിക വളർച്ച സമ്മാനിക്കുന്ന ജീവിതദുരിതങ്ങളെ നേരിടാനുള്ള കരുത്തുനേടൽ. ഇതുരണ്ടും സന്തുലനം ചെയ്യാൻ സി പി സി ഏറെ പാടുപെടുന്നുണ്ട്. ഞങ്ങളുടെ മനസ്സിൽ ഒരേസമയം സന്തോഷവും ആശങ്കയും അനുഭവപ്പെട്ടു. ലോകം നേരിടുന്ന ഏറ്റവും രൂക്ഷമായ സാമൂഹ്യപ്രശ്നത്തെ കൈകാര്യം ചെയ്യുന്നതിൽ ചൈന വിജയിക്കട്ടെ എന്ന് ഞങ്ങൾ ആത്മാർത്ഥമായി ആഗ്രഹിച്ചു. ഞങ്ങളുടെ ബസ് കമ്യൂണിറ്റി സെന്ററിലേക്ക് യാത്രയായി.

കമ്യൂണിറ്റി സെന്ററിന്റെ ഡയറക്ടർ യാൻ ബെയ്ഗ കാത്തുനില്ക്കുന്നുണ്ടായിരുന്നു. മുറ്റത്ത് ബസ് നിർത്തുമ്പോഴേക്കും അവർ ഇറങ്ങിവന്ന് ഓരോരുത്തരെയും ഹസ്തദാനം ചെയ്ത് സ്വീകരിച്ചു. ഒറ്റനോട്ടത്തിൽ ത്തന്നെ നല്ല കഴിവുള്ള ഉദ്യോഗസ്ഥയാണ് അവരെന്ന് തോന്നി. പുതിയ ധാരാളം വ്യവസായ സംരംഭങ്ങൾ തുടങ്ങിയ കാൻ ഗിയാഗോ പ്രവിശ്യയുടെ ഭരണസിരാകേന്ദ്രം കൂടിയാണ് അത്. പരിസരത്തുള്ള കൃഷിഭൂമി വ്യവസായത്തിനുവേണ്ടി ഏറ്റെടുക്കുകയാണുണ്ടായതെന്ന് ബെയ്ഗ പറഞ്ഞു. ജനങ്ങൾ പ്രതിഷേധിച്ചില്ലേ എന്ന് ഞങ്ങൾ ചോദിച്ചു. പ്രതിഷേധിക്കേണ്ട കാര്യമില്ലെന്നും എല്ലാവരുടെയും പുനരധിവാസം ഉറപ്പാക്കിയിട്ടുണ്ടെന്നും അവർക്ക് ജോലി ലഭ്യമായിട്ടുണ്ടെന്നും ഡയറക്ടർ പറഞ്ഞു. സാമൂഹ്യസേവന കേന്ദ്രത്തിലെ വിശ്രമമുറിയിൽ കാർഡ് കളിക്കുകയായിരുന്ന പ്രായംചെന്ന കൃഷിക്കാരിൽനിന്ന് ഞങ്ങൾ വിവരങ്ങൾ അന്വേഷിച്ചറിഞ്ഞപ്പോൾ ഡയറക്ടർ പറഞ്ഞത് ശരിയാണെന്ന് ബോദ്ധ്യമായി. അവരിൽ സു ദിയാൻ എന്നയാൾ പാർട്ടി മെമ്പറായിരുന്നു. തങ്ങളുടെ ഭൂമിയും വീടും ഏറ്റെടുത്തപ്പോൾ പകരം സൗകര്യപ്രദമായ അപ്പാർട്ട്മെന്റ് കിട്ടി എന്ന് സുദിയാൻ പറഞ്ഞു. വിവാഹിതരായ രണ്ട് മക്കൾക്ക് പ്രത്യേകം അപ്പാർട്മെന്റുകളും കിട്ടി. ഒന്നിനുപകരം മൂന്ന് ക്വാർട്ടേഴ്സ് ലഭ്യമായി. സുദിയാനും കൂടെയുള്ള സഖാക്കൾക്കും പ്രതിമാസം 3000 യുവാൻ (30,000 രൂപ) പെൻഷൻ ലഭിക്കുന്നുണ്ട്. കൃഷിസ്ഥലം നഷ്ടമായതിനാൽ പെൻഷൻ കൂടുതലാണ്. ക്വാർട്ടേഴ്സിന് വാടക കൊടു

ക്കേണ്ടതില്ലെന്നും സ്വന്തമായി കിട്ടിയതാണെന്നും പറഞ്ഞു.

സേവനകേന്ദ്രത്തിലെ ഭക്ഷണശാലയിൽ നേരത്തെ ഓർഡർ ചെയ്താൽ ചെറിയ വിലയ്ക്ക് ആഹാരം പുനരധിവാസ കേന്ദ്രങ്ങളിൽ ലഭ്യമാകും. ഓരോ പ്രദേശത്തുമുള്ള അയൽക്കൂട്ടങ്ങൾ (neighbourhood committee) വിതരണത്തിന്റെ ചുമതല നിർവ്വഹിക്കും. വാർദ്ധക്യപെൻഷൻ 1200 യുവാൻ ആണെന്നും മിനിമം വേതം 1600 യുവാൻ ആണെന്നും സുദിയാൻ പറഞ്ഞു. ഓരോ അയൽക്കൂട്ട ഘടകത്തിലും സേവന കേന്ദ്രങ്ങളുണ്ട്. അത്യാവശ്യത്തിനുള്ള സേവനപദ്ധതികൾ അവിടെയെല്ലാം ഒരുക്കിയിട്ടുണ്ട്. കൂടുതൽ സ്കൂളുകളും ആശുപത്രികളും റിക്രിയേഷൻ കേന്ദ്രങ്ങളും സ്ഥാപിച്ചുകൊണ്ടിരിക്കുന്നുണ്ട്. കാൻ ഗിയാഗോ സെന്ററിൽ തന്നെ സംഗീതക്ലാസുകളും ഡാൻസ് ക്ലാസുകളും ആരോഗ്യപരിപാലന കേന്ദ്രവും വായനാമുറിയും എല്ലാം ഒരുക്കിയിട്ടുണ്ട്. ഞങ്ങൾ ചെല്ലുമ്പോൾ ഒരു മുറിയിൽ കുറെപ്പേർ ഒരു മൗത്ത്ഓർഗൻ വായിക്കാൻ പരിശീലിക്കുകയായിരുന്നു. എനിക്ക് സങ്കടം തോന്നി. കേരളത്തിൽപ്പോലും സാമൂഹ്യസേവനകേന്ദ്രങ്ങളും വൃദ്ധസദനങ്ങളും പണിതിട്ടുകഴിഞ്ഞാൽ അവ സ്ഥിരമായി പ്രവർത്തിപ്പിക്കാൻ കഴിയുന്നില്ല. പലതും കാടുംപൊടിയും പിടിച്ചുകിടക്കും. പണത്തിന്റെ ദൗർലഭ്യം തന്നെയാണ് കാരണം. ഉത്തരേന്ത്യൻ ഗ്രാമങ്ങളിലാകട്ടെ ഇങ്ങനെയൊരു കെട്ടിടംപോലും കാണുകയില്ല. ചൈന എങ്ങനെ ഇതെല്ലാം ചെയ്തുപോകുന്നു എന്നു ചോദിച്ചപ്പോൾ ഡയറക്ടർ പറഞ്ഞു: “സാമൂഹ്യക്ഷേമ നടപടികൾക്ക് ഫണ്ടിന്റെ അപര്യാപ്തത ഉണ്ടായാൽ കേന്ദ്ര ഗവൺമെന്റ് അടിയന്തിര സഹായം നല്കും. പലയിടത്തും ധനികരിൽ നിന്നുള്ള ഡൊണേഷനുകളും സ്വീകരിക്കുന്നുണ്ട്.” ബെയ്ഗയും മറ്റ് ഉദ്യോഗസ്ഥരും ചേർന്ന് ഞങ്ങളെ സ്നേഹത്തോടെ യാത്രയാക്കി.

15

യാങ്ട്സിയുടെ തീരത്ത്

ലോകത്തിലെ മഹാനദികൾ മനസ്സിൽ കുടിയിരിക്കാൻ തുടങ്ങിയത് സാമൂഹ്യപാഠം ക്ലാസിൽവച്ചായിരുന്നു. കൃത്യമായി പറഞ്ഞാൽ ഹൈസ്കൂൾ വിദ്യാഭ്യാസകാലത്ത്. ഇരിട്ടി ഹൈസ്കൂളിൽ ഞങ്ങളുടെ സാമൂഹ്യപാഠം അദ്ധ്യാപകൻ ബാലൻമാസ്റ്ററായിരുന്നു. രാജ്യങ്ങൾ, രാജ്യാധിപന്മാർ, ഭരണകൂടങ്ങൾ, ഭരണമാറ്റങ്ങൾ, വിപ്ലവങ്ങൾ എല്ലാം ഒട്ടൊരു ഭയത്തോടുകൂടി ഹൃദിസ്ഥമാക്കുകയായിരുന്നു. കാരണം എല്ലാ ദിവസവും മാസ്റ്റർ ചോദ്യങ്ങൾ ചോദിക്കും. ഉത്തരം പറഞ്ഞില്ലെങ്കിൽ ചൂരൽക്കഷായം ഉറപ്പ്. ഭൂമിശാസ്ത്ര ക്ലാസ് അതിലേറെ കടുപ്പം. വൻകരകളുടെയും രാജ്യങ്ങളുടെയും ഭൂപടങ്ങൾ വരഞ്ഞുണ്ടാക്കണം. ഒഴുകുന്ന നദികളുടെ പാതകളും വരയണം. വളഞ്ഞുപുളഞ്ഞൊഴുകുന്ന നദികളെ ചില കുട്ടികൾ വരയ്ക്കുമ്പോൾ നിവർന്നുപോകും. “നിനക്കെന്താ നാഡിചികിത്സ അറിയുമോ, വളവുനിവർത്താൻ” എന്ന ചോദ്യത്തോടൊപ്പം അടിയും കിട്ടും. ചിരിയും കണ്ണീരും ഒപ്പംവരുന്ന സമയമാണത്. എങ്കിലും സാമൂഹ്യപാഠം ക്ലാസ് ഞങ്ങൾക്ക് ഇഷ്ടമായിരുന്നു. ഗംഗയും യമുനയും വോൾഗയും യാങ്ട്സിയും മഞ്ഞനദിയും ആമസോണും നൈലുമടക്കം മാഷിന്റെ വിവരണത്തോടൊപ്പം മനസ്സിൽ പതഞ്ഞൊഴുകും. വർഷങ്ങൾക്കുശേഷം ഗംഗയെയും യമുനയെയും അടുത്തുകാണാൻ കഴിഞ്ഞപ്പോൾ എന്തൊരാഹ്ലാദമായിരുന്നു. ഇപ്പോഴിതാ യാങ്ട്സിയെയും ഹൊയാങ്ഹൊ (മഞ്ഞനദി)യെയും കാണാൻ അവസരമുണ്ടായിരിക്കുന്നു.

യാങ്ട്സി നദിയുടെ കരയിലാണ് ഷാങ്ഹായ് നഗരം സ്ഥിതിചെയ്യുന്നത്. ഏഷ്യയിലെ ഏറ്റവും നീളം കൂടിയ നദിയാണിത്. ലോകത്തിലെ മൂന്നാമത്തെ നീണ്ട നദി യാങ്ട്സിയിൽ നിന്ന് ചൈനക്കാർ നിർമ്മിച്ചെടുത്ത ഉപനദിയായ ഹുവാങ് പു നദിയുടെ ഇരുവശത്തുമായി ഷാങ്ഹായ് നീണ്ടുകിടക്കുന്നു. കിൻഹായ് പർവ്വതനിരകളിൽനിന്ന് ഉത്ഭവിക്കുന്ന യാ

യാങ്ട്സി നദിക്കരയിൽ

ങ്ട്സി ചൈനയുടെ വിവിധ പ്രവിശ്യകളിലൂടെ 6300 കിലോമീറ്റർ ദൂരം സഞ്ചരിച്ചാണ് കിഴക്കൻ ചൈന കടലിൽ (East china sea) പതിക്കുന്നത്. ഒരു രാജ്യത്തിൽ മാത്രമായി ഒഴുകുന്ന ലോകത്തിലെ ഏറ്റവും നീളംകൂടിയ നദിയാണ് യാങ്ട്സി. ചൈനീസ് ഭാഷയിൽ ഈ നദിയുടെ പേര് ചാങ് ജിയാങ് എന്നാണെന്ന് എമ്മ പറഞ്ഞു. നീണ്ട നദി എന്നാണത്രെ ഇതിനർത്ഥം.

ചൈനയിൽ ഉണ്ടായ വൈദേശിക അധിനിവേശങ്ങൾക്കും വിമോചന പോരാട്ടങ്ങൾക്കും ചൈനയുടെ ആധുനിക വളർച്ചയും ദൃക്സാക്ഷിയാണ് ചാങ് ജിയാങ്. നൂറ്റാണ്ടുകൾക്ക് മുമ്പ് യൂറോപ്യന്മാർ തോക്കുകളും പടച്ചട്ടകളുമായി വന്നിറങ്ങിയത് ഈ നദിക്കരയിലാണ്. ക്വിങ് രാജവംശത്തെ കീഴ്പ്പെടുത്തി കരയിൽ അധിനിവേശം സ്ഥാപിക്കാൻ അവർക്ക് കഴിഞ്ഞു. തദ്ദേശവാസികളായ പാവം ജനതയെ കറുപ്പു നല്കി മയക്കിയും ആധുനിക ആയുധങ്ങൾ കാട്ടി ഭീഷണിപ്പെടുത്തിയും ചൈനയുടെ സമ്പത്ത് അവർ കൈക്കലാക്കി. 1843ൽ ഈ നദിയിൽ ഒരു ഗൺബോട്ടിൽ വച്ചാണ് ബ്രിട്ടീഷുകാർ ചൈനയിലെ രാജഭരണവുമായി 'നാൻജിങ് ഉടമ്പടി' ഉണ്ടാക്കുകയും അഞ്ച് തുറമുഖങ്ങൾ വെള്ളക്കാർക്ക് തുറന്നുകൊടുക്കാമെന്ന് സമ്മതിപ്പിക്കുകയും ചെയ്തത്. ഇന്ത്യയെ കൊള്ള ചെയ്തതുപോലെതന്നെ ബ്രിട്ടീഷ് ഭരരണകൂടം ചൈനയെയും കട്ടുമുടിച്ചു. തുടരെത്തുടരെ ചൈനയിലേക്ക് മറ്റു സാമ്രാജ്യത്വശക്തികളും കടന്നുവന്നു. യാങ്ട്സി നദിയിൽ പരസ്പരം ഏറ്റുമുട്ടുകയും ചെയ്തു. ജപ്പാൻ ചൈനക്കുനേരെ കടുത്ത ആക്രമണമാണ് അഴിച്ചുവിട്ടത്. കമ്യൂണിസ്റ്റുകാർ ജപ്പാൻ സൈന്യവുമായി ഏറ്റുമുട്ടി. ഒരുഭാഗത്ത് ചിയാങ് കൈഷക്കിന്റെ ആക്രമണവും മറുഭാഗത്ത് ജപ്പാന്റെ ആക്രമണവും

പേൾ ടവറിന് മുന്നിൽ

ഒരേസമയം ചെമ്പടയ്ക്ക് നേരിടേണ്ടിവന്നു. ലക്ഷക്കണക്കിനാളുകൾ മരിച്ചുവീണു. വടക്കൻ ചൈനയെയും തെക്കൻ ചൈനയെയും വേർതിരിക്കുന്ന യാങ്ട്സി നദി എല്ലാറ്റിനും മൂകസാക്ഷിയായി. ജനകീയ വിപ്ലവത്തിനുശേഷം യാങ്ട്സിയുടെ തീരത്ത് ചോരപ്പുഴ ഒഴുകിയിട്ടില്ല. പകരം അംബരചുംബികളായ കെട്ടിടങ്ങളും മനുഷ്യവാസകേന്ദ്രങ്ങളും വ്യവസായശാലകളും ഉയർന്നുവന്നു. ഞങ്ങൾ ഇന്ന് സന്ദർശിക്കുന്ന ബണ്ട്, പേൾ ടവ്വർ, പെഡസ്ട്രിയൽ തെരുവ്-എല്ലാം ആധുനികതയുടെ പ്രൗഢി വിളിച്ചോതുന്നു. രാത്രിയിൽ അനേക വർണ്ണങ്ങളിലുള്ള ദീപപ്രഭയിൽ ഷാങ്ഹായ് നഗരവും നദിയും വിസ്മയക്കാഴ്ചയായി നില്ക്കുന്നു. വ്യവസായവല്ക്കരണത്തിന്റെ ഭാഗമായി നദി മലിനീകരിക്കപ്പെടുന്നു എന്നത് അടുത്തകാലത്ത് ചർച്ചക്ക് വിധേയമായിട്ടുണ്ട്. മലിനീകരണം തടയാൻ ബൃഹത്തായ പദ്ധതിതന്നെ ഷാങ്ഹായ് മുനിസിപ്പൽ കോർപ്പറേഷൻ തയ്യാറാക്കിയിട്ടുണ്ട്.

ഞങ്ങൾ ആദ്യമായി പോയത് ഓറിയന്റൽ പേൾ ടവറിന് മുന്നിലേക്കാണ്. നദിക്കരയിലെ പുഡോങ് പാർക്കിലാണ് ഓറിയന്റൽ പേൾടവ്വർ സ്ഥിതിചെയ്യുന്നത്. ടവ്വറിന്റെ ഒരുഭാഗത്ത് യാങ്വു പാലവും മറുഭാഗത്ത് നാൻപു പാലവുമാണ്. താഴെയും മുകളിലുമായി രണ്ട് ഗോളങ്ങളോടുകൂടിയ കൂറ്റൻ ടവ്വറാണ് പേൾ ടവ്വർ. ദൂരെനിന്ന് നോക്കുമ്പോൾ ഗോളങ്ങൾ മുത്തുകൾ പോലെ തോന്നും. പാലങ്ങൾ കൂടിച്ചേരുമ്പോൾ രണ്ട് കൂറ്റൻ ഡ്രാഗണുകൾ പേളുകൾകൊണ്ട് കളിക്കുന്നതുപോലെ. അടുത്തുചെല്ലുമ്പോൾ പേളുകൾപോലെ തോന്നുന്ന ഭാഗം വലിയ ഷോപ്പിങ് മാളുകൾ നിറഞ്ഞതാണെന്ന് കാണാം. ഞങ്ങൾ കല്പടവുകൾ കയറി ഗോളത്തിലേക്ക് പ്രവേശിച്ചു. ടവ്വറിന്റെ ഉയരം 468 മീറ്റർ ആണ്. ലോകത്തിലെ

ഏറ്റവും ഉയരം കൂടിയ ടവ്വറുകളിൽ ആറാമത്തേതാണ് പേൾ ടവർ. ഇത് ടിവി, റേഡിയോ ടവ്വർ കൂടിയാണ്. ഞങ്ങൾ ലിഫ്റ്റിൽ കയറി മുകളിലത്തെ ഗോളത്തിൽ എത്തി. തറയിൽ സുതാര്യമായ ചില്ലുകൾ പാകിയ നിലത്ത് നിൽക്കുമ്പോൾ ആലംബമില്ലാതെ ഇപ്പോൾ താഴേക്ക് പതിക്കുമെന്ന ഭയം തോന്നി. കുട്ടികൾ ആവേശത്തോടെ ആർത്തുവിളിച്ചു. നൂറുകണക്കിന് സന്ദർശകരുടെ ഒപ്പം ഞങ്ങൾ ഗോളത്തിന്റെ ഇടനാഴിയിലൂടെ കറങ്ങി. അതീവ രസകരമായ അനുഭവമായിരുന്നു അത്. സന്ധ്യാകാശത്തെ കൈകൊണ്ടു തൊടാൻ കഴിയുന്നതുപോലെ. താഴെ വെളിച്ചത്തിന്റെ പൊട്ടുകൾപോലെ ഒഴുകി നീങ്ങുന്ന വാഹനങ്ങൾ, കിഴക്കൻ ചൈനാക്കടലിൽ പതിക്കുന്ന യാങ്ട്സിയുടെ അഴിമുഖം, പേൾ ടവ്വറിനോട് മത്സരിക്കാൻ ഉയർന്നുവരുന്ന കൂറ്റൻ കെട്ടിടങ്ങൾ, ബണ്ടിലൂടെ ഒഴുകിനീങ്ങുന്ന വൈദ്യുതാലംകൃത ബോട്ടുകൾ. ഇടനാഴിയിലുടെ ഒരു വൃത്തം പൂർത്തിയാക്കി ഷാങ്ഹായ് നഗരത്തെ മുഴുവൻ ഞങ്ങൾ കണ്ണുകൾകൊണ്ട് ഒപ്പിയെടുത്തു. അസ്തമയ സൂര്യന്റെ അരുണവർണ്ണങ്ങൾ പൂർണ്ണമായും മായുമ്പോഴേക്ക് ബണ്ടിൽ എത്തണം. പേൾടവ്വറിലെ ഷോപ്പിങ് മാളുകളിൽ നിന്ന് മനോഹരമായ കുറച്ച് കല്ലുമാലകളും മറ്റും വാങ്ങി ഞങ്ങൾ വേഗംതന്നെ താഴെയിറങ്ങി. ഉത്സാഹത്തോടെ എല്ലാവരും ബണ്ടിലേക്ക് നടന്നു.

ബണ്ട്

ബണ്ട് ആംഗ്ലോ ഇന്ത്യൻ പദമാണ്. വെള്ളം നിറഞ്ഞ ചതുപ്പിന്റെ കര എന്നാണ് അതിന്റെ അർത്ഥം. വെള്ളം കെട്ടിനിർത്തിയ സ്ഥലം എന്നും പറയാം. പ്രാചീനകാലത്ത് ഈ പ്രദേശം ചെളിയും വെള്ളവും നിറഞ്ഞ ചതുപ്പായിരുന്നു എന്നുപറയുന്നു. 1846ൽ ബ്രിട്ടീഷുകാർ ഈ പ്രദേശത്ത് കച്ചവടകേന്ദ്രം തുറന്നു. ജനകീയ വിപ്ലവത്തോടെ ബണ്ടിന്റെ ചിത്രം മറ്റൊന്നായി മാറി. യാങ്ട്സിയിൽനിന്ന് ആഴത്തിലുള്ള ഒരു നദി, 'ഹു വാങ് പു' നിർമ്മിക്കപ്പെട്ടു. ഷാങ്ഹായ്ക്ക് കുറുകെയുള്ള മനുഷ്യനിർമ്മിതമായ പോഷകനദിയാണ് ഹുവാങ്പു. നദിയുടെ ഒരുഭാഗത്ത് ചൈനയുടെ പൗരാണിക വാസ്തുശില്പകലയുടെ നേർക്കാഴ്ചകളായ കെട്ടിടങ്ങൾ അടങ്ങിയ പുക്സി നഗരമാണ്. മറുഭാഗത്ത് ആധുനിക ധനകാര്യ സ്ഥാപനങ്ങൾ, ബാങ്കുകൾ, ആഡംബര ഹോട്ടലുകൾ, വ്യവസായ കേന്ദ്രങ്ങൾ, ടവ്വറുകൾ തുടങ്ങിയവ സാമ്പത്തിക-വ്യവസായ വളർച്ച വിളിച്ചോതി തല ഉയർത്തി നില്ക്കുന്നു. ഇവയിൽ ലോക സാമ്പത്തിക കേന്ദ്രങ്ങളുമുണ്ട്. ബണ്ടിലൂടെയുള്ള ബോട്ട് യാത്രക്കാണ് ഞങ്ങൾ തയ്യാറെടുക്കുന്നത്. കൂടെവന്ന പാർട്ടി സെക്രട്ടറിയും സ്വിങ്ങും ചേർന്ന് ഞങ്ങളുടെ പാസ് ശരിയാക്കി ബോട്ടിനടുത്തേക്ക് നയിച്ചു. മറ്റ സന്ദർശകർ വെളിയിൽ ടിക്കറ്റെടുക്കാൻ ക്യൂ നില്ക്കുന്നുണ്ട്. ബോട്ടുജട്ടിയുടെ പുറത്ത് സ്ഥാപിച്ച ചെയർമാൻ മാവോയുടെ കൂറ്റൻ പ്രതിമക്കരികിലൂടെയാണ് ബോട്ടിനടുത്തേക്ക് നീങ്ങിയത്. ഞങ്ങൾ

അകത്തേക്ക് പ്രവേശിച്ചു. മൂന്നു നിലകളുള്ള ഒരു ചെറിയ കപ്പൽതന്നെയായിരുന്നു അത്. അഞ്ഞൂറിലേറെപ്പേർക്ക് ഒരുമിച്ച് യാത്ര ചെയ്യാം. ഏറ്റവും മുകളിലത്തെ നിലയിലാണ് ഞങ്ങളെ കൊണ്ടുപോയത്. വിശാലമായ മേല്ത്തട്ടിൽ ആകർഷകമായ കുഷൻ സീറ്റുകൾ. ജനാലക്കരികിലുള്ള സീറ്റിൽ ഞങ്ങൾ ഇരിപ്പുറപ്പിച്ചു. ബണ്ടിലൂടെ ബോട്ട് നീങ്ങിയപ്പോൾ ഇരുവശത്തും വൈദ്യുത ദീപങ്ങളുടെ ധാരാളിത്തത്തിൽ കുളിച്ചുനിൽക്കുന്ന കെട്ടിടങ്ങളുടെ മനോഹരമായ കാഴ്ച. ഓറിയന്റൽ പേൾ ടവ്വറടക്കമുള്ള കെട്ടിടങ്ങളെ പിന്നിലാക്കി ബോട്ട് യാങ്ട്സിയുടെ അഴിമുഖത്തേക്ക് നീങ്ങി. എമ്മ ഞങ്ങളെ മുന്നിലെ ഡക്കിലേക്ക് ക്ഷണിച്ചു. ചെറിയ ബാൽക്കണിയുണ്ട്. അവിടെ നില്ക്കുമ്പോൾ നേരിട്ട് നദിക്ക് മുകളിലൂടെ പറക്കുന്നതുപോലെ. കൈവരിയിൽ പിടിച്ചുനിന്ന് കാഴ്ചകൾ കാണാൻ നല്ല രസം. കടൽക്കാറ്റേല്ക്കാൻ നല്ല സുഖം. കരയിൽ എന്തെല്ലാം അത്ഭുതക്കാഴ്ചകളാണ് മനുഷ്യൻ സൃഷ്ടിച്ചുവച്ചിരിക്കുന്നത്. നദിയിലൂടെ എതിർവശത്ത് നിന്ന് തിരിച്ചുവരുന്ന ബോട്ടുകളുടെ നീണ്ടനിര ചലിക്കുന്ന കൊട്ടാരങ്ങൾ പോലെ തോന്നി. എട്ട് മണിയോടെ കാഴ്ചയുടെ മായിക ലോകത്തുനിന്ന് ഞങ്ങൾ പിൻവാങ്ങി. സാധാരണ എല്ലാ ദിവസവും ഏഴ് മണിക്ക് മുമ്പായി രാത്രിഭക്ഷണം കഴിക്കേണ്ടതാണ്. ഇന്നുമാത്രം പതിവു തെറ്റിച്ചു. നല്ല വിശപ്പുണ്ട്. ഞങ്ങൾ അക്കാദമിയിലേക്ക് യാത്രയായി.

കൂട്ടത്തിൽ ഒരു കാര്യം പറയാൻ വിട്ടുപോയി. പേൾടവ്വറിലേക്ക് പോകുന്നതിന് മുമ്പായി ഞങ്ങൾ നാൻജിയാങ് പെഡസ്ട്രിയൻ സ്ട്രീറ്റ് സന്ദർശിച്ചിരുന്നു. ചെറിയൊരു ഷോപ്പിങ്. ആറ് കിലോമീറ്ററോളം ദൈർഘ്യമുള്ള തിരിക്കുപിടിച്ച ഷോപ്പിങ് കേന്ദ്രമാണിത്. ഇതും ചരിത്രപ്രധാനമായ സ്ഥലം തന്നെ. ഒന്നാം കറുപ്പ് യുദ്ധത്തിനുശേഷം ഇവിടെയാണ് ബ്രിട്ടിഷ് അധിനിവേശത്തിന്റെ തുടക്കം കുറിച്ചത്. അന്ന് ഇത് വിദേശ ചരക്ക് വ്യാപാരത്തിന്റെ കേന്ദ്രമായിരുന്നു. വിപ്ലവാനന്തരം നഗരത്തിന്റെ നിയന്ത്രണം ജനകീയസേന ഏറ്റെടുത്തു. പുതിയ പരിഷ്കാരങ്ങളുടെ കാലത്താണ് പെഡസ്ട്രിയൽ സ്ട്രീറ്റ് ആധുനിക ഷോപ്പിങ് കേന്ദ്രമായി മാറിയത്. കൂറ്റൻ മാളുകൾ, തിയേറ്ററുകൾ, അന്താരാഷ്ട്ര നിലവാരമുള്ള ഹോട്ടലുകൾ തുടങ്ങിയവ കൂണുകൾ പോലെ ഉയർന്നുവന്നു. വിശാലമായ റോഡിന്റെ ഇരുവശത്തുമായി ക്രമീകരിച്ചിരിക്കുന്ന കച്ചവടശാലകളുടെ കവാടത്തിൽ ബസ് നിർത്തി. അകത്തേക്ക് വാഹനങ്ങൾക്ക് പ്രവേശനമില്ല. പാർക്കിങ് വെളിയിലാണ്. നൂറുകണക്കിന് യാത്രക്കാർ അകത്തേക്കും പുറത്തേക്കും അനർഗ്ഗളമായി ഒഴുകുന്ന കാഴ്ചയാണ് ഞങ്ങൾ കണ്ടത്. ലോകത്തിന്റെ ഒരു പരിച്ഛേദമായിരുന്നു ഈ മനുഷ്യതരംഗം. ഭാഷയും വേഷവും നിറവും ആകാരവും വ്യത്യസ്തമായ മനുഷ്യരുടെ അനുസ്യൂതമായ ഒഴുക്ക്. ഞങ്ങളും ആ തിരമാലകളുടെ ഭാഗമായി ഒഴുകി നീങ്ങി. അന്താരാഷ്ട്ര കമ്പനികളുടെ ബ്രാൻഡഡ് ഉല്പന്നങ്ങൾ വില്ക്കുന്ന ഷോറൂമുകൾ മുതൽ ചൈനയുടെ പരമ്പരാഗത ഉല്പന്നങ്ങളുടെ പ്രദർശനമടക്കം ആ കൂട്ടത്തിലുണ്ട്. പുതിയ മുതലാളിത്ത വികാസത്തി

ന്റെ മിന്നലാട്ടങ്ങൾ അവിടെ കാണാനുണ്ട്. മൂലധനത്തിന്റെ കച്ചവട ദുര പെഡസ്ട്രിയൽ സ്ട്രീറ്റിലും വേരൂന്നിയിട്ടുണ്ടെന്ന് തോന്നി. കൂറ്റൻ പരസ്യ ബോർഡുകളും ബാറുകളും കച്ചവടം കൊഴുപ്പിക്കാനുള്ള മ്യൂസിക് സംഘങ്ങളും തെരുവിനെ തിരക്കേറിയതാക്കി മാറ്റി. സൗന്ദര്യവർദ്ധക ഉല്പന്നങ്ങളുടെയും ഇലക്ട്രോണിക് ഉപകരണങ്ങളുടെയും വമ്പിച്ച ശേഖരവുമായി പുതിയ തലമുറയെ കൈമാടി വിളിക്കുകയാണ് ഈ തെരുവ്. അത്തരം ഷോപ്പുകളിൽ വിദേശികൾ മാത്രമല്ല ചൈനയിലെ യുവതീയുവാക്കളും കയറിയിറങ്ങുന്നുണ്ട്. 'വാങ്ങുകയും ഉപയോഗിക്കുകയും വലിച്ചെറിയുക'യും ചെയ്യുന്ന മുതലാളിത്ത സംസ്കാരത്തിന്റെ ഭാഗമായി ആ ചെറുപ്പക്കാരും മാറുകയില്ലേ എന്ന ആശങ്ക ഞങ്ങൾക്കുണ്ടായി. ഞാനും രേഖാദിയും ചൈനയുടെ പ്രസിദ്ധമായ രോമക്കുപ്പായങ്ങൾ വില്ക്കുന്ന കടയിൽ കയറി. ഓരോ സ്വറ്ററുകൾ വാങ്ങി. 300 യുവാൻ വിലവരും. ഒന്നു കറങ്ങിത്തിരിയുമ്പോഴേക്കും ഒരു മണിക്കൂറായി. ഞങ്ങൾ പെഡസ്ട്രിയൻ സ്ട്രീറ്റിൽനിന്നും യാത്ര തിരിച്ചു.

ഭക്ഷണത്തിനുശേഷം റൂമിൽ തിരിച്ചെത്തി സാധനങ്ങളെല്ലാം പാക്ക് ചെയ്ത് തയ്യാറാക്കി വച്ചു. നാളെ രാവിലെ ഷാങ്ഹായിൽനിന്ന് യാത്രയാവുകയാണ്. മഞ്ഞനദിക്കരയിലെ ഗാൻസു പ്രവിശ്യയിലേക്കാണ് പോകേണ്ടത്. ഷാങ്ഹായിയുടെ അവിശ്വസനീയമായ വളർച്ചയിൽ അഭിമാനിക്കുന്നതോടൊപ്പം കോർപ്പറേറ്റ് മൂലധനത്തിന്റെ കടന്നുവരവ് സൃഷ്ടിക്കാനിടയുള്ള വിപത്തുകളെക്കുറിച്ചും ഞങ്ങൾ പരസ്പരം ചർച്ച ചെയ്തിരുന്നു. വിപണി സംസ്കാരത്തിന്റെ ഭാഗമായുള്ള സാംസ്കാരിക ജീർണ്ണതകൾ വികസിത നഗരങ്ങളിലേക്ക് കടന്നുവരാതിരിക്കില്ല. കോൾഗേൾ സമ്പ്രദായമടക്കം ചില മേഖലകളിൽ ഉണ്ടാകുന്നതായി സൂചനയുണ്ട്. എന്നാൽ ഗവൺമെന്റും സി പി സിയും കർശനമായ നിയന്ത്രണവും ഇടപെടലും നടത്തുന്നുണ്ടെന്ന് എമ്മ പറഞ്ഞു. ലോകത്തിലെ മറ്റ് വൻ നഗരങ്ങളിലുണ്ടാകുന്നതുപോലെ സ്ത്രീകൾക്കെതിരെയുള്ള അതിക്രമങ്ങൾ ഷാങ്ഹായിൽ വ്യാപകമല്ല. നഗരത്തിൽ പെൺകുട്ടികൾക്ക് നിർഭയമായി സഞ്ചരിക്കാൻ കഴിയുമെന്ന് എമ്മയും സ്വിങ്ങും പറഞ്ഞു. തങ്ങൾ സാമ്രാജ്യത്വ കുതന്ത്രങ്ങൾക്ക് കീഴ്പ്പെടുകയില്ലെന്ന കമ്യൂണിസ്റ്റ് പാർട്ടി നേതാക്കളുടെ ഉറച്ച അഭിപ്രായം ആശ്വാസത്തിന് വകനല്കുന്നുണ്ടെങ്കിലും മൂലധനത്തിന്റെ വികൃതികളെക്കുറിച്ച് തെല്ലൊരാശങ്ക മനസ്സിനെ പിടികൂടാതിരുന്നില്ല. എന്തായാലും ഷാങ്ഹായ് മുനിസിപ്പാലിറ്റി കോർപ്പറേഷനിൽ വളർച്ചയുടെ ഭാഗമായുണ്ടാകുന്ന സാമ്പത്തിക നേട്ടത്തിന്റെ നിശ്ചിത ശതമാനം തൊട്ടടുത്ത ഗ്രാമങ്ങളുടെ വളർച്ചയ്ക്കും ജനക്ഷേമ പദ്ധതികൾക്കും വേണ്ടി വിനിയോഗിക്കണമെന്ന തീരുമാനം വളരെ ശാസ്ത്രീയവും ജനകീയവുമാണെന്ന് ഞങ്ങൾക്ക് തോന്നി. രാവിലെ ലാങ് ഷൂ എയർപോർട്ടിലേക്ക് യാത്രതിരിക്കാനുള്ള ആലോചനയുമായി അക്കാദമിയിലെ മൂന്നാമത്തെ രാത്രി ഞാൻ ഉറങ്ങാനുള്ള തയ്യാറെടുപ്പിലായി.

16

മഞ്ഞനദിക്കരയിൽ

സെപ്തംബർ ഒന്നാം തീയതി രാവിലെ അക്കാദമിയിലെ റിസപ്ഷനിസ്റ്റ് എല്ലാവരെയും വിളിച്ചുണർത്തി. 8 മണിക്ക് എയർപോർട്ടിൽ എത്തണം. 10.45നാണ് ലാൻഷുവിലേക്കുള്ള വിമാനം. ഞങ്ങൾ കൃത്യസമയത്തുതന്നെ ഷാങ്ഹായ് ഇന്റർനാഷണൽ എയർപോർട്ടിൽ എത്തി. ലാൻഷുവിലേക്ക് ഏകദേശം 4 മണിക്കൂർ യാത്രയുണ്ട്. സെലാപ് അക്കാദമിയിലെ പ്രൊഫസർമാരോടും എമ്മയോടും വിടപറഞ്ഞ് ഞങ്ങൾ വിമാനത്തിൽ കയറി. എന്തൊക്കെയോ ചോദിക്കാനും എന്തൊക്കെയോ അറിയാനും ബാക്കിയായതുപോലെ ഒരസ്വസ്ഥത മനസ്സിൽ നിറഞ്ഞു. അതേസമയം അറിയാൻ കഴിഞ്ഞ ഒരുപാട് കാര്യങ്ങളുടെ സമ്പന്നതയിൽ ഷാങ്ഹായ് ഞങ്ങളുടെ മനസ്സിനെ ധന്യമാക്കുകയും ചെയ്തു. ചെറിയ ഒരു വിമാനമായിരുന്നു അത്. യാത്രക്കാരും കുറവ്. സീറ്റുകൾ ചിലത് ഒഴിഞ്ഞുകിടക്കുന്നു. ലാൻഷുവിലേക്ക് ഇടയ്ക്കിടെ വിമാനമുണ്ടെന്ന് സ്വിങ് പറഞ്ഞു. അവരും ലാൻഷുവിലേക്ക് ആദ്യമായാണ്. മഞ്ഞനദിയുടെ കരയിലാണ് ലാൻഷു നഗരമെന്ന് സ്വിങ് പറഞ്ഞു. ചൈനയിലെ നിർമ്മാണ വൈദഗ്ദ്ധ്യത്തിന് പേരുകേട്ട നഗരമാണത്രെ ലാൻഷു. നദിക്കരയിലുടനീളം പൂന്തോട്ടങ്ങളും പാർക്കുകളും നിർമ്മിക്കുകവഴി സഞ്ചാരികളെ ഈ നഗരത്തിലേക്കാകർഷിക്കാൻ ചൈനക്ക് കഴിയുന്നു. വ്യവസായ പ്രധാന നഗരമെന്ന നിലയ്ക്കും ധാരാളമാളുകൾ ലാൻഷുവിൽ എത്തുന്നുണ്ട്. ടേക്ക് ഓഫിനുള്ള അനൗൺസ്മെന്റ് വന്നു. ഞങ്ങൾ സീറ്റ് ബെൽറ്റ് മുറുക്കി. MU 2552 നമ്പർ വിമാനം ഞങ്ങളെയും കൊണ്ട് ആകാശത്തിന്റെ അപാരതയിലേക്ക് ഉയർന്നു. മേഘപാളികൾക്കിടയിലേക്ക് ഊളിയിടവെ എന്റെ മനസ്സിൽ മഞ്ഞനദിയെക്കുറിച്ചുള്ള ചിന്തകൾ ഒഴുകിവന്നു. മഞ്ഞനദിക്ക് ഹൊയാങ്ഹൊ എന്നും പേരുണ്ട്. ഏഷ്യയിലെ മൂന്നാമത്തെ നീളം കൂടിയ നദി

ലാങ്ഷുവിലേക്കുള്ള യാത്രക്കിടയിൽ

യാണിത്. ലോകത്തിലെ നീളംകൂടിയ നദികളിൽ ആറാമത്തേത്. ചൈനയുടെ പടിഞ്ഞാറുഭാഗത്തുള്ള ബായൻഹാർ പർവ്വതനിരകളിൽ നിന്നാണ് ഉത്ഭവിക്കുന്നത്. കിഴക്കോട്ടൊഴുകി ബൊഹായ് സമുദ്രത്തിൽ പതിക്കുന്നു. ജനകീയ ചൈനാറിപ്പബ്ലിക്കിന്റെ ഒമ്പത് പ്രവിശ്യകളിലൂടെ 5464 കിലോമീറ്റർ താണ്ടിയാണ് ഹൊയാങ് ഹൊ സമുദ്രവുമായി സന്ധിക്കുന്നത്.

സ്കൂൾ വിദ്യാഭ്യാസകാലത്ത് മഞ്ഞനദിയുടെ ഭയപ്പെടുത്തുന്ന കുസൃതികളാണ് മനസ്സിൽ പതിഞ്ഞിരുന്നത്. ഇടയ്ക്കിടെ ഭയങ്കര വെള്ളപ്പൊക്കത്തിൽ കരകൾ കവിഞ്ഞൊഴുകിയും ചിലപ്പോൾ യാതൊരു മുന്നറിയിപ്പുമില്ലാതെ വഴിമാറിയൊഴുകിയും ആയിരക്കണക്കിന് മനുഷ്യരുടെ ജീവൻ അപഹരിക്കുന്ന സ്വഭാവം മഞ്ഞനദിക്കുണ്ട്. ആയതിനാൽ 'ചൈനയുടെ ദുഃഖം' എന്നൊരു വിളിപ്പേരും ഈ നദിക്ക് ലഭിച്ചിട്ടുണ്ട്. തിബറ്റൻ പീഠഭൂമിയിൽ നിന്നുള്ള പശമണ്ണ് ഒഴുകിവരുന്നതിനാലാണ് നദിക്ക് മണ്ണിന്റെ നിറം കൈവരുന്നത്. ഇങ്ങനെ ഒഴുകിയെത്തുന്ന ടൺകണക്കിന് മണ്ണ് അടിഞ്ഞുകൂടി ചിലപ്പോൾ നദിക്ക് കുറുകെ പൊടുന്നനെ പ്രകൃതിദത്തമായ അണക്കെട്ടുകൾ രൂപംകൊള്ളാറുണ്ട്. അപ്പോഴാണ് നദി വഴിമാറി ഒഴുകുന്നത്. മുൻകൂട്ടി പ്രവചിക്കാനാകാത്തതിനാൽ ഈ പ്രക്രിയ വൻ പ്രകൃതിദുരന്തങ്ങൾക്കിടയാക്കുന്നു. തണുപ്പുകാലത്ത് ചിലപ്പോൾ മഞ്ഞുകട്ടകൾ കൊണ്ടുള്ള അണക്കെട്ടുകളും രൂപപ്പെടാറുണ്ട്. വെള്ളപ്പൊക്കവും വഴിമാറ്റവും വഴി കൃഷിയിടങ്ങളും നഗരങ്ങളും ജനപഥങ്ങളും തകർത്ത് കനത്ത മലവെള്ളപ്പാച്ചിലായി ഹൊയാങ് ഹൊ കടലിലേക്ക് കുതിക്കും. ഒരു കാലത്ത് ഒരു രാജവംശത്തെതന്നെ (Xin dynasty) അവസാനിപ്പിച്ചുകളയാൻ ഈ കൂലംകുത്തിയൊഴുകൽ കാരണമായിട്ടുണ്ടത്രെ. 1931 ലെ വെള്ളപ്പൊക്കം 40 ലക്ഷം ജനങ്ങളുടെ ജീവനെടുത്തതായി പ്രായമുള്ളവർ പറയാറുണ്ടെന്ന് സ്വിങ് പറഞ്ഞു. നദിയുടെ ഈ സ്വഭാവത്തെ ഭരണാധികാരികൾ ചിലപ്പോൾ ആയുധമാക്കാറുണ്ട്. ചൈന-ജപ്പാൻ യുദ്ധകാലത്ത് ചിയാങ് കൈഷെക് അണക്കെട്ട് തകർത്ത് ജപ്പാൻകാരെ തടയാൻ ശ്രമിച്ചു. അപ്പോഴുണ്ടായ വെള്ളപ്പൊക്കം ഒമ്പത് ലക്ഷം മനുഷ്യരുടെ ജീവനെടുത്തു. എത്ര ജപ്പാൻകാർ മരിച്ചു എന്നതിന് കൃത്യമായ കണക്കില്ല. ചിയാങ്

മഞ്ഞനദി കടക്കുമ്പോൾ

കൈഷെക്കും കുമിന്താങ്ങും കമ്യൂണിസ്റ്റുകാർക്കെതിരെയും ഭീകര അക്രമണം അഴിച്ചുവിട്ടപ്പോൾ മഞ്ഞനദിയുടെ വിവിധ ഭാഗങ്ങളിലേക്ക് പിൻവാങ്ങിയാണ് മാവോയും സഖാക്കളും രക്ഷപ്പെട്ടത്. മഹത്തായ ചൈനീസ് വിപ്ലവവും ലോങ്ങ് മാർച്ചുമായി മഞ്ഞനദി അഭേദ്യമായി ബന്ധപ്പെട്ടിരിക്കുന്നു.

വഴിമാറി ഒഴുകിയാലും മനുഷ്യരെ കൊന്നൊടുക്കിയാലും മഞ്ഞനദിയെ അമ്മയായാണ് ചൈനക്കാർ കരുതുന്നത്. സാംസ്കാരിക ലോകം "ചൈനാ സംസ്കാരത്തിന്റെ കളിത്തൊട്ടിൽ" എന്നാണ് ഹൊയാങ് ഹൊയെ വിശേഷിപ്പിക്കുന്നത്. മനുഷ്യസംസ്കാരത്തിന്റെ വികാസചരിത്രത്തിൽ സിന്ധു, ഗംഗ, വോൾഗ, നൈൽ, മിസ്സിസ്സിപ്പി തുടങ്ങിയ നദികളുടെ സ്ഥാനംതന്നെയാണ് മഞ്ഞനദിക്കുള്ളത്. പീഠഭൂമിയിൽനിന്ന് ഒഴുകിയെത്തുന്ന എക്കൽനിക്ഷേപം നദിക്കരയെ ഏറെ ഫലഭൂയിഷ്ഠമാക്കുന്നതിനാൽ പ്രാചീനകാലം മുതൽ മനുഷ്യർ കൃഷിക്കും കന്നുകാലി വളർത്തലിനും നദീതീരം വൻതോതിൽ ഉപയോഗപ്പെടുത്തുകയായിരുന്നു. അവരുടെ വിശപ്പടക്കാനുള്ള അന്നം നൽകുന്ന അമ്മയായി ഹൊയാങ്ഹൊ സങ്കല്പിക്കപ്പെട്ടു. ഇപ്പോഴും നദിക്കരയിൽ കൈകളിലോ മടിത്തട്ടിലോ കുഞ്ഞുമായി നില്ക്കുന്ന അമ്മയുടെ നിരവധി പ്രതിമകൾ കൊത്തിവച്ചിട്ടുണ്ടെന്ന് ഞങ്ങളുടെ കൂടെ വന്ന ദ്വിഭാഷി പറഞ്ഞു. നദീതടത്തിലെ പശയുള്ള കളിമണ്ണ് ചൈനയുടെ വികസനത്തിന് കുറച്ചൊന്നുമല്ല സഹായം നൽകിയത്. കളിമൺപാത്ര വ്യവസായം ഇപ്പോഴും വലിയ വരുമാനമാർഗ്ഗമാണ്. മനോഹരമായ ചിത്രങ്ങൾ ആലേഖനം ചെയ്ത വിവിധ മാതൃകയിലുള്ള കളിമൺ പാത്രങ്ങൾക്ക് അന്താരാഷ്ട്ര മാർക്കറ്റിൽ നല്ല ആവശ്യക്കാരുണ്ട്. വർണ്ണചിത്രാങ്കിതമായ (Deco art) പ്ലേറ്റുകളും ഗ്ലാസുകളും പൂപ്പാത്രങ്ങളും പ്രദർശിപ്പിക്കുന്ന മ്യൂസിയങ്ങൾ ഏറെയും ഷാങ്ഹായിലാണ്. മഞ്ഞനദിയുടെ കരയിലും അത്തരം സ്ഥാപനങ്ങളുണ്ട്. ആയിരക്കണക്കിന് ചൈനക്കാരുടെ ജീവിതമാർഗമാണ് പോട്ടറി നിർമ്മാണം. ചൈനാ ക്ലേ ലോകപ്രസിദ്ധവുമാണല്ലോ. ചീനച്ചട്ടികളും ചീനഭരണികളും യാങ്ട്സിയും മഞ്ഞനദിയും കടന്ന് ലോകത്തിന്റെ ഏതെല്ലാം കോണുകളിലാണ് എത്തിച്ചേർന്നത്.

നമ്മുടെ രാജ്യത്തുള്ളതുപോലെ നദികളെ ചുറ്റിപ്പറ്റി നിരവധി

ഐതിഹ്യകഥകൾ ചൈനയിലുമുണ്ട്. ഭഗീരഥൻ ആകാശഗംഗയെ ഭൂമിയിലേക്ക് ഒഴുക്കിയതുപോലെ ഷാങ് കിയാൻ എന്ന ധീരൻ ക്ഷീരപഥത്തെ ഭൂമിയിലേക്ക് കൊണ്ടുവരികയായിരുന്നു എന്നാണ് ഒരു ഐതിഹ്യം. നദിക്കരയിൽ മനുഷ്യസംസ്കാരം ഉടലെടുത്തതിനെക്കുറിച്ച് മറ്റൊരു കഥയുണ്ട്. നുഗുവാ എന്ന സുന്ദരിയായ ഒരു ദേവകന്യക ഒരു ദിവസം നദിക്കരയിൽ ഇരിക്കുകയായിരുന്നു. നദീതീരം മനോഹരമായിരുന്നെങ്കിലും തന്റെ മടുപ്പിക്കുന്ന ഏകാന്തതയിൽ അവളുടെ മനം നൊന്തു. പശമണ്ണ് ഉരുട്ടിയെടുത്ത് അവൾ ദേവന്മാരുടെ മാതൃകയിൽ പ്രതിമകൾ തീർക്കാൻ തുടങ്ങി. പൂർത്തിയാകുമ്പോഴേക്കും പ്രതിമകൾക്ക് ജീവൻ വച്ച് മനുഷ്യരായി മാറി. ഇവരാണ് ഭൂമിയിലെ ആദ്യത്തെ മനുഷ്യർ. ഒരു പ്രതിമയുണ്ടാക്കാൻ കുറെ സമയമെടുക്കുന്നതിൽ നുഗുവായ്ക്ക് നിരാശ തോന്നി. ആയതിനാൽ കൈകൊണ്ട് നിർമ്മിക്കുന്നതിന് പകരം അവൾ മരത്തിന്റെ ഒരു ദണ്ഡ് സംഘടിപ്പിച്ചു. അതിൽ മണ്ണ് പൊതിഞ്ഞ് എളുപ്പത്തിൽ പ്രതിമയുണ്ടാക്കി. നുഗുവാ സ്വന്തം കൈകൊണ്ട് നിർമ്മിച്ച പ്രതിമകളെല്ലാം ധനികരും ശക്തരും ഭാഗ്യവാന്മാരുമായി. ദണ്ഡ് ഉപയോഗിച്ച് നിർമ്മിച്ചവർ ദരിദ്രരും അശക്തരും നിർഭാഗ്യവാന്മാരുമായ മനുഷ്യരായി. നുഗുവയുടെ മനുഷ്യസൃഷ്ടിക്കിടയിൽ ആകാശത്തിന് ഒരു വലിയ തുള വീണു. അതിലൂടെ ചീറ്റിയൊഴുകിയെത്തിയ വെള്ളം നുഗുവ സൃഷ്ടിച്ച മനുഷ്യരെ ഒഴുക്കിക്കൊണ്ടുപൊയ്ക്കളഞ്ഞു. കുറെപ്പേർ ഉയർന്ന പർവ്വതങ്ങളിൽ കയറി രക്ഷപ്പെട്ടു. നുഗുവയ്ക്ക് സങ്കടമായി. അവൾ ഒരു പഞ്ചവർണ്ണക്കല്ല് ഉരുക്കിയെടുത്ത് ആകാശത്തിന്റെ ഓട്ടയടച്ചു. സ്വർഗ്ഗത്തിലെ ഒരു ആമയെ ബലികഴിച്ച് അതിന്റെ നാലു കാലുകളിൽ ആകാശത്തിന്റെ നാല് മൂലകൾ താങ്ങിനിർത്തി. ഇതുകണ്ട് സ്വർഗ്ഗത്തിലെ മഞ്ഞ ചക്രവർത്തി സന്തുഷ്ടനായി. അദ്ദേഹം നുഗുവയെ സമ്മാനങ്ങൾ നല്കി ആദരിക്കാൻ തീരുമാനിച്ചു. എന്നാൽ സമ്മാനങ്ങളല്ല തനിക്ക് വേണ്ടതെന്നും തന്റെ മനുഷ്യർക്ക് സംരക്ഷണം നല്കുകയാണ് ആവശ്യമെന്നും അവൾ പ്രഖ്യാപിച്ചു. ചക്രവർത്തി സമ്മതിച്ചു. അദ്ദേഹം ഭൂമിയിലെ മനുഷ്യരെ സംരക്ഷിക്കാനുള്ള ഉത്തരവാദിത്വം ഏറ്റെടുത്തു. ഭൂമിയിൽ മനുഷ്യർ നുഗുവക്കായി അമ്പലങ്ങളും പ്രതിമകളും നിർമ്മിച്ചു. നുഗുവ മഞ്ഞനദിയുടെ ദേവതയായി. ആകാശത്തിലെ അത്ഭുതരൂപികളായ ഡ്രാഗണുകളാണ് എല്ലാം നിയന്ത്രിക്കുന്നതെന്ന് ചൈനക്കാർ വിശ്വസിച്ചിരുന്നു. കാറ്റിനും മഴക്കും ഇടിമിന്നലിനുമെല്ലാം ഓരോ ഡ്രാഗൺ ദൈവങ്ങളുണ്ട്.

ശാസ്ത്ര സാങ്കേതിക വിദ്യകൾ വികസിച്ചിട്ടില്ലാത്ത പ്രാചീനകാലത്ത് പ്രകൃതിശക്തികളോടുള്ള ഭയവും ആരാധനയുമെല്ലാം ലോകത്തിന്റെ ഏതുകോണിലും ഒരുപോലെ തന്നെ. മനുഷ്യന്റെ ഭാവനയ്ക്കനുസരിച്ച് ഐതിഹ്യങ്ങളും കെട്ടുകഥകളും സങ്കല്പങ്ങളും രൂപം കൊള്ളുന്നു. ഇത്തരം ഐതിഹ്യങ്ങളിലും ഭാവനകളിലും വശ്യമധു

രമായ ഒരു മാനസിക തലമുണ്ട്. അത് നമ്മുടെ മനസ്സിനെ സന്തോഷിപ്പിക്കും. എന്നാൽ അത്തരം സങ്കല്പങ്ങൾ യാഥാർത്ഥ്യമാണെന്ന മട്ടിലുള്ള യാഥാസ്ഥിതിക പ്രചാരണങ്ങൾ സമൂഹത്തെ ഇരുളിന്റെ യുഗത്തിലേക്കാണ് നയിക്കുക. ഗംഗാമാതാവിനെക്കുറിച്ചും ഗോമാതാവിനെക്കുറിച്ചുമുള്ള സങ്കല്പങ്ങൾ നമ്മുടെ നാട്ടിൽ മതധ്രുവീകരണത്തിലേക്ക് നയിക്കുംവിധം ചില വർഗ്ഗീയവാദികൾ കൈകാര്യം ചെയ്യുന്നതിനെക്കുറിച്ച് ഞാൻ ഓർത്തുപോയി.

ചിന്തകളിലും ചർച്ചകളിലും മുഴുകി നാലുമണിക്കൂർ കടന്നുപോയതറിഞ്ഞില്ല. വിമാനം താഴ്ന്നുപറക്കാൻ തുടങ്ങിയിരിക്കുന്നു. ഒരു മഞ്ഞച്ചേല നിവർത്തി വിരിച്ചിട്ടതുപോലെ മഞ്ഞനദി കൺമുന്നിൽ തെളിയുന്നു. ഒപ്പം ലാൻഷു നഗരത്തിന്റെ മനോഹാരിതയും. പ്രകൃതി അല്പം മങ്ങിയിരിക്കുകയാണ്. നേർത്ത മഞ്ഞിലൂടെയുള്ള കാഴ്ച ഒരു കുളിർകണ്ണാടിയിലൂടെ നോക്കുന്നതുപോലെ സുന്ദരമായിരുന്നു. വെളിയിൽ താപനില 14^0 C എന്ന് പൈലറ്റിന്റെ അറിയിപ്പ്. ചൈനയുടെ സമയം 2.30 ന് ഞങ്ങൾ ലാൻഷുവിലെ ഷോങ്യു എയർപോർട്ടിൽ വിമാനമിറങ്ങി.

ലാൻഷുവിൽ നല്ല തണുപ്പാണ്. ബീജിങ്ങിലും ഷാങ്ഹായിലും കാലാവസ്ഥ കേരളത്തിലേതുപോലെ തോന്നിയിരുന്നു. നേരിയ മഴയും ഇളംവെയിലും ഉച്ചസമയത്തെ നല്ല ചൂടും എല്ലാമായി ചിരപരിചിതമായ കാലാവസ്ഥയാണ് അവിടെ അനുഭവപ്പെട്ടത്. എന്നാൽ ഇവിടെ സംഗതി മാറിയിരിക്കുന്നു. എയർപോർട്ടിൽ ഞങ്ങളെ സ്വീകരിക്കാൻ എത്തിയത് ഗാൻസു പ്രോവിൻസ് വിദേശകാര്യ വകുപ്പിന്റെ ഡയറക്ടർ ജനറൽ ചെൻ വെയ്ഷോങ് ആണ്. കൂടെ പ്രദേശത്തെ പാർട്ടി സെക്രട്ടറിയും മറ്റ് ഉദ്യോഗസ്ഥന്മാരുമുണ്ട്. 'സഖാക്കളെ സ്വാഗതം' (Welcome Comrades) എന്നുപറഞ്ഞുകൊണ്ട് ഡയറക്ടർ ഞങ്ങൾക്ക് സ്വാഗതമോതി. 'സഖാക്കളെ' എന്ന സംബോധനയിൽ എത്ര വേഗമാണ് അപരിചിതത്വം അകന്നുപോകുന്നത് എന്ന് ഞാൻ അതിശയിച്ചു. അടുത്തറിയാവുന്ന സുഹൃത്തുക്കൾ ഏറെ നാളുകൾക്കുശേഷം കണ്ടുമുട്ടുമ്പോൾ ഉണ്ടാകുന്ന ഹൃദ്യമായ ഒരു പരിചയം പുതുക്കൽപോലെ തോന്നി. വിമാനത്താവളത്തിലെ സ്വീകരണമുറിയിൽ നിന്ന് പുറത്തിറങ്ങുമ്പോൾ വെളിയിൽ ഞങ്ങൾക്ക് പോകാനുള്ള മിനി ബസ് തയ്യാറായിരുന്നു. എന്റെ ബാഗിൽ മുമ്പ് സിരലയിൽ നിന്ന് വാങ്ങിയ ഒരു വൂളൻ സ്കാർഫ് (തൂവാല) ഉണ്ടായിരുന്നു. ബസിൽ കയറിയ ഉടനെ ഞാൻ തൂവാല കൊണ്ട് ചെവിയടക്കം മൂടിക്കെട്ടി. രേഖാ ഗോസ്വാമി കളിയാക്കി. "കേരളക്കാർ ഇങ്ങനെയാണ് അല്പം തണുപ്പോ മഴയോ ഉണ്ടായാൽ മതി ചെവി മൂടിക്കെട്ടും" എന്ന്. ഞാൻ തിരിഞ്ഞുനോക്കി. ആരും എന്നെപ്പോലെ തല പൊതിഞ്ഞുവച്ചിട്ടില്ല. എനിക്ക് അല്പം ജാള്യത തോന്നിയെങ്കിലും തലയിൽ കെട്ട് അഴിച്ചില്ല. പുറത്ത് പ്രകൃതി വിറങ്ങലിച്ചുനില്ക്കുന്നതുപോലെ തോന്നി. ചൈനയിൽ അതിശൈത്യവും

വരൾച്ചയും അനുഭവപ്പെടുന്ന പ്രദേശമാണ് ലാൻഷു എന്നു കേട്ടിട്ടുണ്ട്. ജനുവരി മാസത്തിൽ ഇവിടെ താപനില 5^0C വരെ ആകാറുണ്ടത്രെ. ശൈത്യകാലത്ത് വല്ലാത്ത വരൾച്ചയായിരിക്കും. ചൂടുകാലത്ത് ഗോബി മരുഭൂമിയിൽ നിന്നുള്ള പൊടിക്കാറ്റ് ഇങ്ങോട്ടും വീശാറുണ്ടെന്ന് പറയുന്നു. പ്രസിദ്ധമായ നാൻചാങ് ഹൈവേയിലൂടെ ഞങ്ങൾക്ക് താമസിക്കാൻ സൗകര്യമൊരുക്കിയ 'ലാൻഷു ലെജന്റ് ഹോട്ടലി'ലേക്ക് പുറപ്പെട്ടു. സുദൃഢവും സുന്ദരവുമായ ഹൈവേയിലൂടെയുള്ള യാത്രതന്നെ ഒരനുഭവമാണ്. വാഹനം റോഡിലൂടെ ഒഴുകിനീങ്ങുന്നതുപോലെ. ഹൈവേയുടെ ഇരുവശത്തും മരങ്ങൾ വച്ചുപിടിപ്പിച്ചിട്ടുണ്ട്. വഴിയരികിലെവിടെയും കടലാസുകൂനകളോ മറ്റ് മാലിന്യങ്ങളോ ഇല്ല. എന്തൊരു വൃത്തിയും വെടിപ്പും! വാഹനമിടിച്ച് തെന്നിവീണ സിഗ്നൽ പോസ്റ്റുകളോ മുറുക്കിത്തുപ്പിയ ഇടനാഴികളോ സ്വകാര്യ കമ്പനികളുടെ പരസ്യപ്പലകകളോ ഒന്നുമില്ലാതെ ഗതാഗതത്തിനാവശ്യമായ സിഗ്നൽ പോസ്റ്റുകളും അടയാളങ്ങളും വ്യക്തമായി രേഖപ്പെടുത്തിയ നല്ലൊരു ഹൈവേ. ഒരു മണിക്കൂർകൊണ്ട് ഞങ്ങൾ ഹോട്ടലിലെത്തും. ബസിലുള്ള ആ യാത്ര ഒരു പത്തു മണിക്കൂർ എടുത്താലും വേണ്ടില്ല എന്നെനിക്ക് തോന്നി. അത്ര സ്വച്ഛന്ദ സുന്ദരമായിരുന്നു ബസിന്റെ ഓട്ടവും പുറത്തുള്ള കാഴ്ചകളും. അകലെ നിരനിരയായി മണൽക്കുന്നുകൾ മിക്കതിലും മരങ്ങളോ ചെടികളോ ഇല്ല. മൊട്ടക്കുന്നുകൾ. അവയുടെ താഴ്വാരത്ത് കടുംപച്ച നിറമുള്ള ഇലകളോടുകൂടിയ വൃക്ഷങ്ങൾ. വൃക്ഷങ്ങളിൽ പലതിലും തൂവെള്ള നിറത്തിലും മഞ്ഞ നിറത്തിലുമുള്ള പൂക്കൾ ചിലയിടത്ത് കുന്നുകൾ ബുൾഡോസർ വച്ച് ഇടിച്ചു നിരത്തുന്നുണ്ട്. ദ്രുതഗതിയിൽ വ്യവസായ വികസനം നടക്കുന്ന ഏരിയയാണിത്. 'കുന്നിടിക്കൽ' ഇവിടെയുമുണ്ടല്ലോ എന്നൊരു പ്രയാസം തോന്നിയപ്പോഴാണ് സന്തോഷമുള്ള മറ്റൊരു കാഴ്ച കണ്ടത്. അനേകം മണൽക്കുന്നുകൾ വരഞ്ഞുകീറി പൈപ്പ്ലൈൻ മുകളിലേക്കും വശങ്ങളിലേക്കും പോകുന്നു. സ്പ്രിങ്ളർ പൈപ്പുവഴി കുന്നുകൾ നനയ്ക്കുന്നു. അവിടെ തട്ടുകളായി തിരിച്ച് മരങ്ങൾ നട്ടുപിടിപ്പിക്കുന്നുണ്ട്. ചില കുന്നുകളിൽ പച്ചപ്പ് പടർന്നുകയറാൻ തുടങ്ങിയിരിക്കുന്നു. വ്യവസായവല്ക്കരണം മൂലമുണ്ടാകുന്ന മലിനീകരണം തടയാനും മണ്ണൊലിപ്പ് തടയാനും ചൈന വൻതോതിൽ വനവല്ക്കരണം ഏറ്റെടുത്തിരിക്കുകയാണെന്ന് സ്വിങ് പറഞ്ഞു. ചൈനയിലെ പുതിയ ഭരണാധികാരികൾ പരിസ്ഥിതി സംരക്ഷണത്തിന് വലിയ പ്രാധാന്യം നല്കുന്നുണ്ട്. ഹൈവേയുടെ അടുത്തുള്ള കുന്നുകളിൽ കൂറ്റൻ എറുമ്പിൻ മാളങ്ങൾപോലെ നിറയെ ഗുഹകൾ. ഇവിടങ്ങളിലെ ഗുഹകൾ ബുദ്ധമത സംസ്കാരവുമായി ബന്ധമുള്ളവയാണ്. എ ഡി ഒന്നാം നൂറ്റാണ്ടിൽ ഇന്ത്യയിൽനിന്ന് ധാരാളം സന്ന്യാസികൾ ശ്രീബുദ്ധന്റെ ആശയങ്ങൾ പ്രചരിപ്പിക്കുന്നതിന് ചൈനയിൽ എത്തിയിരുന്നു. ബുദ്ധസന്ന്യാസിമാർ താമസിച്ചിരുന്ന പല ഗുഹകളും പിന്നീട് ഗുഹാ

ക്ഷേത്രങ്ങളായി മാറിയിട്ടുണ്ട്. നെല്പാടങ്ങളും കോളിഫ്ളവർ പാടങ്ങളും മുളകുപാടങ്ങളും പിന്നിട്ട് ഞങ്ങൾ ലാൻഷു നഗരത്തിലെത്തി. ലെജന്റ് ഹോട്ടലിന്റെ മുന്നിൽ ഞങ്ങൾ ഇറങ്ങി. 28 നിലകളുള്ള ഹോട്ടലിന്റെ 10-ാമത്തെ നിലയിലാണ് ഞങ്ങൾക്ക് മുറികൾ ഒരുക്കിയിരിക്കുന്നത്. ഞാനും രേഖാദിയും അടുത്തടുത്ത മുറികളിലാണ്. തൽമാൻ പെരേരയും ടിക്കേന്ദറും സുപ്രകാശും ദീപാങ്കുർ സെന്നും തൊട്ടടുത്തുണ്ട്. തൊട്ടപ്പുറത്തെ നിരയിൽ അശോക് ധാവ്ലെയും കൃഷ്ണയ്യയും വെങ്കിട്ടരാമനും നാഗേഷ് ഗുപ്തയും. പെട്ടെന്നുതന്നെ റെഡിയാവണം. 6.30ന് പ്രസിഡന്റിന്റെ വക ബാൻക്വിറ്റ് പാർട്ടിയുണ്ട്. ഗാൻസു പ്രവിശ്യയുടെ വിദേശകാര്യവകുപ്പിന്റെ ഓഫീസിലാണ് പ്രസിഡന്റിന്റെ വക ഞങ്ങൾക്ക് വിരുന്നും ചർച്ചയും ഒരുക്കിയിരിക്കുന്നത്. ഞങ്ങൾ കൃത്യസമയത്തുതന്നെ പ്രസിഡന്റിന്റെ സൽക്കാരത്തിന് എത്തി. വിസ്തൃതമായ വട്ടമേശക്ക് ചുറ്റും അതിഥികളും ആതിഥേയരും ഇടകലർന്നിരുന്നു. ഡയറക്ടർ ചെൻ വെയ്ഷോഗ് അദ്ദേഹത്തിന്റെ ഹ്രസ്വപ്രഭാഷണം ആരംഭിച്ചു. ചൈനീസ് ഭാഷയിലാണ് അദ്ദേഹം പ്രസംഗിച്ചത്. മറ്റൊരാൾ ഞങ്ങൾക്കായി അത് ഇംഗ്ലീഷിലേക്ക് പരിഭാഷപ്പെടുത്തി. ലാൻഷു പ്രാചീനകാലം മുതൽ പ്രസിദ്ധമായ പട്ടണമായിരുന്നെന്ന് ചെൻ പറഞ്ഞു. ക്വിൻ (Qin) രാജവംശത്തിന്റെ കാലംമുതൽ ഭരണപ്രക്രിയയുമായി ബന്ധപ്പെട്ട നഗരമായിരുന്നു ഇത്. ക്രിസ്തുവിന് മുമ്പ് (ബി സി) ഒന്നാം നൂറ്റാണ്ടിൽ വ്യാപാരപ്രധാനമായ 'സിൽക്ക് റൂട്ട്' മായി ഈ പ്രദേശം ബന്ധപ്പെട്ടിരുന്നു. ചൈന പടിഞ്ഞാറൻ രാജ്യങ്ങളുമായി കച്ചവടബന്ധം ഉറപ്പിക്കാൻ ഉപയോഗിച്ചിരുന്ന സഞ്ചാരപാതയാണ് സിൽക്ക് റൂട്ട്. ലോകപ്രസിദ്ധമായ ചൈനപ്പട്ട് (China Silk) മറ്റ് രാജ്യങ്ങളിലേക്ക് കച്ചവടത്തിനായി കയറ്റിക്കൊണ്ടുപോകുന്ന പാത എന്ന നിലയിലാണ് 'സിൽക്ക് റൂട്ട്' എന്ന പേരുവന്നത്. കച്ചവടക്കാർ, വ്യാപാരികൾ, തീർത്ഥാടകർ, സന്ന്യാസികൾ തുടങ്ങി ജീവിതത്തിന്റെ നാനാതുറകളിലുംപെട്ട ആളുകൾ ഈ പാതയിലൂടെ സഞ്ചരിച്ചിട്ടുണ്ട്. കരമാർഗ്ഗവും കടൽമാർഗ്ഗവും കച്ചവടപ്പാതകളുണ്ട്.

17

സിൽക്ക്റൂട്ട് പുനഃസ്ഥാപിക്കുമ്പോൾ

ചൈനയും മെഡിറ്ററേനിയൻ പ്രദേശങ്ങളും തമ്മിൽ വ്യാപാരബന്ധം നിലനിർത്തിയത് സിൽക്ക് റൂട്ടിലൂടെയായിരുന്നു. 19-ാം നൂറ്റാണ്ടിൽ ഫെർഡിനാന്റ് വോൺ റിച്ചോഫൻ എന്ന ജർമൻ ഭൗമ ശാസ്ത്രജ്ഞനാണ് സിൽക്ക് റോഡ് എന്ന പേര് നല്കിയത്. നിരവധി കച്ചവടപ്പാതകളുടെ കൂട്ടമാണ് സിൽക്ക് റോഡുകൾ. ചരിത്രപ്രധാനമായ ഈ പാതകളിൽ മുക്കാൽപങ്കും ചൈനയുടെ വിവിധ പ്രദേശങ്ങളിലൂടെ കടന്നുപോകുന്നു. ചൈന, ഇന്ത്യ, പേർഷ്യ, അറേബ്യ, ഗ്രീസ്, റോം തുടങ്ങിയ പ്രദേശങ്ങളുമായി ഈ പാതകളിലൂടെ കച്ചവടബന്ധം സാദ്ധ്യമാകുന്നു.

നൂറ്റാണ്ടുകൾക്കുമുമ്പ് തക്ലിമാക്കൻ മരുഭൂമിയിലെയും തിബറ്റൻ പീഠഭൂമിയിലെയും ഭൂകമ്പങ്ങളെയും പൊടിക്കാറ്റുകളെയും അതിജീവിച്ച് സാഹസികരായ മനുഷ്യർ സമ്പത്ത് തേടി ലോകത്തിന്റെ നാനാഭാഗത്തുമെന്നതുപോലെ ചൈനയിലേക്കും കടന്നുവന്നു. മംഗോളിയരും മുസ്ലിങ്ങളും ക്രിസ്ത്യാനികളുമടക്കം വിവിധ വിഭാഗത്തിൽപ്പെട്ട മനുഷ്യർ സിൽക്ക്റൂട്ട് വഴി ചൈനയിലേക്ക് കടന്നുവന്നിട്ടുണ്ട്. ഞങ്ങൾ ഇപ്പോൾ എത്തിച്ചേർന്ന ഗാൻസു പ്രവിശ്യയിലാണ് ഏറെപ്പേരും എത്തിച്ചേർന്നത്. വിലപിടിപ്പുള്ള ലോഹങ്ങളും രത്നങ്ങളും ആനക്കൊമ്പുകളും സ്ഫടികങ്ങളും നിറച്ച കാരവനുകൾ ഇന്ത്യയിൽനിന്ന് ചൈനയിലേക്ക് പൊടിപറത്തി ഓടിവന്നു. തിരിച്ച് ചൈനയിൽനിന്ന് കളിമൺ പാത്രങ്ങളും പിത്തളയും രോമക്കുപ്പായങ്ങളും പച്ചക്കല്ലുകളും ഇന്ത്യയിലേക്കും മറ്റ് രാജ്യങ്ങളിലേക്കും യാത്ര തുടർന്നു. ആദ്യഘട്ടങ്ങളിൽ ചരക്കുകൾ പരസ്പരം കൈമാറുന്ന 'ബാർട്ടർ' സമ്പ്രദായമായിരുന്നു നിലവിലുണ്ടായിരുന്നത്.

'മരണക്കടൽ' എന്ന അപരനാമധേയമുള്ള തക്ലിമാക്കൻ മരുഭൂമി

യിലൂടെയുള്ള വർത്തകസംഘങ്ങളുടെ യാത്ര ഒട്ടും സുരക്ഷിതമായിരുന്നില്ല. മണൽക്കാടുകളുടെ നിഗൂഢതകളിൽനിന്ന് ഇറങ്ങിവരുന്ന കൊള്ളക്കാരുടെ മിന്നലാക്രമണം മരണക്കടൽ എന്ന പേര് അന്വർത്ഥമാക്കും. കച്ചവടസംഘത്തെ കൊന്നുതള്ളി അവർ എല്ലാം മോഷ്ടിച്ച് കൊണ്ടുപോകും. ആയതിനാൽ ഓരോ കാരവനുകളുടെയും മുന്നിൽ സുരക്ഷാഭടന്മാരും യാത്ര ചെയ്തിരുന്നു. തിബറ്റൻ പീഠഭൂമിയിൽനിന്നും കിലിയൻ കുന്നുകളിൽനിന്നും കൊള്ളസംഘങ്ങൾ ഇറങ്ങിവന്നിരുന്നു. അക്രമികളെ ചെറുക്കാൻ 'ഹാൻ' രാജവംശത്തിന്റെ കാലത്ത് വഴിയിൽ കോട്ടകളും മതിലുകളും മറ്റും നിർമ്മിച്ചിരുന്നതായി ഡയറക്ടർ സൂചിപ്പിച്ചു. വൻമതിലിന്റെ ഒരു ഭാഗം ഗാൻസുവിന്റെ ഇടനാഴികളിലൂടെ വടക്കുഭാഗത്തേക്ക് നിർമ്മിച്ചതും ഇക്കാലത്താണ്.

ചരക്കുകളേക്കാൾ കൂടുതൽ സിൽക്ക്പാതയിലൂടെ കടന്നുവന്നത് മതസംഹിതകളും വിഭിന്ന സംസ്കാരങ്ങളുമായിരുന്നു. ഇന്ത്യയിൽനിന്ന് ബുദ്ധമതം ചൈനയിലേക്ക് അതിവേഗത്തിൽ വ്യാപിച്ചത് സിൽക്ക്റൂട്ട് വഴിയാണ്. ഹാൻവംശ ചക്രവർത്തി മിങ് ദി (Ming Di) താൻ കേട്ടറിഞ്ഞ നൂതനതത്വങ്ങളെക്കുറിച്ച് മനസ്സിലാക്കാൻ ഇന്ത്യയിലേക്ക് പ്രതിനിധികളെ അയച്ചു. ആറും ഏഴും നൂറ്റാണ്ടുകളിൽ ഇന്ത്യയിലെത്തിയവർ വൻതോതിൽ ബുദ്ധമതസൂക്തങ്ങൾ ചൈനയിലേക്ക് കൊണ്ടുപോയി. അത് വിശദീകരിക്കാനുള്ള പണ്ഡിതന്മാരെയും ക്ഷണിച്ചുകൊണ്ടുപോയി. എ ഡി 526 ൽ ബുദ്ധമതാദ്ധ്യക്ഷനും കുലപതിയുമായ ബോധിധർമ്മൻ ചൈനയിലേക്ക് പുറപ്പെട്ടു. 7-ാം നൂറ്റാണ്ടിൽ ഇന്ത്യയിലെത്തിയ ലോകപ്രശസ്ത സഞ്ചാരി ഹുയാൻ സാങ് ചൈനയിലേക്ക് മടങ്ങിയത് 600 ലേറെ ധർമ്മശാസ്ത്ര ഗ്രന്ഥങ്ങളുമായാണ്. അത് സൂക്ഷിച്ചുവയ്ക്കാൻ ഒരു കൂറ്റൻ 'പഗോഡ' നിർമ്മിച്ചു. 'ജയന്റ് വൈൽഡ് ഗൂസ് പഗോഡ' എന്നറിയപ്പെടുന്ന ഈ അഞ്ചു നിലക്കെട്ടിടം സിൽക്ക്റൂട്ടിലെ പ്രധാന ആകർഷണ കേന്ദ്രമാണ്. ഹുയാൻ സാങ്ങിന്റെ *പടിഞ്ഞാറൻ യാത്രയുടെ കഥകൾ* ലോകക്ലാസിക്കുകളിൽ ഒന്നാണ്. സിൽക്ക്റൂട്ടിലുടനീളം സഞ്ചാരികളെ ആകർഷിക്കാൻ ഗുഹാക്ഷേത്രങ്ങളും ഗ്രോട്ടോകളും (പ്രകൃതിദത്തമോ മനുഷ്യനിർമ്മിതമോ ആയ കരിങ്കൽ വാസ്തുശില്പ ഗുഹകൾ) ചൈനീസ് ഗവൺമെന്റ് ഒരുക്കിയിട്ടുണ്ട്. മൊഗാവോ ഗുഹകൾ ഇവയിൽ പ്രസിദ്ധമാണെന്ന് സ്വിങ് പറഞ്ഞു. ഞങ്ങൾക്ക് അതൊന്നും പോയിക്കാണാനുള്ള സമയമില്ല. ചൈനയിലേക്കുള്ള മംഗോളിയൻ അധിനിവേശവും ഇതുവഴിയായിരുന്നു.

ഏഷ്യ കീഴടക്കാനുള്ള ചെങ്കിസ്ഖാന്റെ പടയോട്ടവും സിൽക്ക്റൂട്ട് വഴിയായിരുന്നു എന്ന് ഡയറക്ടർ ഓർമ്മിപ്പിച്ചു. ലോകത്തെ വിറപ്പിച്ച മംഗോളിയൻ ചക്രവർത്തിയുടെ കുതിരക്കുളമ്പടികൾ കാതുകളിൽ പ്രതിദ്ധ്വനിക്കുന്നതുപോലെ തോന്നി. ചെങ്കിസ്ഖാന്റെ ചെറുമകനായ കുബ്ലായ് ഖാൻ അവരുടെ ആരാധനാലയങ്ങൾ സ്ഥാപിച്ചു. മതസഹിഷ്ണുത പ്രകടിപ്പിച്ചതിനാൽ ക്രിസ്ത്യാനികളും മുസ്ലിങ്ങളും സിൽക്ക്പാതയിലൂടെ കടന്നുവന്നു. ചൈനയിലെ നിഗുവാൻപള്ളി എന്നറിയപ്പെടുന്ന മുസ്ലിംപള്ളി ഏറെ പ്രസിദ്ധമാണ്. അറേബ്യൻ വാസ്തുശില്പകലയിൽ

നിർമ്മിച്ച ഈ പള്ളി 1990 ൽ പുതുക്കിപ്പണിയുകയുണ്ടായി.

സിൽക്ക്റൂട്ടിനെക്കുറിച്ചുള്ള വിവരണം ഞങ്ങളുടെ ചിന്തയെ ചരിത്രത്തിന്റെ ഊടുവഴികളിലേക്ക് ആനയിക്കുന്നതിനിടയിൽ സിൽക്ക്റൂട്ട് ആധുനിക സൗകര്യങ്ങളോടുകൂടി പുനർനിർമ്മിക്കാനും ചൈനയുടെ പുതിയ വിപണിനയത്തിന് അനുയോജ്യമായ കച്ചവട പാതയാക്കി മാറ്റാനും നടത്തുന്ന ശ്രമങ്ങളെക്കുറിച്ച് ഡയറക്ടർ വിവരിക്കാൻ തുടങ്ങി. ആധുനിക റോഡുകൾ, റെയിൽവേ ലൈനുകൾ എന്നിവ നിർമ്മിക്കാനാണ് പദ്ധതി. ഐക്യരാഷ്ട്രസഭ ലോക ഹെറിറ്റേജ് ലിസ്റ്റിൽ (World Heritage List) ഉൾപ്പെടുത്തിയ ഈ പാത ടൂറിസം മേഖലയിൽ ചൈനക്ക് നല്കുന്ന സംഭാവനകൾ വളരെ വലുതാണ്. സിൽക്ക്പാതയിലെ ഏറ്റവും പ്രധാനപ്പെട്ട നഗരമായ ലാങ്ഷു നഗരമാണ് ഞങ്ങൾ സന്ദർശിക്കുന്നത്.

ഗാൻസു പ്രവിശ്യയുടെ തലസ്ഥാനമാണ് ലാങ്ഷു. എട്ട് കൗണ്ടികൾ ചേർന്ന നഗര ഭരണകൂടത്തിന്റെ ഇപ്പോഴത്തെ മേയർ യുവാൻ സെന്തിങ് ആണ്. പൊതുവെ വരണ്ട കാലാവസ്ഥയാണ് ഇവിടെ. ഞങ്ങൾ ലാങ്ഷുവിൽ എത്തുമ്പോൾ താപനില 13^0C ആയിരുന്നു. 1949 കാലഘട്ടത്തിൽ ഈ പ്രദേശം കടുത്ത ദാരിദ്ര്യം വിഴുങ്ങിയ ഗ്രാമമായിരുന്നു എന്ന് ചെൻ വെയ്ഷോങ് സൂചിപ്പിച്ചിരുന്നു. ഇപ്പോൾ ചൈനയുടെ ജി ഡി പിയിൽ വലിയ സംഭാവന ചെയ്യുന്ന വികസിത നഗരമാണിത്. കൽക്കരി, സ്വർണ്ണം, വെള്ളി, നിക്കൽ, മാംഗനീസ് തുടങ്ങിയ നിരവധി ധാതുലവണങ്ങളുടെ ഉല്പാദന കേന്ദ്രമായ ലാങ്ഷുവിൽ പുതിയ പരിഷ്കരണ നയമനുസരിച്ച് പ്രത്യേക സാമ്പത്തികമേഖല (SEZ) തുടങ്ങിയിട്ടുണ്ട്. ചൈനയിലെ അഞ്ചാമത്തെ സെസ് ആണ് ഇത്. വ്യവസായത്തിന്റെ ഭാഗമായുണ്ടാകുന്ന അന്തരീക്ഷ മലിനീകരണം തടയാനുള്ള കഠിനമായ പരിശ്രമത്തിലാണ് ലാങ്ഷു ഗവൺമെന്റ്. ഒരുകാലത്ത് പൊടിക്കാറ്റിന്റെയും ഭൂകമ്പങ്ങളുടെയും കേന്ദ്രമായിരുന്ന ഈ പ്രദേശത്തെ ഇന്നു കാണുന്ന ആധുനിക നഗരമായി മാറ്റിയെടുത്ത പ്രയത്നത്തെ നമിക്കാതെ വയ്യ.

ലാങ്ഷുവിൽ വൻകിട വ്യവസായങ്ങൾക്കായി ഭൂമി ഏറ്റെടുക്കുമ്പോൾ കാർഷിക മേഖല തകർന്നുപോകില്ലേ എന്ന് ഞങ്ങൾ ചോദിച്ചു. ശാസ്ത്രീയ കൃഷിരീതികൾ അവലംബിച്ച് മൊത്തം കാർഷികോല്പാദനം കുറയാതെ സംരക്ഷിക്കുന്നു എന്നാണ് നേതാക്കൾ പറഞ്ഞത്. പരമ്പരാഗത കൃഷിരീതിയിൽ മാറ്റം വരുത്തി. പണ്ട് പട്ടിണിക്കാലത്ത് ഭക്ഷ്യധാന്യങ്ങളുടെ മാത്രം ഉല്പാദനമാണ് നടത്തിയിരുന്നത്. ഇന്ന് ചൈന ഭക്ഷ്യധാന്യ ഉല്പാദനത്തിൽ റെക്കോഡിട്ടിരിക്കുന്നു. ആയതിനാൽ ധാന്യലഭ്യതയിൽ കുറവില്ല. കൂടുതൽ തൊഴിലവസരവും പണവും ലഭ്യമാകുന്ന മറ്റ് കൃഷിരീതികൾ കൂടി ലാങ്ഷുവിൽ ആരംഭിച്ചിട്ടുണ്ട്. അക്കൂട്ടത്തിൽ ഒന്ന് വ്യാപകമായ ഉരുളക്കിഴങ്ങ് കൃഷിയാണ്. കർഷകർക്ക് ധനസഹായം മാത്രമല്ല ഉരുളക്കിഴങ്ങ് ചിപ്സും മറ്റ് മൂല്യവർദ്ധിത ഉല്പന്നങ്ങളും ഉണ്ടാക്കാനുള്ള ആധുനിക യന്ത്രസാമഗ്രികളും സർക്കാർ വിതരണം ചെയ്തു. ധാരാളം ചെറുകിട ഉല്പാദന യൂണിറ്റുകൾ നി

ലവിൽ വന്നു. ലാങ്ഷുവിലെ ചിപ്സ് കയറ്റുമതി അഭംഗുരം തുടരുന്നു. കൃഷിക്കാർക്ക് ഇൻഷുറൻസ് അടക്കമുള്ള എല്ലാ ആനുകൂല്യങ്ങളും ലഭ്യമാക്കുന്നുണ്ട്. കാർഷിക മേഖലയിൽ മാത്രമല്ല ആരോഗ്യ മേഖലയിലും ഈ നഗരം ഏറെ മുന്നിലാണ്. ഇന്റർനെറ്റിലൂടെ ലോകപ്രശസ്ത ആശുപത്രികളുമായി ബന്ധപ്പെട്ട് വലിയ ഓപ്പറേഷനുകളടക്കം നടത്തുന്ന ആധുനിക ആരോഗ്യകേന്ദ്രങ്ങൾ ലാൻഷുവിലുണ്ട്. വിദ്യാഭ്യാസ രംഗത്തും ലാങ്ഷു പ്രസിദ്ധമാണ്. സമ്പൂർണ്ണ സാക്ഷരത കൈവരിക്കാൻ നഗരത്തിൽനിന്ന് ഉൾപ്രദേശങ്ങളിലേക്ക് പോയി ക്ലാസെടുക്കുന്ന പദ്ധതിയും ഇവിടെ ആവിഷ്കരിച്ചിരുന്നു. സ്കൂളുകളിൽ പോഷകസമൃദ്ധമായ ഉച്ചഭക്ഷണം നല്കുന്നതിനാൽ കൊഴിഞ്ഞുപോക്ക് തടയാൻ കഴിഞ്ഞു. അടുത്ത ദിവസം ഞങ്ങൾ ലാങ്ഷുവിലെ കാർഷിക അക്കാദമിയും കാർഷിക സർവ്വകലാശാലയും സന്ദർശിക്കുന്നുണ്ട്. നഗരപ്രാന്തത്തിലുള്ള വില്ലേജും സാമൂഹ്യ സേവനകേന്ദ്രവും സന്ദർശിക്കാനും പരിപാടിയുണ്ട്. നഗരത്തിനു പുറത്തുള്ള ഫാം ഹൗസും ഹോം സ്റ്റേയും കാണുകയും അവിടത്തെ പാർട്ടികമ്മിറ്റിയെ പരിചയപ്പെടുകയും ചെയ്യാമെന്നും സംഘാടകർ പറഞ്ഞു.

അന്നത്തെ ഞങ്ങളുടെ രാത്രിഭക്ഷണം സഖാവ് ചെൻ വെയ്ഷോഗിന്റെ വകയായിരുന്നു. ഗാൻസു പ്രവിശ്യയിൽ വിദേശകാര്യ വകുപ്പിന്റെ ഓഫീസിലായിരുന്നു വിരുന്ന്. ഊൺമേശയിൽ പതിവുപോലെ പാനോപചാരത്തോടെ ഭക്ഷണം ആരംഭിച്ചു. ഇവിടെ ചെറിയ വൈൻ ഗ്ലാസിൽ പച്ചവെള്ളം പോലുള്ള ഒരു ദ്രാവകം പകർന്നുവച്ചിരുന്നു. മറ്റൊന്നിൽ ചുവപ്പുനിറമുള്ള വൈനും. ആദ്യത്തെ ദ്രാവകം രുചിച്ചുനോക്കാൻ സംഘാടകർ ആവശ്യപ്പെട്ടു. ഞാൻ അല്പം ചുണ്ടിൽ തട്ടിച്ചുനോക്കി. കയ്പും പുളിയും ചേർന്ന രുചിയായിരുന്നു അതിന്. ഗോതമ്പിൽനിന്ന് വാറ്റിയെടുത്ത ചാരായമായിരുന്നു അത്. ലഹരിപാനീയങ്ങൾ ഉപചാരത്തിനുവേണ്ടി മാത്രമുള്ളതാണ്. ഞങ്ങളിലധികംപേരും അതിൽ ഒരു തുള്ളി രുചി നോക്കിയതല്ലാതെ കഴിച്ചില്ല. കൂണുകളും മത്സ്യങ്ങളും പച്ചക്കറികളും പലതരം ഇറച്ചിയും പയറുവർഗ്ഗങ്ങളും പഴങ്ങളും പതിവുപോലെ ഇവിടെയും ധാരാളമായി ഉണ്ടായിരുന്നു. ഒപ്പം വട്ടമേശ കറങ്ങി എന്റെ മുന്നിലെത്തിയ ഒരു വിഭവം എന്നെ ഞെട്ടിച്ചു. സാമാന്യം വലുപ്പമുള്ള ഒരു ഉടുമ്പായിരുന്നു അത്. ഉടുമ്പിനെ അപ്പാടെ ഫ്രൈ ചെയ്ത് വലിയ താലത്തിൽ മസാലക്കൂട്ടിൽ വച്ചിരിക്കുന്നു. ശരീരഭാഗത്തെ മാംസം ഫോർക്കുകൊണ്ട് ഓരോരുത്തരും എടുത്തിരുന്നതിനാൽ എല്ലും തലയും വാലും കുറച്ച് മാംസവും മാത്രമേ ബാക്കിയുള്ളൂ. ആ കാഴ്ച എന്തോ അത്ര സുഖമായി തോന്നാത്തതിനാൽ ഞാൻ ഉടുമ്പിനെ എന്റെ മുന്നിൽനിന്ന് വേഗത്തിൽ കറക്കിവിട്ടു. ഉടുമ്പിൻ മാംസത്തിന്റെ രുചി ആസ്വദിച്ചവരെല്ലാം എന്നെ കളിയാക്കി ചിരിച്ചു. ഭക്ഷണത്തിനുശേഷം ഞങ്ങൾ ലാങ്ഷു ലെജന്റ് ഹോട്ടലിലേക്ക് തിരിച്ചു.

18

സിഹു കമ്യൂണിലേക്ക്

സെപ്തംബർ രണ്ടാം തീയതി രാവിലെ ഞങ്ങൾ ഗ്രാമത്തിലെ ഒരു 'കമ്യൂൺ'/(community) കാണാൻ പുറപ്പെടുകയാണ്. ആന്നിങ് ജില്ലയിലെ കിലിഹി ഗ്രാമത്തിലാണ് സിഹു (Xihu) കമ്യൂൺ. ഈ കമ്യൂണിറ്റിയിൽ ഒൻപത് അയൽക്കൂട്ട കമ്മിറ്റികളുണ്ട്. നമ്മുടെ കുടുംബശ്രീ അയൽക്കൂട്ടങ്ങൾ പോലെയല്ല ഇവിടെ അയൽക്കൂട്ടം, ഒരു പ്രാദേശിക ഭരണസംവിധാനമാണ്. അയൽക്കൂട്ടത്തിന് കീഴിൽ ആറായിരം മുതൽ പതിനായിരംവരെ ജനസംഖ്യ ഉണ്ടായിരിക്കും. 'സിഹു'വിലെ ആകെ ജനസംഖ്യ 77,801 ആണ്. 34,455 പുരുഷന്മാരും 32346 സ്ത്രീകളും. സ്ത്രീ-പുരുഷ അനുപാതം കുറഞ്ഞതിന് എന്തെങ്കിലും പ്രത്യേക കാരണമുണ്ടോ എന്ന് ഞങ്ങൾ ചോദിച്ചു. പൗരാണിക ചൈനയിൽ പെൺശിശുവിനെ പിറന്നയുടനെ കൊന്നുകളയുന്ന ഏർപ്പാടുണ്ടായിരുന്നു. പെൺകുഞ്ഞ് അടിമയാണെന്നും കുടുംബത്തിന് ഭാരമാണെന്നും കരുതിയിരുന്നു. എന്നാൽ വിപ്ലവാനന്തര ചൈനയിൽ സ്ത്രീവിവേചനത്തിനെതിരെ കർശനനിയമങ്ങളുണ്ട്. സമൂഹത്തിന്റെ മനോഭാവത്തിലും മാറ്റമുണ്ട്. ഇവിടെ പെൺകുട്ടികൾ കുറഞ്ഞതിന് പ്രത്യേക കാരണമൊന്നുമില്ലെന്ന് സഖാക്കൾ പറഞ്ഞു. മറ്റു ചില കമ്യൂണിറ്റികളിൽ സ്ത്രീകളുടെ സംഖ്യ കൂടുതലുണ്ടെന്നും അവർ സൂചിപ്പിച്ചു.

ഏറെ സുസംഘടിതമായ ഭരണവ്യവസ്ഥയാണ് കമ്യൂണിലുള്ളത്. അയൽക്കൂട്ടം ചെയർമാന്മാരെ ജനങ്ങൾ നേരിട്ട് വോട്ടെടുപ്പ് നടത്തി തിരഞ്ഞെടുക്കുന്നു. ഇവർ ഉൾക്കൊള്ളുന്ന വില്ലേജ് ഭരണസമിതിയെയും തിരഞ്ഞെടുക്കുന്നു. വില്ലേജ് ഭരണസമിതിയുടെ ഓഫീസായ സാമൂഹ്യ സേവനകേന്ദ്രത്തിലാണ് ഞങ്ങൾ എത്തിയത്. ഞങ്ങളെ കാത്ത് ലോക്കൽ പാർട്ടി കമ്മിറ്റി സെക്രട്ടറിയും ഭരണസമിതി അംഗങ്ങളും നില്ക്കു

കമ്യൂണിറ്റി സെന്ററിൽ

ന്നുണ്ടായിരുന്നു. എല്ലാവരും ഗ്രാമത്തിലെ സാധാരണക്കാരായ സഖാക്കൾ. എല്ലാവരും പേര്പറഞ്ഞ് പരിചയപ്പെട്ടു. ചൈനയിലെ ചിത്രലിപി പോലെതന്നെ മനോഹരമായിരുന്നു അവരുടെ പേരുകളും. എല്ലാം ഒരേപോലെ താളാത്മകമായി തോന്നി. ഹുങ്, മിങ്, ഹുയി, സുയി തുടങ്ങിയ ധ്വനികളുള്ള പേരുകൾ ഓരോന്നും പ്രത്യേകം ഓർത്തുവയ്ക്കാൻ പ്രയാസമാണ്.

സേവനകേന്ദ്രത്തിന്റെ മുൻവശത്ത് നിരവധി വലിയ ബോർഡുകൾ പ്രദർശിപ്പിച്ചിരിക്കുന്നു. ചുവന്ന ബോർഡുകളിൽ മഞ്ഞ അക്ഷരത്തിൽ എന്തൊക്കെയോ രേഖപ്പെടുത്തിയിട്ടുണ്ട്. ആദ്യ കോളം ചൈനീസ് ഭാഷയിലാണ്. തുടർന്നുള്ള കോളങ്ങളിൽ അക്കങ്ങൾ രേഖപ്പെടുത്തിയിട്ടുണ്ട്. അവയെന്താണെണ് പാർട്ടി സെക്രട്ടറി വിശദീകരിച്ചുതന്നു. കമ്യൂണിൽ ധനകാര്യം, ആരോഗ്യം, തൊഴിൽ, ആസൂത്രണം, ഗതാഗതം, വയോജനകാര്യം, വിദ്യാഭ്യാസം തുടങ്ങി ഒമ്പത് വകുപ്പുകളുണ്ട്. ഓരോ വകുപ്പിലും ജനങ്ങൾക്ക് വേണ്ടി നടപ്പിലാക്കുന്ന കാര്യങ്ങൾ അപ്പപ്പോൾ നോട്ടീസ് ബോർഡിൽ പ്രദർശിപ്പിക്കുന്നു. ഗവൺമെന്റ് ആനുകൂല്യങ്ങൾക്ക് തെരഞ്ഞെടുക്കപ്പെട്ടവരുടെ പേരുവിവരങ്ങളും അവർക്ക് അനുവദിച്ച തുകയുമാണ് ഒരു ബോർഡിലുള്ളത്. പെൻഷൻ, ആരോഗ്യ ഇൻഷുറൻസ് സഹായം, വീടുനിർമ്മാണത്തിന് സഹായം, വിദ്യാഭ്യാസ ആനുകൂല്യങ്ങൾ തുടങ്ങിയവയെല്ലാം ഇതിൽ അടങ്ങിയിട്ടുണ്ട്. മറ്റൊരു ബോർഡിൽ സേവനകേന്ദ്രത്തിന് (ഭരണസമിതിക്ക്) ക്ഷേമപ്രവർത്തനങ്ങൾ നടത്താൻ സംഭാവന നല്കിയ സാമ്പത്തികശേഷിയുള്ളവരുടെ പേരുകളും അവർ നല്കിയ തുകയുമാണ്. ഉയർന്ന ശമ്പളമുള്ളവരും ചൈനക്ക് വെളിയിൽ ജോലി നേടി നല്ല വരുമാനമുണ്ടാക്കുന്നവരും ഇങ്ങനെ സംഭാവനകൾ

നല്കുക എന്നത് സ്ഥിരമായ ശീലമാണ്. ദാരിദ്ര്യനിർമ്മാർജ്ജനം, ആരോഗ്യപരിപാലനം, വിദ്യാഭ്യാസപദ്ധതികൾ തുടങ്ങിയ കാര്യങ്ങൾ മുന്നോട്ടു കൊണ്ടുപോകാൻ ഈ സംഭാവനകൾ നന്നായി സഹായിക്കുന്നു. ഒരു ബോർഡിൽ പൗരന്മാരുടെ പരാതിയും അതിന് ഭരണസമിതി സ്വീകരിച്ച പരിഹാര നടപടികളും രേഖപ്പെടുത്തിയിട്ടുണ്ട്. മറ്റൊന്നിൽ ഭരണസമിതി അംഗങ്ങളുടെ പേരുകളും വകുപ്പുകളും മറ്റ് ഉത്തരവാദിത്വങ്ങളും എഴുതിവച്ചിട്ടുണ്ട്. ഓഫീസിനകത്ത് കമ്പ്യൂട്ടറിൽ എല്ലാ കാര്യങ്ങളും രേഖപ്പെടുത്തിയിട്ടുണ്ടെങ്കിലും കമ്പ്യൂട്ടർ കൈകാര്യം ചെയ്യാനറിയാത്ത സാധാരണക്കാർക്ക് ഈ ബോർഡുകൾ ഏറെ സഹായകമാണ്. പ്രതിദിനം നോട്ടീസ് ബോർഡിലെ വിവരങ്ങൾ പുതുക്കുന്നതിനാൽ അപ്പപ്പോഴുള്ള കാര്യങ്ങൾ അറിയാൻ കഴിയും.

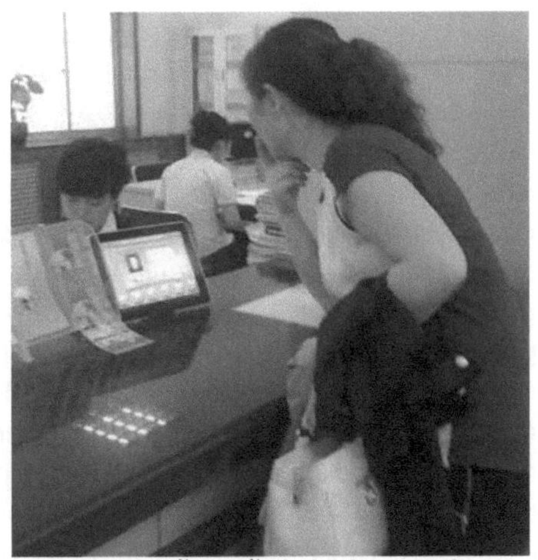

ഹെൽപ് ഡസ്കിൽ വിവരങ്ങൾ തിരക്കുന്ന നാട്ടുകാരി

ഞങ്ങൾ സർവ്വീസ് സെന്ററിനകത്തേക്ക് പ്രവേശിച്ചു. കയറിച്ചെല്ലുന്ന സ്വീകരണമുറി സാമാന്യം വലിയ ഒരു ഹാളാണ്. വൃത്താകൃതിയിലുള്ള ഡയസിന് ചുറ്റും മുന്നിൽ കമ്പ്യൂട്ടറുമായി കുറെ ചെറുപ്പക്കാരിരിക്കുന്നു. ചെറുപ്പക്കാരെന്ന് ഉറപ്പിച്ച് പറയാൻ കഴിയില്ല. ചൈനക്കാർ എല്ലാവരും ഏകദേശം ഒരേപോലെയിരിക്കുന്നു. പ്രായം തിരിച്ചറിയാൻ പ്രയാസമാണ്. രാവിലെതന്നെ കുറെ ജനങ്ങൾ ഓഫീസിലെത്തിയിട്ടുണ്ട്. അവർ ഹെല്പ് ഡസ്കിലെ ജീവനക്കാരോട് വിവരങ്ങൾ ചോദിച്ചറിയുകയാണ്. എന്തിനാണ് സേവനകേന്ദ്രത്തിലേക്ക് വന്നതെന്ന് ഞങ്ങൾ അവരിൽ ചിലരോട് ചോദിച്ചു. പെൻഷൻ, വിദ്യാഭ്യാസ ആനുകൂല്യങ്ങൾ, കാർഡുകൾ പുതുക്കൽ, ചികിത്സാസഹായത്തിന് അപേക്ഷ കൊടുക്കൽ തുടങ്ങിയ വിവിധ ആവശ്യങ്ങൾക്കും സംശയനിവാരണത്തിനുമൊക്കെയാണ് പലരും വന്നിരിക്കുന്നത്. ഞങ്ങൾ അവരുടെ ഇടപെടലുകൾക്ക് ഭംഗം വരുത്താതെ തൊട്ടടുത്ത മുറിയിലേക്ക് കടന്നു.

അവിടെ ചുമരിൽ വലിയ ഒരു ഇലക്ട്രോണിക് സ്ക്രീൻ സ്ഥാപിച്ചിട്ടുണ്ട്. കമ്യൂണിന്റെ ഭൂപടമാകെ സ്ക്രീനിൽ പ്രദർശിപ്പിക്കാൻ കഴിയും. കീബോർഡിൽ വിരലമർത്തിയാൽ ഒമ്പത് അയൽക്കൂട്ടങ്ങളുടെയും വിവരങ്ങൾ തെളിഞ്ഞുവരും. അവയിലെ ഓരോ പ്രദേശങ്ങളും വിശദമായി ചിത്രീകരിച്ച് കമ്പ്യൂട്ടറിൽ സംരക്ഷിച്ച് വച്ചിട്ടുണ്ട്. നദികളും റോഡു

കളും പാലങ്ങളും കൃഷിയിടങ്ങളും എല്ലാം രേഖപ്പെടുത്തിയിട്ടുണ്ട്. എന്തിനുപറയുന്നു, ഓരോ വീടിന്റെയും സ്ഥാനംപോലും ഇലക്ട്രോണിക്സ് ഭൂപടത്തിൽ രേഖപ്പെടുത്തിയിരിക്കുന്നു. നിശ്ചിത സ്വിച്ച് (ബട്ടൺ) അമർത്തുമ്പോൾ ഓരോ വീടിനെക്കുറിച്ചുള്ള വിശദാംശങ്ങളും തെളിഞ്ഞുവരും. വീട്ടിലെ കുടുംബാംഗങ്ങളുടെ പേരുവിവരങ്ങൾ, വയസ്സ്, വിദ്യാഭ്യാസ യോഗ്യത, തൊഴിൽ, വരുമാനം, ആരോഗ്യസ്ഥിതി എല്ലാം. 'സിഹു'വിൽ ഒമ്പത് അയൽക്കൂട്ടങ്ങളുടെ കീഴിൽ 370 സ്ട്രീറ്റ്കമ്മിറ്റികൾ (നമ്മുടെ വാർഡുകൾ പോലെ) ഉണ്ട്. അവയ്ക്ക് ഓരോന്നിനും പ്രത്യേക ഫയൽ ഉണ്ട്. പച്ചനിറത്തിൽ അടയാളപ്പെടുത്തിയ വീടുകൾ സ്ഥിരതാമസക്കാരുടേതാണ്. മഞ്ഞനിറത്തിലുള്ളത് ആൾത്താമസമില്ലാത്ത വീടുകളാണ്. (ജോലിക്കും മറ്റുമായി മറ്റ് പ്രദേശങ്ങളിലേക്ക് മാറിയവർ). ചുവന്ന നിറം തല്ക്കാലം താമസക്കാരെ (floating population) സൂചിപ്പിക്കുന്നു. ഈ വിവരങ്ങളെല്ലാം ഇടയ്ക്കിടെ പുതുക്കാനുള്ള പ്രവർത്തനം നടക്കുന്നുണ്ട്. ഓരോ വ്യക്തിയെക്കുറിച്ചും ധാരണയുള്ളതിനാൽ ഗവൺമെന്റിന്റെ അവസരങ്ങൾ തുല്യമായും നീതിപൂർവ്വകമായും പങ്കുവയ്ക്കാൻ കഴിയുന്നു എന്ന് പാർട്ടി സഖാക്കൾ പറഞ്ഞു. അതിനിടെ ഞാൻ അവിടെ ഒരു ഗ്രാമീണനോട് പേരു ചോദിച്ചു. സുയുജിങ് എന്നാണ് അദ്ദേഹത്തിന്റെ പേര്. ജോലിയുമായി ബന്ധപ്പെട്ട കാര്യത്തിനാണ് അവിടെ വന്നിരിക്കുന്നത്. കമ്യൂണിറ്റിയിലെ ജീവിതത്തെക്കുറിച്ച് ചോദിച്ചപ്പോൾ അദ്ദേഹം മടിയില്ലാതെ കാര്യങ്ങൾ പറഞ്ഞു. സിഹു കമ്യൂണിറ്റിയിൽ എല്ലാവർക്കും പാർപ്പിടമുണ്ട്. നാലോ അഞ്ചോ അംഗങ്ങളുള്ള ഒരു കുടുംബത്തിന് സൗകര്യപ്രദമായി താമസിക്കാവുന്ന വീട് വാടകക്കെടുക്കുകയാണെങ്കിൽ 1200 യുവാൻ (Y) വാടക കൊടുക്കണം. വിലയ്ക്ക് വാങ്ങുകയാണെങ്കിൽ ഒരു ചതുരശ്ര മീറ്ററിന് 7000 Y ആണ് വില. സിഹുവിൽ

കമ്യൂണിറ്റി സെന്ററിൽ ഇലക്ട്രോണിക്സ് ബോർഡിൽ ഗ്രാമത്തിന്റെ പ്രദർശനം കാണുന്നു.

മഹാഭൂരിപക്ഷം പേർക്കും സ്വന്തം ഉടമസ്ഥതയിൽ വീടുകളുണ്ട്. ഒരു തൊഴിലാളിയുടെ മിനിമം വേതനം 1800 Y ആണ്. ഒരു ദിവസം ചുരുങ്ങിയത് 60 Y കൂലി ലഭിക്കുന്നുണ്ട്. ഞങ്ങൾ ചൈന സന്ദർശിക്കുന്ന സമയത്ത് ഒരു യുവാൻ ഏകദേശം പത്ത് രൂപക്ക് തുല്യമായിരുന്നു. ഗവ. ആനുകൂല്യത്തിനുള്ള വരുമാനപരിധി (ദാരിദ്ര്യരേഖ) ഇടയ്ക്കിടെ മാറ്റാറുണ്ടെന്ന് സുയിജിങ് പറഞ്ഞു. ഇന്ത്യയിലെപ്പോലെ ദാരിദ്ര്യരേഖ താഴ്ത്തിവരച്ച് ദരിദ്രരുടെ എണ്ണം കുറക്കുകയല്ല പകരം കമ്യൂണിറ്റിയിലെ കടുത്ത സാമ്പത്തിക പ്രശ്നങ്ങൾക്ക് പരിഹാരം കണ്ടുകഴിഞ്ഞതിനാൽ ദാരിദ്ര്യരേഖ ഉയർത്തി കൂടുതൽ പേരെ ഗവ.സഹായത്തിന് അർഹരാക്കുകയും ജീവിതനിലവാരം കൂടുതൽ മെച്ചപ്പെടുത്തുകയുമാണ് ചെയ്യുന്നത്. എന്റെ ശ്രദ്ധ വീണ്ടും ചുമരിലെ സ്ക്രീനിലേക്ക് തിരിഞ്ഞു. അവിടെ സർവ്വീസ് സെന്ററിന്റെ ചുറ്റുമുള്ള പട്ടണത്തിന്റെ സജീവ ദൃശ്യങ്ങൾ തെളിയുകയാണ്. പട്ടണത്തിന്റെ എല്ലാഭാഗത്തും ക്യാമറകൾ സ്ഥാപിച്ചിട്ടുണ്ട്. റോഡുകളിലൂടെ ആളുകൾ നടന്നുപോകുന്നതും വാഹനങ്ങൾ ഓടുന്നതും ഫുട്പാത്തിൽ പച്ചക്കറിയും മറ്റും കച്ചവടം ചെയ്യുന്നതുമെല്ലാം ടെലിവിഷൻ സ്ക്രീനിൽ മിന്നിമറയുന്നു. ആരെങ്കിലും റോഡ് സുരക്ഷാ നിയമങ്ങൾ ലംഘിക്കുകയോ, വഴിയിൽ മാലിന്യങ്ങൾ വലിച്ചെറിയുകയോ ചെയ്താൽ ക്യാമറ ഒപ്പിയെടുക്കും. നല്ല പിഴയും കിട്ടും. മുമ്പ് ബെയ്ജിങ്ങിലെ സേവനകേന്ദ്രത്തിൽ കണ്ടതുപോലെ ഇവിടെയും പ്രായം ചെന്നവർക്കുള്ള ഇലക്ട്രോണിക് മെഷീൻകാർഡ് വിതരണം ചെയ്തിട്ടുണ്ട്. കാർഡിലെ വിവിധ നിറമുള്ള ബട്ടണുകൾ അമർത്തുമ്പോൾ സെന്ററിൽ വിവരം എത്തുന്നതെങ്ങനെയെന്ന് അവർ ഞങ്ങൾക്ക് കാണിച്ചുതന്നു. വൃദ്ധരായ ആളുകൾ തങ്ങൾക്കാവശ്യമായ ബട്ടൺ അമർത്തി ഭക്ഷണം, മരുന്ന്, വളണ്ടിയർമാരുടെ സേവനം എന്നിവ ആവശ്യമാണെന്ന് അറിയിക്കുന്നു. കോൾ സെന്ററിൽ വിവരം എത്തുന്നതോടെ വീടുകളുടെ സ്ഥാനം അടയാളപ്പെടുത്തി സഹായം എത്തിക്കുന്നു. ചൈനയിലെ എല്ലാ പ്രദേശത്തും ഇങ്ങനെയുള്ള സംവിധാനങ്ങളുണ്ടോ എന്ന് ഞങ്ങൾ പാർട്ടി സഖാക്കളോട് ചോദിച്ചു. ഉണ്ടാക്കിക്കൊണ്ടിരിക്കുകയാണ് എന്നായിരുന്നു അവരുടെ മറുപടി. അപ്പോഴും എതിരാളികളുടെ ചില വിമർശനോക്തികൾ എന്റെ മനസ്സിൽ മിന്നിമറഞ്ഞു. സന്ദർശകരെ കൊണ്ടുപോകുന്നത് ഇത്തരം സൗകര്യങ്ങൾ ഏർപ്പെടുത്തിയ ഇടങ്ങളിലേക്ക് മാത്രമാണ് എന്നതാണ് ആ വിമർശനം. എന്നാൽ മാസങ്ങളോളം ചൈനയിൽ തങ്ങാൻ കഴിയുകയും യഥേഷ്ടം വിവിധ പ്രദേശങ്ങൾ സന്ദർശിക്കാൻ കഴിയുകയും ചെയ്ത പലരും എഴുതിയ അനുഭവങ്ങൾ വിപ്ലവാനന്തര ചൈനയിൽ വ്യാപകമായി ഇത്തരം ജനസേവന കേന്ദ്രങ്ങൾ ഉയർന്നുവന്നിട്ടുണ്ടെന്നാണ്. പൊതുജനങ്ങളുടെ ജീവിതനിലവാരം മെച്ചപ്പെട്ടുകൊണ്ടിരിക്കുകയാണെന്നും എന്തായാലും കൺമുന്നിൽ കണ്ട കാര്യങ്ങൾ ഞങ്ങളുടെ മനസ്സിൽ സന്തോഷവും ആശ്വാസവും പകർന്നു. സിഹു കമ്യൂണിറ്റിയുടെ നടത്തിപ്പുകാരായ സഖാ

ക്കൾ ഞങ്ങൾക്ക് ചായയും ബിസ്കറ്റും തന്നതിനുശേഷം സ്നേഹപൂർവ്വം ഞങ്ങളെ യാത്രയാക്കി. അവരുടെ നോട്ടത്തിലും ഭാവത്തിലും ഒരു കമ്യൂണിസ്റ്റ് ബന്ധം എനിക്ക് അനുഭവപ്പെട്ടു.

അടുത്തതായി ഞങ്ങളെ കൊണ്ടുപോകുന്നത് സിഹുവിലെ ഒരു അയൽക്കൂട്ട കമ്മിറ്റിയിൽ ഒരു സ്ട്രീറ്റ് കമ്മിറ്റിയുടെ പ്രവർത്തനം കാണിക്കാനാണെന്ന് സ്വിങ് പറഞ്ഞു. അവിടെ കുറെയേറെ വീട്ടുകാർ ടൂറിസത്തിൽ നിന്ന് വരുമാനമുണ്ടാക്കുന്നവരാണ്. ചിലർ ഫാംഹൗസ് നടത്തുന്നു. ഒരേസമയം കൃഷിയുമായി, വിനോദസഞ്ചാരികളെ ആകർഷിക്കുകയുമായി. മറ്റുചിലർ സഞ്ചാരികൾക്കായി 'ഹോംസ്റ്റേ' നടത്തിയാണ് വരുമാനമുണ്ടാക്കുന്നത്. ഞങ്ങൾ ആദ്യമായി പോയത് ഫാം ഹൗസ് കാണുന്നതിനാണ്. പ്രധാന റോഡിൽ ഒരു വശത്ത് ബസ് നിർത്തിയിട്ടതിനുശേഷം ഒരു ചെറിയ റോഡിലൂടെ ഞങ്ങൾ ഫാംഹൗസ് ഓഫീസിലേക്ക് നടന്നു. സമയം 11 മണി കഴിഞ്ഞിരിക്കുന്നു. വെയിലിന് അല്പം ചൂടേറിവരുന്നുണ്ട്. എങ്കിലും നിറയെ പലതരം മരങ്ങൾ വളർന്നുനില്ക്കുന്ന പാതയിലൂടെയുള്ള നടത്തം ഞങ്ങൾ ശരിക്കും ആസ്വദിച്ചു. പാതയിൽ നിറയെ ഒരുതരം പഴം വീണു കിടക്കുന്നു. ഞാവൽ പഴം പോലെയുണ്ട്. മരത്തിന്റെ ഇലകളും ഞാവലിന്റെ ഇലകൾ പോലെതന്നെ. കുറെ പഴങ്ങൾ പെറുക്കിയെടുത്തു. തിന്നാമോ എന്ന് സ്വിങ്ങിനോട് ചോദിച്ചു. തീർച്ചയായും ജുജുബി (Jujube) മരത്തിന്റെ പഴം ഔഷധപ്രാധാന്യമുള്ളതാണെന്ന് സ്വിങ് പറഞ്ഞു. പുളിയും മധുരവും ചേർന്ന സ്വാദാണ് ജുജുബി പഴത്തിന്.

ഞങ്ങളെ അനുഗമിക്കുന്ന എൻ എച്ച് സി (അയൽക്കൂട്ടം) സെക്രട്ടറി ജുജുബിയുടെ ഗുണഗണങ്ങളെക്കുറിച്ച് വാചാലനായി. ചൈനയിൽ 4000 വർഷത്തിലേറെയായി ജുജുബി മരങ്ങൾ കൃഷി ചെയ്യുന്നുണ്ട്. ഇതിന്റെ 400 ൽ ഏറെ ഇനങ്ങളുണ്ട്. ഈന്തപ്പഴംപോലെ പച്ചയായും ഉണക്കിയും കഴിക്കാം. തൊലിയടക്കം തിന്നാവുന്നതാണ്. ഉള്ള് ചുവപ്പായതിനാൽ 'ചുവന്ന ഈന്തപ്പഴം' എന്നും പേരുണ്ട്. ജുജുബി പഴം ഔഷധങ്ങളുടെ കലവറയാണത്രെ. ചെറുനാരങ്ങയിലുള്ളതിനേക്കാൾ 20 ഇരട്ടി വിറ്റാമിൻ - സി ഇതിലുണ്ട്. 18 തരം അമിനോ ആസിഡുകളും മറ്റ് പലതരം വൈറ്റമിനുകളും അടങ്ങിയ പഴം രോഗപ്രതിരോധശേഷിയുണ്ടാക്കുന്നതും ഊർജ്ജം പകരുന്നതുമാണ്. പകർച്ചവ്യാധികൾ തടയാൻ നൂറ്റാണ്ടുകൾക്ക് മുമ്പ് ചൈനക്കാർ ഈ പഴം ഉപയോഗിച്ചിരുന്നത്രെ. വിളർച്ച, കരൾ രോഗങ്ങൾ, തൊണ്ടയിലെ പഴുപ്പ്, ബ്ലഡ് ക്യാൻസർ തുടങ്ങിയവക്കെല്ലാം കൺകണ്ട ഔഷധമാണ് ജുജുബി. സൗന്ദര്യവർദ്ധക വസ്തുക്കൾ ഉണ്ടാക്കാനും ഈ പഴം ഉപയോഗിക്കുന്നു. സെക്രട്ടറി ജുജുബിയുടെ വിശദീകരണം നിർത്തുന്ന ലക്ഷണമില്ല. എന്തായാലും ജുജുബിയിൽനിന്ന് നിരവധി മൂല്യവർദ്ധിത ഉല്പന്നങ്ങൾ ഉണ്ടാക്കി കാശുണ്ടാക്കുകയാണ് ചൈനക്കാർ. വിവിധതരം ഫലവൃക്ഷങ്ങൾ വളർന്നുനില്ക്കുന്ന പറമ്പിലെ കല്ലുപാകിയ പാതയിലൂടെ ഞങ്ങൾ ഫാംഹൗസ് ഓഫീസിലേക്ക്

കയറിച്ചെന്നു. ചൈനയുടെ പുരാതന വാസ്തുശില്പകലയിൽ നിർമ്മിച്ച കെട്ടിടത്തിന്റെ നടുത്തളത്തിലാണ് കയറിച്ചെന്നത്. പൗരാണികതയുടെ ഓർമ്മകൾ ഉണർത്തുംവിധം ചിത്രങ്ങളും ശില്പങ്ങളും പ്രതിമകളും നിറഞ്ഞതാണ് നടുത്തളം. കൺഫ്യൂഷ്യസിന്റെ ഒരു വെണ്ണക്കൽ പ്രതിമ ഒരു ഭാഗത്ത് സ്ഥാപിച്ചിരിക്കുന്നു. ചുമരിൽ ചില സൂക്തങ്ങൾ എഴുതിവച്ചിട്ടുണ്ട്. ചിത്രപ്പണികളോടുകൂടിയ കൂജകളും ചീനഭരണികളും പൂപ്പാത്രങ്ങളും നിറഞ്ഞ നടുത്തളം മനോഹരമായി തോന്നി. ഫാംഹൗസ് മാനേജർ പുഞ്ചിരിയോടെ ഞങ്ങൾക്ക് സ്വാഗതമോതി. നാലുകെട്ടിന്റെ മാതൃകയിലുള്ള കെട്ടിടത്തിന്റെ ഒരുവശത്തെ വരാന്തയിലേക്ക് ഞങ്ങളെ കൂട്ടിക്കൊണ്ടുപോയി. അവിടെ നീളമുള്ള മേശയിൽ പലതരം പഴങ്ങളും ധാന്യങ്ങളും പാനീയങ്ങളും നിരത്തിവച്ചിരിക്കുന്നു. ചുറ്റുമുള്ള കസേരകളിൽ ഞങ്ങൾ ആസനസ്ഥരായി. മാനേജരുടെ നിർദ്ദേശപ്രകാരം ഞങ്ങൾ ചിത്രപ്പണികളുള്ള കളിമൺ പാത്രത്തിന്റെ അടപ്പുതുറന്നു. ഉണങ്ങിയ ജുജുബി പഴങ്ങളും ഇലകളും ഇട്ട് തിളപ്പിച്ച ചായയായിരുന്നു അതിൽ. ഉപചാരപൂർവ്വം ഞങ്ങൾ ചായ രുചിച്ചു. നേരത്തെ സെക്രട്ടറിയുടെ വിശദീകരണം കേട്ടതിനാൽ ഈ ചായ ഉള്ളിലെ എല്ലാ രോഗങ്ങളും ശമിപ്പിക്കുമെന്ന് എനിക്ക് തോന്നി. മേശപ്പുറത്ത് നിറയെ പനമ്പുകൊണ്ട് മെടഞ്ഞെടുത്ത കൊട്ടകളിൽ പലതരം പഴങ്ങൾ നിരത്തിയിട്ടുണ്ട്. അതീവ സ്വാദിഷ്ഠമായ കറുത്ത മുന്തിരിയും മുഴുത്ത മാങ്കോസ്റ്റീൻ പഴങ്ങളും റോബസ്റ്റപോലുള്ള വാഴപ്പഴവും ഫാംഹൗസിൽ വിളഞ്ഞതാണ്. ചെറിയ പ്ലേറ്റുകളിൽ പച്ചക്കറിയുടെ വിത്തുകൾ വറുത്തെടുത്തതുണ്ട്. കുമ്പളക്കുരു വറുത്തുവച്ചതു കണ്ടപ്പോൾ എന്റെ ഓർമ്മ കുട്ടിക്കാലത്തേക്ക് പാഞ്ഞുപോയി. വലിയ മത്തൻ കുമ്പളങ്ങ മുറിക്കുന്ന ദിവസം വല്ല്യമ്മ അതിന്റെ കുരു ചീനച്ചട്ടിയിലിട്ട് പൊള്ളിച്ച് തരുമായിരുന്നു. പക്ഷേ ഇത്രയധികം കുരു ഒരുമിച്ച് വറുത്തുവച്ചത് ആദ്യമായി കാണുകയാണ്. ഞങ്ങൾ ഓരോ മാങ്കോസ്റ്റീൻ പഴവും കുറച്ച് മുന്തിരിയും കഴിച്ചു. വിഷം കലരാത്ത മുന്തിരിയുടെ സ്വാദ് എന്താണെന്ന് അനുഭവിച്ചറിഞ്ഞു. വറുത്ത കുമ്പളക്കുരു കൊറിച്ചുകൊണ്ട് ഫാംഹൗസിന്റെ വിവരങ്ങൾ തിരക്കി.

11 അംഗങ്ങൾ അടങ്ങിയ രജിസ്റ്റർ ചെയ്ത സമിതിയാണ് ഫാംഹൗസ് നടത്തുന്നത്. എല്ലാവരും ഓഹരിയുടമകളാണ്. മാനേജർ കമ്യൂ.പാർട്ടിക്കാരനല്ല. സി പി സിയോടൊപ്പം ജനകീയ ചൈനയുടെ ഭരണത്തിൽ പങ്കാളിയായ മറ്റൊരു പാർട്ടിക്കാരനാണ്. മാനേജർക്കാണ് കമ്പനിയിൽ ഏറ്റവും കൂടുതൽ ഷെയർ. ചൈനയിൽ മഹാഭൂരിപക്ഷം സംരംഭങ്ങളും സി പി സിയുടെ നേതൃത്വത്തിലാണെങ്കിലും നിശ്ചിത ശതമാനം ഘടകകക്ഷികളുടെ നിയന്ത്രണത്തിലുണ്ട്. ഫാംഹൗസ് ലാഭകരമായി പോകുന്നു എന്ന് മാനേജർ പറഞ്ഞു. ജോലിക്കാർക്ക് തൃപ്തികരമായ ശമ്പളം കൊടുക്കുന്നുണ്ട്. കാർഷിക ഉല്പന്നങ്ങളിൽനിന്നും മൂല്യവർദ്ധിത ഉല്പന്നങ്ങളിൽനിന്നുമുള്ള ലാഭം അംഗങ്ങൾ പങ്കിട്ടെടുക്കുന്നു. ഫാംഹൗസിനോടനു

ഫാം ഹൗസിലെ കൺഫ്യൂഷസ് പ്രതിമയ്ക്കു മുന്നിൽ

ബന്ധിച്ച് ഹോംസ്റ്റേകളുമുണ്ട് (Home stay) ചായ കഴിച്ചതിന് ശേഷം ഞങ്ങൾ ഒരു ഹോംസ്റ്റേ കാണാൻ പുറപ്പെട്ടു.

മുറ്റത്ത് ഒരു വലിയ പന്തലും പന്തലിൽ കല്യാണ വീട്ടിലെന്നപോലെ വട്ടമേശകളും ചുറ്റും കസേരകളും നിരത്തിയ ഒരു ഇടത്തരം വീട്ടിലാണ് ഞങ്ങൾ കയറിച്ചെന്നത്. ഗൃഹനാഥനും ഭാര്യയും മക്കളും പന്തലിലേക്കിറങ്ങിവന്ന് ഞങ്ങളെ സ്വീകരിച്ചു. ഗൃഹനാഥന് കഷ്ടിച്ച് 40 വയസ്സ് പ്രായം കാണും. ഭാര്യക്ക് 35ഉം. ആറാം ക്ലാസിലും മൂന്നാം ക്ലാസിലും പഠിക്കുന്ന പെൺകുട്ടിയും ആൺകുട്ടിയും. വീട്ടിനകത്ത് നിന്ന് ഗൃഹനാഥന്റെ അമ്മയും ഞങ്ങളെ കണ്ട് ഇറങ്ങിവന്നു. നമ്മുടെ നാട്ടിൻപുറത്തെ സാധാരണ കർഷകത്തൊഴിലാളി കുടുംബത്തെപ്പോലെ തന്നെ ജീവിതത്തിലെ പ്രാരബ്ധങ്ങൾ മുഴുവൻ ഇനിയും വിട്ടുമാറിയിട്ടില്ലെന്ന മുഖഭാവം. അപരിചിതരെ കാണമ്പോഴുള്ള പരിഭ്രമം. കുട്ടികളുടെ നാണംകുണുങ്ങൽ എല്ലാം അങ്ങനെതന്നെ. അവർ തങ്ങളുടെ പദ്ധതി ഞങ്ങൾക്ക് വിശദീകരിച്ചുതന്നു. വീടിന്റെ ഒരു ഭാഗം പുറമെനിന്ന് വരുന്ന രണ്ടോ മൂന്നോ കുടുംബങ്ങൾക്കായി ഒരുക്കിവച്ചിരിക്കുന്നു. അവ സാമാന്യം വലുപ്പമുള്ള മുറികളാണ്. നല്ല കട്ടിലും കിടക്കയും, മേശ, കസേര, സോഫ, വായിക്കാനും എഴുതാനുമുള്ള സൗകര്യങ്ങൾ, ടോയ്‌ലറ്റ് എല്ലാമുണ്ട്. എന്നാൽ പഞ്ചനക്ഷത്ര ഹോട്ടലുകളുടെ പകിട്ടൊന്നുമില്ല. അവിടെ വരുന്നതിൽ കൂടുതലും ഇടത്തരക്കാരായ ആഭ്യന്തര ടൂറിസ്റ്റുകളാണ്. ഗ്രാമീണ ജീവിതത്തിന്റെ സൗഹൃദം പങ്കിടാൻ വരുന്ന വിദേശികളും ഇടക്കൊ

ഫാം ഹൗസിലെ ചായസല്ക്കാരം

ക്കെ ഉണ്ടാകാം. എങ്കിലും തങ്ങൾക്ക് താങ്ങാൻ കഴിയുന്ന ചെലവിൽ സമാധാനമായി വായിക്കാനും എഴുതാനുമൊക്കെ വരുന്നവരാണ് കൂടുതലും. അതിനുമപ്പുറം മറ്റൊരു ഉദ്ദേശ്യം കൂടിയുണ്ട്. ഫാമിൽ ഉല്പാദിപ്പിക്കുന്ന വിഷംകലരാത്ത പച്ചക്കറികളും മത്സ്യങ്ങളും അടങ്ങിയ ആഹാരം കഴിക്കുക എന്നത്. നേരത്തെ ഓർഡർ നല്കിയാൽ വീട്ടുകാർ ഇഷ്ടമുള്ള ആഹാരം പാകം ചെയ്തുകൊടുക്കും. മുറ്റത്തെ പന്തൽ ആഹാരം കഴിക്കാനുള്ള ഇടമാണ്. താമസക്കാരല്ലാത്തവരും ആഹാരം കഴിക്കാൻ എത്താറുണ്ട്. ഞങ്ങൾ ആകാംക്ഷയോടെ അവർ താമസിക്കുന്ന ഭാഗത്തെ മുറിക്കകത്തേക്ക് എത്തിനോക്കി. ഒളിഞ്ഞുനോക്കുക മലയാളിയുടെ ദുഃസ്വഭാവമാണെന്ന ചിന്ത എന്നെ അസ്വസ്ഥയാക്കി. എനിക്ക് മാത്രമല്ല, എല്ലാവർക്കും താല്പര്യമുണ്ട്. ആ ചൈനീസ് കുടുംബത്തിന്റെ ജീവിതസൗകര്യങ്ങൾ എന്തൊക്കെയാണെന്ന് കാണാൻ ഒരു പ്രയാസവുമുണ്ടായില്ല. ഗൃഹനാഥ വാതിൽ തുറന്ന് ഞങ്ങളെ അകത്തേക്ക് ക്ഷണിച്ചു. ആദ്യം കണ്ടപ്പോഴുള്ള പരിഭ്രമമെല്ലാം മാറിയിരുന്നു. ഭാര്യയും ഭർത്താവും സുഹൃത്തുക്കളായി ഞങ്ങളുടെ കൂടെ കൂടി. ഒരു വലിയ മുറിയും മറ്റൊരു ചെറിയ മുറിയും അടുക്കളയുമായിരുന്നു അവർക്ക് താമസിക്കാനുള്ള ഭാഗത്തുള്ളത്. കൂടാതെ കയറിച്ചെല്ലുമ്പോഴുള്ള കൊച്ചു സ്വീകരണമുറിയും പിന്നിൽ ചെറിയ ഒരു ടോയ്ലറ്റും ചേർന്നാൽ അവരുടെ വീടായി. വലിയ മുറിയിൽ ഭാര്യക്കും ഭർത്താവിനും കുട്ടികൾക്കും കി

ടന്നുറങ്ങാൻ പാകത്തിലുള്ള കട്ടിലും കിടക്കയും കൂടാതെ സോഫയും അലമാരയും കസേരയും മേശയും ഒക്കെയുണ്ട്. ചെറിയ മുറി അമ്മയ്ക്കുള്ളതാണ്. പഴയ തലമുറയിൽ പരമദരിദ്ര കുടുംബമായിരുന്നു അവരെന്നും ഇപ്പോൾ സ്വന്തം പരിശ്രമത്താൽ മെച്ചപ്പെട്ടുവരുന്നു എന്നും ഗൃഹനാഥൻ സൂചിപ്പിച്ചു. ഗവൺമെന്റ് പല രീതിയിലും സഹായിക്കുന്നുണ്ടെന്നും അദ്ദേഹം പറഞ്ഞു. (അവരുടെ പേരുകൾ എഴുതിയ പേപ്പർ എന്റെ കൈയിൽനിന്ന് കളഞ്ഞുപോയതിനാൽ ഓർത്തെടുക്കാൻ കഴിയുന്നില്ല.). വീടു കണ്ടതിനുശേഷം ഞങ്ങൾ മുറ്റത്തിറങ്ങി. ആ കുടുംബത്തിന്റെ കൂടെ ഒരു ഫോട്ടോ എടുക്കാൻ ആഗ്രഹമുണ്ടെന്ന് പറഞ്ഞു. ജോലി ചെയ്ത് മുഷിഞ്ഞ വസ്ത്രം മാറ്റണോ എന്ന് ഗൃഹനാഥയ്ക്ക് സംശയം. അതിന്റെയാവശ്യമില്ലെന്ന് ഞങ്ങൾ പറഞ്ഞു. അവർ അമ്മയെയും വിളിച്ചുകൊണ്ടുവന്നു. നല്ല മരുമകൾ. അമ്മായിയമ്മയെ മറന്നില്ലല്ലോ. ഞങ്ങൾ ഫോട്ടോയ്ക്ക് പോസ്ചെയ്തു. നാണംകുണുങ്ങി കുട്ടികൾ ആദ്യം അവരുടെ അമ്മയുടെ ഉടുപ്പിനുള്ളിൽ മുഖമൊളിപ്പിച്ചു. പിന്നെപ്പിന്നെ ലജ്ജയോടെ ക്യാമറയെ അഭിമുഖീകരിച്ചു. ഞങ്ങളുടെ ഗ്രൂപ്പ്ഫോട്ടോ റെഡിയായി. യാത്ര പറയാനൊരുങ്ങവെ ഞങ്ങൾ വീണ്ടും അവരോട് ചോദിച്ചു നിങ്ങൾ സംതൃപ്തരാണോ? നിറഞ്ഞ ചിരിയോടെ അവർ പറഞ്ഞു സർക്കാർ കൂടുതൽ നികുതിയൊന്നും ഈടാക്കുന്നില്ല. നിത്യോപയോഗ സാധനങ്ങൾ മിതമായ വിലയ്ക്ക് ലഭിക്കുന്നു. വിദ്യാഭ്യാസ-ആരോഗ്യ ഇൻഷുറൻസ് ഒക്കെയുണ്ട്. അതുകൊണ്ട് അല്ലലില്ലാതെ ജീവിക്കുന്നു. അതുമതിയല്ലോ എന്ന് ഞങ്ങളും സമാധാനിച്ചു. ഞങ്ങൾ പുറത്തിറങ്ങി. വിശാലമായ പറമ്പിൽ അവിടവിടെയായി കുറെ കെട്ടിടങ്ങൾ. കളിസ്ഥലങ്ങൾ. ഗ്രാമമാണോ നഗരമാണോ എന്ന് വേർതിരിക്കാനാവാത്ത അവസ്ഥ. ടെന്നീസ് കോർട്ടുകൾ, ഗ്രാമീണർക്ക് സാങ്കേതിക

ഫോം സ്റ്റേ നടത്തുന്ന ഗ്രാമീണ കുടുംബത്തിനൊപ്പം

പരിജ്ഞാനം നൽകാനുള്ള ക്ലാസ് മുറികൾ, സാംസ്കാരിക നിലയങ്ങൾ, ക്ലബ്ബുകൾ, ലൈബ്രറികൾ, ധാന്യങ്ങൾ സൂക്ഷിക്കാനുള്ള കളപ്പുരകൾ എല്ലാം പിന്നിട്ട് ഞങ്ങൾ യാത്രയായി. വഴിയിലൊരിടത്ത് കണ്ട വഴിവാണിഭക്കാരുടെ ഇടയിൽ ഞങ്ങളുടെ ബസ് നിർത്തി. നിരവധി ഗ്രാമീണ ഉല്പന്നങ്ങൾ നിരത്തിവച്ചിരിക്കുന്നു. കൂട്ടത്തിൽ ജുജുബി പഴത്തിന്റെ സിറപ്പ് കണ്ടപ്പോൾ ഞാൻ രണ്ട് ബോട്ടിലുകൾ വാങ്ങിച്ചു. വെള്ളത്തിലൊഴിച്ച് കഴിക്കാൻ നല്ല സ്വാദായിരുന്നു. കൺഫ്യൂഷ്യസിന്റെ കൂറ്റൻ വെണ്ണക്കൽ പ്രതിമക്കരികിലൂടെ ഞങ്ങൾ ഫാം ഹൗസിൽനിന്ന് പുറത്തുകടന്നു. ഉച്ചഭക്ഷണത്തിനുള്ള സമയമായി. ഞങ്ങൾ ഹോട്ടലിലേക്ക് തിരിച്ചു.

19

കാർഷിക അക്കാദമിയും യൂണിവേഴ്സിറ്റിയും

ഉച്ചയ്ക്കുശേഷം ഗാൻഷുവിലെ പ്രസിദ്ധമായ കാർഷിക അക്കാദമിയും കാർഷിക യൂണിവേഴ്സിറ്റിയും കാണാൻ പുറപ്പെട്ടു. ഗാൻസു പ്രവിശ്യയിൽ നിരവധി ഉന്നത വിദ്യാഭ്യാസ സ്ഥാപനങ്ങളുണ്ടെന്ന് സൂചിപ്പിച്ചിരുന്നല്ലോ. അക്കൂട്ടത്തിൽ ഏറ്റവും പ്രധാനപ്പെട്ട സ്ഥാപനങ്ങളാണ് അക്കാദമിയും യൂണിവേഴ്സിറ്റിയും. ജനകീയ ചൈനാ റിപ്പബ്ലിക് രൂപം കൊള്ളുന്നതിന് മുമ്പുതന്നെ അക്കാദമി സ്ഥാപിതമായിരുന്നു. 1938ൽ ഗാൻഷു വെറ്ററിനറി കോളേജ് എന്ന നിലയിലാണ് ഈ സ്ഥാപനം തുടങ്ങുന്നത്. വിപ്ലവാനന്തരം ഗാൻഷു അഗ്രിക്കൾച്ചറൽ അക്കാദമി, അഗ്രിക്കൾച്ചറൽ യൂണിവേഴ്സിറ്റി എന്നിവയൊക്കെയായി സ്ഥാപനം വികസിച്ച് ശ്രദ്ധേയമായ ഗവേഷണകേന്ദ്രമായി. തുടക്കത്തിൽ മൃഗപരിപാലനമേഖലയിലാണ് ഗവേഷണങ്ങൾ നടന്നത്. വെറ്ററിനറി കോളേജിൽ വളർത്തുമൃഗങ്ങളുടെ പരിപാലനം സംബന്ധിച്ച ശാസ്ത്രീയപഠനം നടക്കുന്നു. രോഗനിർണ്ണയത്തിനുള്ള പുതിയ സാങ്കേതിക വിദ്യകൾ, വിവിധ പ്രതിരോധ മാർഗ്ഗങ്ങൾ, വാക്സിനുകൾ, മരുന്നുകൾ എന്നിവ ഗവേഷണഫലമായി കണ്ടുപിടിച്ചിട്ടുണ്ട്. ആധുനിക രീതിയിലുള്ള ഏഴായിരത്തിലേറെ ഗവേഷണങ്ങൾ നടത്തുകയുണ്ടായി. 352 പുതിയ കണ്ടുപിടിത്തങ്ങൾ വെറ്ററിനറി കോളേജിന്റെ വകയായി ഉണ്ടായിട്ടുണ്ട്. 127 തരം മരുന്നുകൾ കണ്ടുപിടിച്ചിട്ടുണ്ട്. പ്രവിശ്യയിലെ ശാസ്ത്രീയ മൃഗപരിപാലനം ശക്തമാക്കാനും നിരവധിപേർക്ക് തൊഴിലവസരം ലഭ്യമാക്കാനും സാധിച്ചിട്ടുണ്ട്.

കാർഷിക അക്കാദമിയുടെ പ്രവർത്തനം ആരംഭിച്ചതോടെ ഈ മേഖലയിലും വമ്പിച്ച പുരോഗതിയുണ്ടാക്കാൻ കഴിഞ്ഞു എന്ന് ഞങ്ങളെ അനുഗമിക്കുന്ന അക്കാദമി ചെയർമാൻ പറഞ്ഞു. ഉല്പാദനക്ഷമതയും

കാർഷിക അക്കാദമിയിൽ

നിലനില്പും പ്രധാന ഗവേഷണ വിഷയമായി എടുക്കുന്നു. ഭക്ഷ്യധാന്യങ്ങളുടെയും മറ്റ് കാർഷിക വിളകളുടെയും ശാസ്ത്രീയമായ കൃഷിരീതികൾ സ്വായത്തമാക്കാൻ ഇടക്കിടെ അന്താരാഷ്ട്ര സെമിനാറുകൾ സംഘടിപ്പിക്കുന്നു. വിജ്ഞാന കൈമാറ്റത്തിന് വഴിയൊരുക്കുന്നു. ഗോതമ്പിന്റെ കാര്യത്തിലാണ് ഏറ്റവും കൂടുതൽ ഗവേഷണങ്ങൾ നടത്തിയത്. ഗാൻഷുവിലെ പൊടിമണ്ണിൽ വളരാനും രോഗബാധയെ അതിജീവിച്ച് ചെറുത്തുനില്ക്കാനും കൂടുതൽ വിളവ് നല്കാനും കഴിയുന്ന ഇനം ഗോതമ്പ് വികസിപ്പിച്ചെടുക്കുകയായിരുന്നു ലക്ഷ്യം. അന്തരീക്ഷതാപനം, വെള്ളത്തിന്റെ ലഭ്യത, കുറഞ്ഞ ചെലവിൽ നിലമൊരുക്കാനുള്ള രീതി, കീടനിയന്ത്രണം, മണ്ണ്-ജലസംരക്ഷണം തുടങ്ങിയ എല്ലാ കാര്യങ്ങളും അക്കാദമി പഠനവിധേയമാക്കിയിട്ടുണ്ട്. കണ്ടെത്തിയ കാര്യങ്ങൾ കാർഷികമേഖലയിൽ പ്രയോഗിച്ചതോടെ ഗോതമ്പുല്പാദനത്തിൽ സ്വയംപര്യാപ്തത നേടുക മാത്രമല്ല, വൻതോതിൽ കയറ്റുമതിക്കും സാദ്ധ്യത കൈവരിച്ചിരിക്കുന്നു. ചില ഭാഗങ്ങളിൽ നെല്കൃഷിക്ക് അനുയോജ്യമായ മണ്ണ് കണ്ടെത്തി നെല്കൃഷിയും പ്രോത്സാഹിപ്പിക്കുന്നുണ്ടെന്ന് ചെയർമാൻ പറഞ്ഞു.

അക്കാദമിയിൽ ഞങ്ങളെ കാത്തുനിന്ന ഉദ്യോഗസ്ഥന്മാരും ജീവനക്കാരുമുണ്ട്. വിശാലമായ വരാന്തയിൽ കയറുമ്പോൾ ആദ്യമായി ശ്രദ്ധിച്ചത് ഇലക്ട്രോണിക് ബോർഡിലൂടെ ചുവന്ന അക്ഷരങ്ങളിൽ കടന്നുപോകുന്ന സ്വാഗതവചനങ്ങളാണ്. 'ഇന്ത്യയിൽനിന്നുള്ള സഖാ

ക്കൾക്ക് സ്വാഗതം' എന്നാണ് പ്രദർശിപ്പിച്ചിട്ടുള്ളത്. ആതിഥേയർ ഞങ്ങളെ കൊണ്ടുപോയത് മൂന്നാമത്തെ നിലയിലുള്ള വിസ്തൃതമായ ലബോറട്ടറിയിലേക്കാണ്. ഗവേഷണശാലയിലെ സ്പെസിമനുകൾ (മാതൃകകൾ) സൂക്ഷിച്ചുവച്ച ഹാളിൽ ഞങ്ങൾ എത്തിച്ചേർന്നു. നിരന്നുകിടക്കുന്ന കൂറ്റൻ അലമാരകളിൽ സ്ഫടികപ്പാത്രങ്ങളിലും മറ്റുമായി കാർഷിക വിഭവങ്ങളുടെയും പുതിയ ഉല്പന്നങ്ങളുടെയും ജൈവ വൈവിദ്ധ്യങ്ങളുടെയും സ്പെസിമനുകൾ ചിട്ടയായി പ്രദർശിപ്പിച്ചിരിക്കുന്നു. ഒരുഭാഗത്ത് നിറയെ വിവിധയിനം കൂണുകളാണ്. വെള്ളയും കറുപ്പും ബ്രൗണും നിറത്തിലുള്ള കൂണുകൾ; വിവിധ ആകൃതിയിലുള്ളവ. വിടർന്നതും മൊട്ടുകൾ പോലെ കൂമ്പിനില്ക്കുന്നതുമായ നിരവധി കൂണുകൾ. ഇവയിൽ പലതും കഴിഞ്ഞ എട്ടു ദിവസങ്ങളിൽ ഊൺമേശയിൽ എത്തിയിരുന്നതായി ഞങ്ങൾ മനസ്സിലാക്കി. അക്കാദമിയിൽ 500 ഇനത്തിൽ പെട്ട കൂണുകൾ വികസിപ്പിച്ചെടുത്തിട്ടുണ്ടെന്ന് ദ്വിഭാഷിയായ ചെറുപ്പക്കാരൻ വാങ് പറഞ്ഞു. ഓരോ ഇനവും പ്രവിശ്യയിലെ വിവിധ കൃഷിയിടങ്ങളിൽ പരീക്ഷിക്കുന്നു. ഗ്രാമീണർ അവയുടെ ഉല്പാദനവും വിളവെടുപ്പും നടത്തുന്നു. മാർക്കറ്റിൽ നിർലോഭം കൂണുകൾ എത്തുന്നു. ജനങ്ങൾക്ക് നല്ല ജീവിതമാർഗ്ഗവുമാകുന്നു. കമ്യൂണിസ്റ്റ് പാർട്ടിയും ഭരണസമിതിയും ഇക്കാര്യം പ്രത്യേകം ശ്രദ്ധിക്കുന്നു. അക്കാദമിക്കു കീഴിൽ 18 ടെസ്റ്റിങ് സ്റ്റേഷനുകളുണ്ട്. പ്രവിശ്യയുടെ വിവിധ ഭാഗങ്ങളിലാണ് ഇവ സ്ഥിതിചെയ്യുന്നത്. ഈ കേന്ദ്രങ്ങൾ വഴിയാണ് ശാസ്ത്രജ്ഞർ കൃഷിക്കാരുമായി സംവദിക്കുകയും ഗവേഷണഫലങ്ങൾ കൈമാറുകയും ചെയ്യുന്നത്. ഗാൻഷുവിനെ 385 കാർഷികമേഖലകളായി തിരിച്ചിട്ടുണ്ട്. അവിടെയെല്ലാം കാർഷിക ഓഫീസുകളുമുണ്ട്.

മേല്പറഞ്ഞവ കൂടാതെ 20 ചെറുകിട ഗവേഷണകേന്ദ്രങ്ങളും മൂന്ന് ഉന്നത ഗവേഷണ കേന്ദ്രങ്ങളുമുണ്ട്. അ

അക്കാദമിയുടെ കൃഷിത്തോട്ടം

ക്കാദമിയിൽ 1511 വിദഗ്ദ്ധരും 1800 ജീവനക്കാരും ജോലി ചെയ്യുന്നു. വ്യക്തിപരമായ കഴിവുകൾ പ്രദർശിപ്പിക്കാനും അവസരമുണ്ട്. ഒറ്റയ്ക്കോ കൂട്ടായോ ഗവേഷണം നടത്താനുള്ള സൗകര്യം അക്കാദമി ഒരുക്കുന്നു. പുതിയ കണ്ടുപിടിത്തങ്ങൾ പേറ്റന്റ് ചെയ്യാനും സൗകര്യമുണ്ടാക്കുന്നു. തക്ക അംഗീകാരവും സാമ്പത്തിക പ്രതിഫലവും നല്കി രജിസ്റ്റർ ചെയ്യുന്ന പേറ്റന്റ് രാജ്യത്തിന്റെ പൊതുസ്വത്തായി മാറ്റുകയാണ് ചെയ്യുന്നത്. പേറ്റന്റ് അവകാശമാണ് രാജ്യത്തിന് ലഭ്യമാകുന്നത്. ഗവേഷകരുടെ പേരിൽത്തന്നെയാണ് അവ അറിയപ്പെടുക. ഒരു വർഷം ചുരുങ്ങിയത് 20 കണ്ടുപിടിത്തങ്ങൾക്ക് പേറ്റന്റ് നല്കാറുണ്ടെന്ന് ചെയർമാൻ പറഞ്ഞു.

ഗവേഷണരംഗത്ത് ആരോഗ്യകരമായ മത്സരമാണ് നടക്കുന്നത് എന്നും അദ്ദേഹം പറഞ്ഞു. ലബോറട്ടറിയിൽ ഗാൻഷുവിലെ വിവിധ പ്രദേശങ്ങളിലെ മണ്ണിന്റെ സാമ്പിളുകൾ വിവിധയിനം വൃക്ഷങ്ങളുടെ ഇലകൾ, ചിത്രശലഭങ്ങൾ, കീടങ്ങൾ, ഫോസിലുകൾ, പുതിയ ഇനം കാരറ്റ്, ബീറ്റ്റൂട്ട്, കുമ്പളങ്ങ, പയറുവർഗ്ഗങ്ങൾ, കിഴങ്ങുവർഗ്ഗങ്ങൾ, ഗോതമ്പ്, നെല്ല്, മറ്റ് ധാന്യങ്ങൾ എല്ലാം കണ്ണാടിക്കൂടുകളിൽ നിരനിരയായി പ്രദർശിപ്പിച്ചിരിക്കുന്നു. അടുത്തകാലത്ത് കണ്ടെത്തിയ പുതിയ ഇനം ആപ്പിളും ഞങ്ങൾക്ക് കാട്ടിത്തന്നു. ആപ്പിൾകൃഷിയിൽ ഗാൻഷു വമ്പിച്ച പുരോഗതി കൈവരിച്ചിട്ടുണ്ടെന്ന് പറഞ്ഞു.

തൊട്ടടുത്ത പരീക്ഷണശാലയിലേക്ക് ഞങ്ങൾ കടന്നുചെന്നു. വലിയ പകിട്ടൊന്നുമില്ലാത്ത ഹാൾ. മേശകളിലും അലമാരകളിലും എന്തൊക്കെയോ രാസവസ്തുക്കൾ. പലതരം പച്ചക്കറികളും കിഴങ്ങുകളും വിവിധതരത്തിലുള്ള ഉപകരണങ്ങളും എല്ലാം ചിട്ടയായി ക്രമീകരിച്ചിരിക്കുന്നു. ടിഷ്യു കൾച്ചർ ഉപയോഗിച്ച് ചില ചെടികൾ വളർത്തിയെടുക്കുന്നതിന്റെ ഘട്ടങ്ങൾ അവർ ഞങ്ങൾക്ക് കാട്ടിത്തന്നു. മറ്റൊരു മുറിയിൽ വിപണനത്തിനായി കാർഷിക ഉല്പന്നങ്ങൾ ബ്രാൻഡ് ചെയ്ത് വച്ചിട്ടുണ്ടായിരുന്നു. എല്ലാം ചെറുകിട സംരംഭകരുടെ ശ്രമഫലമായി ഉണ്ടാക്കിയ ഉല്പന്നങ്ങളാണ്. കൂട്ടത്തിൽ മൂല്യവർദ്ധിത ഉല്പന്നങ്ങളുമുണ്ട്. ആപ്പിൾ ചിപ്സുകൾ പുതുമയുള്ള സാധനമായി ഞങ്ങൾക്ക് തോന്നി. വിദ്യാഭ്യാസവും ഗവേഷണവും എങ്ങനെ ജനങ്ങളുടെ ജീവിതനിലവാരം മെച്ചപ്പെടുത്താനുള്ള ഉപാധിയായി മാറുന്നു എന്ന് ഞങ്ങൾ കണ്ടറിഞ്ഞു. ഗവൺമെന്റ് ഗവേഷണത്തെ പ്രോത്സാഹിപ്പിക്കുന്ന രീതിയും ഞങ്ങളെ ആകർഷിച്ചു. സി പി സിയുടെ നാഷണൽ എക്സലന്റ് അവാർഡിനോടൊപ്പം മറ്റ് നിരവധി അവാർഡുകളും സാമ്പത്തിക പാരിതോഷികങ്ങളും ഗവേഷകരെ കാത്തിരിക്കുന്നുണ്ട്. നമ്മുടെ രാജ്യത്ത് വിദ്യാഭ്യാസ-ഗവേഷണരംഗത്ത് എന്തൊക്കെയോ പൊളിച്ചെഴുതാനുണ്ടെന്ന് എനിക്ക് തോന്നി.

അക്കാദമിയിൽ നിന്നിറങ്ങിയ ഞങ്ങൾ നേരെ പോയത് കാർഷിക യൂണിവേഴ്സിറ്റിയിലേക്കാണ്. 247 ഹെക്ടറിൽ പരന്നുകിടക്കുന്ന യൂണി

വേഴ്സിറ്റി വ്യത്യസ്ത ലോകമാണ്. 88 ഹെക്ടർ സ്ഥലം കോളേജ് ക്യാമ്പസിനുവേണ്ടി ഉപയോഗിക്കുന്നു. ശേഷിച്ച ഭാഗം കൃഷിയിടമാണ്. മുന്തിരിത്തോട്ടങ്ങളും നഴ്സറികളും എല്ലാമുണ്ട്. കൂറ്റൻ വൃക്ഷങ്ങൾ വളർന്നുനില്ക്കുന്ന ക്യാമ്പസിന്റെ ശീതളഛായയിലേക്ക് ഞങ്ങളുടെ ബസ് കടന്നുചെന്നു. എന്തൊരു ഔന്നത്യമുള്ള പരിസരം! വൃത്തിയും വെടിപ്പുമുള്ള സ്വച്ഛന്ദമായ അന്തരീക്ഷം. വിദ്യാർത്ഥികളുടെ പാദസ്പർശമേറ്റ് പുൽത്തകിടികൾ അല്പം മങ്ങിയിട്ടുണ്ടെങ്കിലും മനോഹരംതന്നെ. മരത്തണലിൽ അവിടവിടെയായി സ്ഥാപിച്ചിരിക്കുന്ന കോൺക്രീറ്റ് ബഞ്ചുകളിൽ ആൺകുട്ടികളും പെൺകുട്ടികളും ഇടകലർന്നിരുന്ന് സംസാരിക്കുന്നു. ചിലർ ഗൗരവമേറിയ ചർച്ചയിലാണ്. ചിലർ തമാശ പറഞ്ഞ് ചിരിക്കുന്നു. മറ്റു ചിലർ വൃക്ഷത്തണലിൽ ഏകരായിരുന്ന് വായിക്കുന്നു. ശരിക്കും ഒരു ക്യാമ്പസ് അന്തരീക്ഷം തന്നെ. പക്ഷേ, പരിഹസിച്ചും ലക്ഷ്യബോധമില്ലാതെ അലഞ്ഞുതിരിഞ്ഞും ബഹളമുണ്ടാക്കുന്നവരെ എങ്ങും കണ്ടില്ല. പ്രകടമായ അച്ചടക്കവും ഔന്നത്യവും അവരുടെ പെരുമാറ്റത്തിൽ അനുഭവപ്പെട്ടു. ഒറ്റക്കാഴ്ചയിൽ എല്ലാം വിലയിരുത്താൻ കഴിയില്ല. എങ്കിലും അങ്ങനെയൊരു തോന്നൽ ഉണ്ടായി എന്നത് വാസ്തവം. ലോകപ്രശസ്തമായ എല്ലാ ക്യാമ്പസുകളിലും ഇതുതന്നെയായിരിക്കും അവസ്ഥ.

ഞങ്ങൾ ഓഫീസ് കെട്ടിടത്തിന്റെ മുന്നിലെത്തി. യൂണിവേഴ്സിറ്റിയുടെ തലവൻ പ്രൊഫ. വാങ് ദി യും പ്രൊഫസർമാരുടെ ഒരു സംഘവും സ്വാഗതമോതി അകത്തേക്ക് നയിച്ചു. വരാന്തയിൽ നിറയെ വിദ്യാർത്ഥികൾ. അന്ന് ഏതൊക്കെയോ ഹ്രസ്വകാല കോഴ്സുകളിലേക്കുള്ള പ്രവേശനം നടക്കുന്നുണ്ടെന്നും അതാണ് തിരക്കെന്നും പ്രൊഫസർ പറഞ്ഞു. ആൺകുട്ടികളിലധികവും പാന്റ്സും ബനിയനും ധരിച്ചവരാണ്. പെൺകുട്ടികളും അതേവേഷം ധരിച്ചവരാണ് ഏറെയും. അപൂർവ്വമായി മുട്ടറ്റമെത്തുന്ന ഉടുപ്പുകൾ ധരിച്ചവരുമുണ്ട്. ഞങ്ങൾ കൈയുയർത്തി അവരെ അഭിവാദ്യംചെയ്തു. അവരിൽ ചിലർ കൈയുയർത്തി ചിരിച്ചു. ചിലർ അന്തംവിട്ട് നോക്കിനില്ക്കുകമാത്രം ചെയ്തു.

രണ്ടാം നിലയിലെ കോൺഫറൻസ് ഹാളിൽ ചായസല്ക്കാരത്തിന് ശേഷം ചർച്ച ആരംഭിച്ചു. പ്രൊഫ. വാങ് ദി കാര്യങ്ങൾ വിശദീകരിച്ചു. 1958 ലാണ് ഗാൻഷു അഗ്രിക്കൾച്ചറൽ യൂണിവേഴ്സിറ്റി സ്ഥാപിതമായത്. ആന്നിങ് ജില്ലയിൽ മഞ്ഞനദിയുടെ തീരത്താണ് യൂണിവേഴ്സിറ്റി സ്ഥിതിചെയ്യുന്നത്. കോളേജ് ഭരണസമിതിയുടെ കീഴിൽ 14 ഡിപ്പാർട്ട്മെന്റുകളുണ്ട്. ഇവയിലും ഉപസമിതികളിലുമായി 20 പാർട്ടി കമ്മിറ്റികൾ പ്രവർത്തിക്കുന്നു. കോളേജിന്റെ ഭരണം നിയന്ത്രിക്കുന്ന പാർട്ടി കമ്മിറ്റി സെക്രട്ടറിയും ചർച്ചയിൽ പങ്കെടുക്കുന്നുണ്ട്. സ്റ്റാഫംഗങ്ങളിൽ 500 പേർക്ക് പാർട്ടി മെമ്പർഷിപ്പുണ്ട്. വിദ്യാർത്ഥികളിൽ 700 പേർ പാർട്ടി മെമ്പർമാരാണ്. 8000 ത്തിലേറെ വിദ്യാർത്ഥികളുള്ള കോളേജിൽ പാർട്ടി മെമ്പർമാരുടെ എണ്ണം തീരെ കുറവല്ലേ എന്ന് ഞങ്ങൾ ചോദിച്ചു. പാർട്ടി

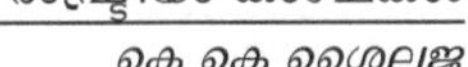

യൂണിവേഴ്സിറ്റിയിലെ ചർച്ചാ യോഗം

മെമ്പർഷിപ്പിന് ധാരാളം പേർ അപേക്ഷിക്കാറുണ്ടെന്നും എന്നാൽ ഭരണകാര്യങ്ങൾ നിയന്ത്രിക്കുന്നവർക്ക് മാത്രമേ മെമ്പർഷിപ്പ് നല്കാറുള്ളൂ എന്നും അവർ സൂചിപ്പിച്ചു. മെമ്പർഷിപ്പില്ലാത്തവരിൽ ഭൂരിഭാഗവും പാർട്ടി പ്രവർത്തനവുമായി സഹകരിക്കുന്നുണ്ടെന്നും പ്രൊഫസർ വ്യക്തമാക്കി.

ദേശീയതലത്തിലെ വിലയിരുത്തലിൽ പതിമൂന്നാമത്തെ സ്ഥാനമാണ് കാർഷിക കോളേജിനുള്ളത്. യൂണിവേഴ്സിറ്റിക്ക് കീഴിലുള്ള വിവിധ കോളേജുകളിലായി 31,000 വിദ്യാർത്ഥികൾ പഠിക്കുന്നുണ്ട്. 16,000 ത്തിലേറെപ്പേർ ബാച്ചിലർ കോഴ്സുകൾക്കും 2,500 പേർ ബിരുദാനന്തര പഠനത്തിനും 12,000 പേർ വിദൂര വിദ്യാഭ്യാസ പ്രക്രിയ അനുസരിച്ചും രജിസ്റ്റർ ചെയ്തിട്ടുണ്ട്. അഗ്രോണമി ബേസിക് വെറ്ററിനറി മെഡിസിൻ, ക്രോപ്പ് കൾട്ടിവേഷൻ ആന്റ് ഫാമിങ്, ക്രോപ് ജനിറ്റിക്സ്, ഹോർട്ടികൾച്ചർ റൂറൽ റീജിയണൽ മാനേജ്മെന്റ്, സെക്രട്ടറി എഡ്യുക്കേഷൻ തുടങ്ങി വിവിധങ്ങളായ കോഴ്സുകൾ യൂണിവേഴ്സിറ്റി കൈകാര്യം ചെ

യ്യുന്നു. ഇതോടൊപ്പം പാർട്ടി കെട്ടിപ്പടുക്കുന്നതിനാവശ്യമായ കോഴ്സുകളുമുണ്ട്. സോഷ്യൽ സയൻസ്, കൾച്ചർ ട്രാൻസ്മിഷൻ, സയന്റിഫിക് റിസർച്ച് ആന്റ് മാനേജ്മെന്റ് ടീച്ചിങ് എന്നിവ പാർട്ടി മെമ്പർക്കും പ്രവർത്തകർക്കും നല്കുന്ന ക്ലാസുകളിൽ ചിലതാണ്.

ആധുനിക ശാസ്ത്ര സാങ്കേതിക വളർച്ചയുമായി ബന്ധപ്പെട്ട അറിവ് ലോകത്തിന്റെ എല്ലാ ഭാഗത്തുനിന്നും സ്വാംശീകരിക്കുക എന്ന തീരുമാനത്തിന്റെ ഭാഗമായി ചൈന വിദ്യാഭ്യാസ മേഖലയിൽ നിരവധി മാറ്റങ്ങൾ വരുത്തിയിട്ടുണ്ട്. ഇന്റർനാഷണൽ എക്സ്ചേഞ്ച് ആന്റ് കോ-ഓപ്പറേഷൻ എന്ന രീതിയാണത്. അമേരിക്ക, ബ്രിട്ടൻ, ഇറ്റലി, റഷ്യ, ഓസ്ട്രേലിയ തുടങ്ങിയ രാജ്യങ്ങളിലെ യൂണിവേഴ്സിറ്റികളുമായി ബന്ധപ്പെടുകയും അവിടങ്ങളിലേക്ക് വിദ്യാർത്ഥികളെ ഉപരിപഠനത്തിന് തെരഞ്ഞെടുത്തയക്കുകയും ചെയ്യുന്നു. ഇക്കാര്യത്തിൽ 1+2+1 എന്ന രീതിയാണ് സ്വീകരിക്കുന്നത്. ഒന്നാംവർഷം ചൈനയിൽ പഠിക്കുന്ന വിദ്യാർത്ഥി രണ്ടു വർഷം വിദേശത്ത് പഠിക്കുന്നു. തിരിച്ചുവന്ന് ഒരുവർഷം വീണ്ടും ചൈനയിൽ പഠിക്കുന്നു. വിദേശികളായ ധാരാളം വിദ്യാർത്ഥികൾ ചൈനയിലും വിദ്യാഭ്യാസം തേടിയെത്തുന്നുണ്ട്. ചൈനയിലെ ഉയർന്ന വിദ്യാഭ്യാസ നിലവാരവും കുറഞ്ഞ ഫീസുമാണ് വിദേശികളെ ആകർഷിക്കുന്നത്. ബാച്ചിലർ കോഴ്സുകളിലേക്ക് പ്രതിവർഷം 1,000 യുവാൻ ആണ് ഫീസ്. ഉന്നത പഠനത്തിന് 20,000 യുവാൻ ഫീസ് നല്കണം. ഇപ്പോൾ ഇംഗ്ലീഷ് പഠനത്തിന് പ്രത്യേക പ്രോത്സാഹനം നല്കുന്നുണ്ട്. അദ്ധ്യാപകരുടെ പ്രതിഫലമെങ്ങനെയാണെന്നറിയാൻ ഞങ്ങൾക്ക് താല്പര്യമുണ്ടായിരുന്നു. പ്രൊഫസർമാർക്ക് തുടക്കത്തിൽ 5,000 യുവാൻ പ്രതിമാസ ശമ്പളം. ലക്ചറർമാർക്ക് 3,000 യുവാൻ. ഇവയ്ക്ക് പുറമെ പലതരത്തിലുള്ള ഇൻസെന്റീവുകൾ ഉണ്ടെന്നും അവ യഥാർത്ഥ ശമ്പളത്തേക്കാൾ എത്രയോ കൂടുതലാണെന്നും പ്രൊഫസർ വാങ് ദി പറഞ്ഞു. ചുരുക്കത്തിൽ അവരെല്ലാം തൃപ്തരാണ്. മാത്രമല്ല, സ്വന്തം കഴിവ് തെളിയിക്കേണ്ടവർക്ക് ഗവേഷണത്തിനുള്ള അവസരവുമുണ്ട്. ഇനി നമുക്ക് യൂണിവേഴ്സിറ്റിയുടെ വൈൻ പ്രൊഡക്ഷൻ സെന്റർ കാണാമെന്ന് പ്രൊഫസർ പറഞ്ഞു.

20

വൈൻനിർമ്മാണവും ജലചക്രപാർക്കും

കാർഷിക യൂണിവേഴ്സിറ്റിയിൽ നിന്ന് മടങ്ങുന്നതിനു മുമ്പ് അവരുടെ വൈൻ ഉല്പാദനകേന്ദ്രം സന്ദർശിക്കണമെന്ന് പ്രൊഫസർ വാങ്ദി ഞങ്ങളോട് അഭ്യർത്ഥിച്ചു. പ്രധാന ഓഫീസ് കെട്ടിടത്തിന്റെ മറ്റൊരു ഭാഗത്താണ് വൈൻ പ്രൊഡക്ഷൻ സെന്റർ. അകത്തെ ഇടനാഴികളിലൂടെ നടന്നാൽ ഈ കെട്ടിടത്തിലെത്താം. താഴേക്ക് നോക്കിയാൽ പരന്നുകിടക്കുന്ന മുന്തിരിത്തോട്ടം കാണാം. സർവ്വകലാശാലയുടെ സ്വന്തം തോട്ടമാണിത്. പുതിയ ഇനം മുന്തിരികൾ വികസിപ്പിച്ചെടുക്കാനുള്ള പരീക്ഷണവും ഇവിടെ നടക്കുന്നുണ്ടെന്ന് അദ്ധ്യാപകർ പറഞ്ഞു. മുന്തിരികൃഷിയുടെ വിശേഷങ്ങൾ പങ്കിട്ടുകൊണ്ട് ഞങ്ങൾ ഇടനാഴിയിലൂടെ നടന്നു. വീഞ്ഞ് നിർമ്മാണശാലയിലേക്ക് പ്രവേശിച്ചു. ഒരു വലിയ ഹാളിൽ അവിടവിടെയായി വലിയ യന്ത്രങ്ങളും ഫണലുകളും മറ്റും സ്ഥാപിച്ചിരിക്കുന്നു. ഒരുഭാഗത്ത് കാണാൻ ഭംഗിയുള്ള കുറെ വീപ്പകൾ അട്ടിയിട്ടിരിക്കുന്നു. മുന്തിരിപ്പഴങ്ങൾ ശുദ്ധീകരിക്കുന്നതിനും പിഴിഞ്ഞ് സത്ത് എടുക്കുന്നതിനുമുള്ള യന്ത്രങ്ങളാണ് അവയെന്ന് പ്രൊഫസർ പറഞ്ഞു. മുന്തിരിച്ചാറ് ഫെർമന്റേഷന് ആവശ്യമായ ഘടകങ്ങളും ചേർത്ത് വലിയ വീപ്പകളിൽ താഴെയുള്ള നിലവറയിലേക്ക് മാറ്റും. ഒരുമാസക്കാലം നിലവറയിൽ സൂക്ഷിച്ചു കഴിയുമ്പോഴേക്കും അത് വീഞ്ഞായി രൂപപ്പെട്ടിരിക്കും. ഞങ്ങൾ നിലവറയിലേക്ക് ഇറങ്ങിച്ചെന്നു. സാധാരണയായി വീഞ്ഞ് പുളിപ്പിക്കാൻ വച്ചാൽ നിലവറ തുറക്കില്ല. ശീതോഷ്ണാവസ്ഥ ക്രമീകരിച്ചുവച്ച അറയാണത്. അതിഥികൾ എന്ന നിലയിൽ നിലവറ കാണാൻ ഞങ്ങൾക്ക് പ്രത്യേക പരിഗണന തന്നതാണ്. അതുകൊണ്ടുതന്നെ ഒച്ചവച്ച് സംസാരിക്കുകയോ അമർത്തിച്ചവുട്ടി ശബ്ദമുണ്ടാക്കുകയോ ചെയ്യാതെ തികഞ്ഞ അച്ചടക്കത്തോടെ ഞങ്ങൾ പതുക്കെ അവിടേക്ക്

ഇറങ്ങിച്ചെന്നു. അരണ്ടവെളിച്ചത്തിൽ തറയിൽ നിരവധി വീപ്പകൾ നിരത്തിവച്ചിരിക്കുന്നു. കൂറ്റൻ ചെണ്ടകൾ തിരശ്ചീനമായി ഉറപ്പിച്ചുവച്ചതുപോലെയുണ്ട്. മങ്ങിയ വെളിച്ചവും നിശ്ശബ്ദതയും അഴകുള്ള വീപ്പകളുമൊക്കെച്ചേർന്നപ്പോൾ നിധികുംഭങ്ങൾ സൂക്ഷിച്ചുവച്ച അത്ഭുതക്കോട്ടയിൽ എത്തിയതുപോലെ തോന്നി എനിക്ക്. അധികനേരം തങ്ങാതെ ഞങ്ങൾ നിലവറയിൽ നിന്ന് പുറത്തു കടന്നു. വേഗംതന്നെ പോയത് കെട്ടിടത്തിന്റെ മറ്റൊരു ഭാഗത്തുള്ള വൈൻപാർലറിലേക്കാണ്. സ്വീകരണമുറിയിൽ തന്നെ ചുമരോട് ചേർന്ന് അലമാരകളിൽ ആകർഷകങ്ങളായ വൈൻ ബോട്ടിലുകൾ നിരനിരയായി വെച്ചിരിക്കുന്നു. തൊട്ടടുത്ത് ഹോട്ടലുകളിലേതുപോലെ വട്ടമേശകളും ചുറ്റും കസേരകളും നിരത്തിയിരിക്കുന്നു. അതിഥി സൽക്കാരത്തിനുള്ള കൊച്ചുമുറി വേറെയുമുണ്ട്.

ഞങ്ങളെ ആതിഥേയർ ആ മുറിയിലേക്ക് കൊണ്ടുപോയി. ദീർഘവൃത്താകൃതിയിലുള്ള ഒരു മേശക്കുചുറ്റും അഴകുള്ള കസേരകൾ നിരത്തിയിട്ടുണ്ട്. മേശപ്പുറത്താകട്ടെ വൈൻ ഗ്ലാസുകളിൽ ഇളം പിങ്ക് നിറത്തിലുള്ള ദ്രാവകം പകർന്നുവച്ചിരിക്കുന്നു. ഇവിടെ വൈൻ വില്പനയുണ്ടോ എന്ന് ഞങ്ങൾ ചോദിച്ചു. ഇല്ല, ഈ വൈൻശേഖരം ഇവിടുത്തെ വിദ്യാർത്ഥികൾക്ക് നല്കാനുള്ളതാണെന്ന് പ്രൊഫസർ പറഞ്ഞു. ഞങ്ങൾ നെറ്റിചുളിച്ചു. വിദ്യാർത്ഥികൾക്ക് കോളേജിൽ നിന്ന് ലഹരി പദാർത്ഥം നല്കുകയോ? ആല്ക്കഹോൾ അംശം തീരെ കുറഞ്ഞ വൈൻ മാത്രമേ ഉല്പാദിപ്പിക്കുന്നുള്ളു എന്നും നിശ്ചിത അളവിൽ മാത്രമേ വിതരണം ചെയ്യുകയുള്ളൂ എന്നും പ്രൊഫസർ കൂട്ടിച്ചേർത്തു. മേശപ്പുറത്ത് ഇരിക്കുന്നത് യൂണിവേഴ്സിറ്റിയിൽ നിർമ്മിച്ച പ്രത്യേക ഇനമായ റോസ് വൈനാണെന്നും അല്പം രുചിച്ചുനോക്കണമെന്നും അദ്ദേഹം പറഞ്ഞു. ഞങ്ങൾ റോസ്വൈൻ രുചിച്ചുനോക്കി. പറഞ്ഞതു ശരിതന്നെ. ആൾക്കഹോൾ ചുവയില്ലാത്ത ഇളം മധുരമുള്ള ഒരു ദ്രാവകമായിരുന്നു അത്. രുചി നോക്കിയതേയുള്ളൂ ഞങ്ങളിലധികംപേരും അത് മുഴുവൻ കഴിച്ചില്ല.

പുരാതനകാലം മുതൽ ചൈനക്കാർ വീഞ്ഞ് ഉപയോഗിക്കുന്നുണ്ട്. വീഞ്ഞ് അപകടകാരിയായ ഒരു ലഹരിവസ്തുവായി അവർ കാണുന്നില്ല. പണ്ടുപണ്ടേ ആളുകൾ മുന്തിരി കൃഷി ചെയ്യുകയും സ്വന്തമായി വീഞ്ഞ് ഉണ്ടാക്കുകയും ചെയ്യാറുണ്ട്. ഹാൻ രാജവംശത്തിന്റെ കാലംമുതൽ മുന്തിരിയിൽ നിന്ന് വീഞ്ഞ് ഉണ്ടാക്കാനുള്ള വിദ്യ ചൈനക്കാർ സ്വായത്തമാക്കിയിരുന്നു. ജനകീയ വിപ്ലവത്തിന് മുമ്പുള്ള ചൈനയിൽ കൊടുംപട്ടിണിക്കാരായ തൊഴിലാളികൾക്ക് നല്ല വൈൻ ഒരു സ്വപ്നം മാത്രമായിരുന്നു. ഭൂവുടമകളായ പണക്കാരുടെ പത്തായപ്പുരകളിൽ ലിറ്റർ കണക്കിന് വൈൻ ശേഖരിച്ചുവക്കാറുണ്ടായിരുന്നു. തൊഴിലാളികളുടെ ഇടയിൽ വിലകുറഞ്ഞ നാടൻ ലഹരി പദാർത്ഥങ്ങളല്ലാതെ മുന്തിയ ഇനം വൈനും മറ്റും പ്രചാരത്തിലുണ്ടായിരുന്നില്ല. ചൈനക്കാരുടെ പുരാണമനു

സരിച്ച് മദ്യത്തിന്റെ അധിപയായ ഒരു ദേവതയുണ്ട്. യിദി (YiDi) എന്നാണ് പേര്. പണ്ടുപണ്ട് യു (Yu) രാജാവിന്റെ മകൾ തന്റെ അച്ഛനോടുള്ള ആദരവും സ്നേഹവും പ്രകടമാക്കാൻ അതിവിശിഷ്ടമായ എന്തെങ്കിലും അദ്ദേഹത്തിന് സമ്മാനമായി നല്കാൻ ആഗ്രഹിച്ചത്രെ. അവൾ തന്റെ സുഹൃത്തിനോട് അങ്ങനെയെന്തെങ്കിലും വിശിഷ്ടവസ്തു നിർമ്മിച്ചു നല്കാൻ ആവശ്യപ്പെട്ടു. യിദി എന്ന കൂട്ടുകാരി മാസങ്ങളോളം നടത്തിയ പരീക്ഷണങ്ങൾക്കൊടുവിൽ പഴച്ചാറുകൾകൊണ്ട് അതിവിശിഷ്ടമായ ഒരു പാനീയം നിർമ്മിച്ചെടുത്തു. അത്യധികം രുചികരവും പുതുമയാർന്നതുമായ ഈ പാനീയം രാജാവ് ഏറെ ഇഷ്ടപ്പെട്ടെങ്കിലും അതിന് പിന്നിലൊരു അപകടമുണ്ടെന്ന് ബുദ്ധിമാനായ രാജാവ് മനസ്സിലാക്കി. ലഹരിയുളവാക്കുന്ന ഈ ദ്രാവകം കഴിച്ചാൽ തലയ്ക്ക് മത്തുപിടിക്കുമെന്നും ഭരണകാര്യങ്ങൾ തകിടം മറിയുമെന്നും മനസ്സിലാക്കിയ യു രാജാവ് പെട്ടന്നുതന്നെ അതിന്റെ നിർമ്മാണവും വിതരണവും നിരോധിച്ചു. എങ്കിലും യിദി മദ്യത്തിന്റെ ദേവതയായി ഇന്നും കണക്കാക്കപ്പെടുന്നു. ആധുനികകാലത്ത് ഡിസ്റ്റിലേഷൻ ടെക്നോളജി വികസിച്ചപ്പോഴാണ് വൈനിൽ നിന്ന് സ്പിരിറ്റ് കലർന്ന ദ്രാവകം (ബ്രാണ്ടി) ഉണ്ടാക്കാൻ തുടങ്ങിയത്. യൂണിവേഴ്സിറ്റിയിൽ ശുദ്ധമായ വൈൻ മാത്രമാണ് ഉല്പാദിപ്പിക്കുന്നത്.

ക്രിസ്റ്റൽ, പർപ്പിൾ, പിങ്ക്, ഗ്രീൻ, പുളിയുള്ളത്, അതിമധുരമുള്ളത് തുടങ്ങി വിവിധയിനം മുന്തിരികൾ സർവ്വകലാശാലയുടെ തോട്ടത്തിൽ കൃഷി ചെയ്യുന്നുണ്ട്. മുയൽകണ്ണി (Rabit eye) എന്നയിനവും കുരുമുളകിന്റെ വലുപ്പമുള്ള 'സുവൊ- സുവൊ' എന്നയിനവും അതിമധുരമുള്ളതാണെന്ന് സഖാക്കൾ പറഞ്ഞു. മഞ്ഞ നദിയുടെ തീരത്ത് ടൺ കണക്കിന് മുന്തിരി ഉല്പാദിപ്പിക്കുന്ന തോട്ടമുണ്ട്. കർഷകരുടെ പ്രധാനപ്പെട്ട ജീവിതോപാധികൂടിയാണ് മുന്തിരികൃഷി. ലോകത്തിൽ ഇപ്പോൾ ഏകദേശം 751 മില്യൺ ക്വിന്റൽ മുന്തിരി ഉല്പ്പാദിപ്പിക്കുന്നുണ്ട്. അതിൽ 115 മില്യൺ ക്വിന്റൽ ചൈനയുടെ സംഭാവനയാണ്.

ഉല്പാദിപ്പിക്കുന്ന മുന്തിരിയുടെ പകുതിയിലേറെയും വൈൻ നിർമ്മാണത്തിന് ഉപയോഗിക്കുന്നു. ശേഷിച്ചഭാഗം ശീതളപാനീയവും മറ്റും നിർമ്മിക്കാൻ ഉപയോഗിക്കുന്നു. പുത്തൻനയങ്ങൾ സ്വീകരിച്ച 1980കൾക്കുശേഷം ചൈനയിൽ വൈൻ ഉല്പാദനം വൻതോതിൽ വർദ്ധിച്ചിട്ടുണ്ട്. നാടനും വിദേശിയുമായ നിരവധി കമ്പനികൾ പ്രവർത്തനമാരംഭിച്ചു. അമേരിക്ക, ഫ്രാൻസ് തുടങ്ങി നിരവധി രാജ്യങ്ങളുമായുള്ള സംയുക്ത സംരംഭങ്ങളുമുണ്ട്. 'ചൈനാ ഗ്രെയ്റ്റ്വാൾ കമ്പനി ലിമിറ്റഡ്' എന്ന ദേശീയ കമ്പനിയാണ് അതിൽ പ്രമുഖമായത്. ലോകത്തിൽ ഏറ്റവും കൂടുതൽ വൈൻ കച്ചവടം ചെയ്യുന്ന പത്ത് രാഷ്ട്രങ്ങളിൽ ഒന്ന് ചൈനയാണ്. 90 ശതമാനവും ആഭ്യന്തര വിപണിയിലേക്കാണ് ഈ ഉല്പന്നങ്ങൾ പോകുന്നതെങ്കിലും അടുത്തകാലത്തായി കയറ്റുമതി വർദ്ധിച്ചുവരുന്നുണ്ട്. കാലിഫോർണിയയിലെയും കാനഡയിലെയും ഷെൽഫുകളിൽ

ചൈനീസ് വൈൻ പ്രഥമസ്ഥാനം നേടിയെന്ന് പറഞ്ഞുവരുന്നുണ്ട്. മുന്തിരി ഉപഭോഗത്തിന്റെ കാര്യത്തിൽ ചൈനയ്ക്ക് ലോകത്തിൽ അഞ്ചാം സ്ഥാനമാണുള്ളത്. ആൾക്കഹോൾ അംശം ആറുശതമാനത്തിൽ കുറഞ്ഞ പാനീയങ്ങളാണ് കൂടുതലായും മാർക്കറ്റിൽ ഇറക്കുന്നത്. മുമ്പ് ഏറ്റവും കൂടുതൽ ബിയർ ഉല്പാദിപ്പിക്കുന്ന രാജ്യം ചൈനയായിരുന്നു. ചൈനയുടെ ദേശീയ വരുമാനത്തിന്റെ നല്ലൊരു പങ്ക് വൈൻ വ്യാപാരത്തിലൂടെ ലഭിക്കുന്നുണ്ട് എന്ന് പ്രൊഫസർ പറഞ്ഞു.

ലഹരി ഉപയോഗത്തിന്റെ ഭാഗമായുണ്ടാകുന്ന സാമൂഹ്യവിപത്തുകളെക്കുറിച്ച് ഞങ്ങൾ ചോദിച്ചു. സ്വാഭാവികമായും മദ്യപാനത്തിന്റെ അളവ് വർദ്ധിക്കുന്നത് വിപത്ത് തന്നെയാണെന്ന് സഖാക്കൾ പറഞ്ഞു. ഗവൺമെന്റ് ഇതേക്കുറിച്ച് ഗൗരവമായി ചിന്തിക്കുന്നുണ്ട്. നിയമങ്ങൾ കർക്കശമാക്കിയും പ്രചാരണങ്ങൾ സംഘടിപ്പിച്ചും മദ്യഉപഭോഗം കുറയ്ക്കാൻ പരിശ്രമിക്കുന്നുണ്ട്. 'ഓർഗാനിക് വൈൻ' പോലുള്ള പാനീയങ്ങൾ മാർക്കറ്റിലിറക്കി അമിതലഹരിയിൽ നിന്ന് ജനങ്ങളെ രക്ഷിക്കാനുള്ള നീക്കവും നടത്തുന്നു. മദ്യപാനംമൂലമുണ്ടാകുന്ന പ്രശ്നങ്ങൾ പഠിക്കാൻ പ്രത്യേക സംവിധാനമുണ്ട്. 6.9% പുരുഷന്മാരിലും 0.2% സ്ത്രീകളിലും തരക്കേടുകൾ കണ്ടെത്തിയിട്ടുണ്ട്. അത് പരിഹരിക്കാനുള്ള ചികിത്സാകേന്ദ്രങ്ങളും വ്യാപകമാക്കാൻ തീരുമാനിച്ചിട്ടുണ്ട്. മദ്യപിച്ച് വാഹനമോടിക്കുന്നത് ഗുരുതരമായ കുറ്റമാണ് ചൈനയിൽ. രക്തത്തിൽ 0.02% (100 ml. രക്തത്തിൽ) ആൾക്കഹോൾ ഉണ്ടെന്ന് തെളിഞ്ഞാൽ ഡ്രൈവിങ് ലൈസൻസ് എന്നെന്നേക്കുമായി റദ്ദാക്കും. ഷാങ്ഹായ്പോലുള്ള വൻകിട നഗരങ്ങളിലൊഴികെ മറ്റെല്ലായിടത്തും ഇത് ഫലപ്രദമായി നടപ്പാക്കുന്നുണ്ടെന്ന് പ്രൊഫസർമാർ പറഞ്ഞു. പ്രായപൂർത്തിയാകാത്തവർക്ക് മദ്യം നൽകുന്നത് തടയുന്ന നിയമം 2006 ൽ കൂടുതൽ കർശനമാക്കിയിട്ടുണ്ട്. എങ്കിലും ചൈനയിലെ പുത്തൻ സാമ്പത്തിക പരിഷ്കരണത്തിന്റെ ഭാഗമായി ഉപഭോഗഭ്രാന്ത് ചൈനയെയും കടന്നാക്രമിക്കാൻ ഇടയുണ്ടെന്നും മദ്യാസക്തി പെരുകാൻ ഇടയുണ്ടെന്നും ഞങ്ങൾ ആശങ്ക പ്രകടിപ്പിച്ചു. എന്നാൽ, തൊഴിൽസമയത്തും പൊതു ഇടങ്ങളിലും മദ്യ ഉപഭോഗം കർശനമായി തടഞ്ഞുകൊണ്ട് അത് നിയന്ത്രിക്കാൻ കഴിയുമെന്ന ശുഭാപ്തി വിശ്വാസമാണ് ചൈനയിലെ സഖാക്കൾ പ്രകടിപ്പിച്ചത്.

ഞങ്ങൾ കാർഷിക സർവ്വകലാശാലയിൽ നിന്ന് പുറത്തേക്ക് കടക്കുകയാണ്. പഠനവും ഗവേഷണവും തൊഴിലും കോർത്തിണക്കിക്കൊണ്ടുള്ള കാർഷിക അക്കാദമിയുടെയും സർവ്വകലാശാലയുടെയും പ്രവർത്തനത്തിൽ ഞങ്ങൾക്ക് മതിപ്പ് തോന്നി. തികച്ചും മാതൃകാപരമെന്ന് ഞങ്ങൾ അവരെ അഭിനന്ദിച്ചു. കുട്ടികൾ താമസിക്കുന്ന ഹോസ്റ്റൽ കെട്ടിടങ്ങൾക്കിടയിലൂടെ ഞങ്ങളുടെ ബസ് പുറത്തേക്ക് യാത്രയായി. റോഡിന് തൊട്ടരികിൽ ആൺകുട്ടികളുടെ ഹോസ്റ്റലാണ്. മറുവശത്ത് നോക്കിയാൽ കാണാവുന്ന അകലത്തിൽ പെൺകുട്ടികളുടെ ഹോസ്റ്റലുണ്ട്.

ഹോസ്റ്റലിനോട് ചേർന്ന് വിദ്യാർത്ഥികൾ സാധനങ്ങൾ വാങ്ങാനാവശ്യമായ സ്റ്റോറുകൾ, കോഫി ഹൗസുകൾ, ഐസ്ക്രീം പാർലറുകൾ തുടങ്ങിയവയുമുണ്ട്. വെളുത്ത ചൈനക്കാരും കറുത്ത ആഫ്രിക്കക്കാരും നന്നേ പതിഞ്ഞമൂക്കും വട്ടമുഖവുമുള്ള തിബറ്റൻകാരുമടക്കമുള്ള കുട്ടികൾ ക്യാമ്പസിൽ തെക്കുവടക്ക് നടക്കുന്നുണ്ട്. അവർക്കിടയിലൂടെ നല്ലൊരു വിദ്യാഭ്യാസസ്ഥാപനത്തിൽ മണിക്കൂറുകൾ ചെലവഴിച്ച ചാരിതാർത്ഥ്യത്തോടെ ഞങ്ങൾ പുറത്തേക്കിറങ്ങി.

ജലചക്രങ്ങൾക്കിടയിൽ

പോകുന്ന വഴിയിൽ ഞങ്ങൾ കിലിഹി ജില്ലയിലെ പ്രസിദ്ധമായ ജലചക്രപാർക്ക് (water wheel park) കാണാൻ തീരുമാനിച്ചിരുന്നു. ഞങ്ങൾ യാത്ര ചെയ്യുന്ന ബിൻഹെ റോഡിന്റെ പടിഞ്ഞാറുഭാഗത്താണ് പാർക്ക്. പാർക്കിന്റെ പടിഞ്ഞാറുഭാഗത്തു കൂടി മഞ്ഞനദി ശാന്തമായൊഴുകുന്നു. മുമ്പ് പറഞ്ഞതുപോലെ 'കുസൃതി' കാണിക്കാനുള്ള ലക്ഷണമൊന്നുമില്ല. നദിക്കരയിൽ നദീമാതാവിന്റെ കൂറ്റൻ പ്രതിമ. ഒറ്റക്കല്ലിൽ തീർത്ത പൂർണ്ണകായ പ്രതിമയാണത്. കാലുകൾ നീട്ടിവച്ച് ഒരുവശം ചരിഞ്ഞുകിടക്കുന്ന അമ്മയുടെ അരികിൽ കമിഴ്ന്ന് കിടന്ന് തലയുയർത്തി നോക്കുന്ന കുഞ്ഞുമുണ്ട്. മാതൃത്വത്തിന്റെ വാത്സല്യവും അന്തസ്സും മുഴുവൻ ആവാഹിച്ച ആ മനോഹര ശില്പത്തിന് മുന്നിൽ ആരും നിർന്നിമേഷരായി ഒരു നിമിഷം നിന്നുപോകും. വാട്ടർവീൽ പാർ

ജലചക്രപാർക്കിൽ

ക്കിന്റെ കിഴക്കുഭാഗത്ത് സുന്ദരമായ വെള്ള പഗോഡ ഉദ്യാനവും തെക്കു ഭാഗത്ത് വെൺമേഘക്ഷേത്രവുമുണ്ട്.

അവയൊന്നും കാണാൻ ഞങ്ങൾക്ക് സമയമില്ല. ജലചക്ര പാർക്കിന്റെ കൂറ്റൻ കവാടത്തിന് മുന്നിൽ ഞങ്ങളുടെ ബസ് നിർത്തി. കല്ലുകൾ പാകിയ നടപ്പാതയിലൂടെ ഞങ്ങൾ അകത്തേക്ക് നടന്നു. വിശാലമായ പാർക്കിൽ അവിടവിടെയായി ചെറുതും വലുതുമായ ജലചക്രങ്ങൾ ഉറപ്പിച്ചുവച്ചിരിക്കുന്നു. ചിലത് കറങ്ങുന്നുണ്ട്. ചിലത് നിശ്ചലമാണ്. നടപ്പാതകൾക്കിരുവശത്തും പൂച്ചെടികൾ വച്ചുപിടിപ്പിച്ചിട്ടുണ്ട്. ഇടയിൽ മിനുസമുള്ള വലിയ ഉരുളൻ കല്ലുകളിൽ ചൈനീസ് അക്ഷരമാലകളിൽ എന്തൊക്കെയോ എഴുതിവച്ചിട്ടുണ്ട്. പ്രവേശനകവാടത്തിനരികിലുള്ള തൂക്കുപാലവും കടന്ന് ഞങ്ങൾ ഒരു വലിയ ജലചക്രത്തിനരികിലെത്തി.

പ്രാചീന ചൈനയിലെ ജലസേചന ഉപകരണമാണ് ജലചക്രങ്ങൾ. ഒരു ഷാഫ്റ്റിന് ചുറ്റും നിരവധി ബ്ലേഡുകൾ (ദലങ്ങൾ) തിരശ്ചീനമായി ക്രമീകരിച്ചുവച്ച സംവിധാനമാണ് ജലചക്രം. പൽച്ചക്രത്തിന്റെ ഇതളിൽ വെള്ളം പതിക്കുമ്പോൾ ചക്രം കറങ്ങും. കോരിയെടുത്ത വെള്ളവുമായി ചക്രങ്ങൾ ഒന്നിനുപിറകെ മറ്റൊന്നായി മുകളിലേക്ക് പോകും. ഒരു അർദ്ധവൃത്തം പൂർത്തിയാക്കിയാൽ ചക്രങ്ങൾ താഴേക്ക് കറങ്ങും. കോരിയെടുത്ത വെള്ളം പ്രത്യേക പാത്തികളിൽ നിക്ഷേപിച്ചുകൊണ്ടാണ് ദലങ്ങൾ താഴേക്ക് വരിക. കനാലുകൾ പോലുള്ള നീണ്ട പാത്തികളിലൂടെ വെള്ളം എത്ര ദൂരെ വേണമെങ്കിലും എത്തിക്കാം. ഊർജ്ജ ഉപഭോഗം തീരെ ആവശ്യമില്ലാത്ത ജലസേചന മാർഗ്ഗമാണിത്. കുട്ടിക്കാലത്ത് ഞങ്ങളുടെ നാട്ടിൽ ഇതുപോലുള്ള ജലചക്രത്തിന്റെ കൊച്ചുപതിപ്പുകൾ ഉണ്ടായിരുന്നു. ചെറിയ തോടുകളിൽനിന്ന് നെൽവയലിലേക്ക് വെള്ളം ചവിട്ടിത്തേവുന്ന ചക്രങ്ങളാണത്. ഒരാൾ നിന്ന് ചക്രം ചവിട്ടി തിരിക്കുമ്പോഴാണ് വെള്ളം മുകളിലേക്ക് തേവുക. സ്വമേധയാ ചലിക്കുന്ന ഇത്ര വലിയ ചക്രങ്ങൾ ഞാനാദ്യമായി കാണുകയാണ്.

ചൈനയിൽ മിങ്. രാജവംശത്തിന്റെ കാലം മുതൽ ജലസേചന ചക്രങ്ങൾ ഉണ്ടായിരുന്നത്രെ. ടൈഗർവീൽ എന്നാണ് ഇവ അറിയപ്പെടുന്നത്. 10 മീറ്റർ (33 അടി) മുതൽ 20 മീറ്റർ (66 അടി) വരെയാണ് സാധാരണ ചക്രങ്ങളുടെ വ്യാസം. വലിയ ചക്രങ്ങൾ ഉപയോഗിച്ച് 4 ലക്ഷം ചതുരശ്ര അടി നിലം നനയ്ക്കാനാവുമെന്ന് പറയുന്നു. അന്യംനിന്നുപോകുന്ന ജലചക്രങ്ങളെ പുനരുജ്ജീവിപ്പിക്കാൻ ലാൻഷു ടൂറിസം വകുപ്പ് തയ്യാറാക്കിയ പ്രത്യേക പദ്ധതി പ്രകാരമാണ് പാർക്ക് സ്ഥാപിച്ചത്. പ്രവിശ്യയിലെ ഒരു മുതിർന്ന ആശാരിയായ ഗാവോ ക്വിറോങ് ആണ് പാർക്ക് രൂപകല്പന ചെയ്തത്.

പാർക്കിൽ ഉടനീളം ചൈനയുടെ പ്രാചീന കാർഷിക സംസ്കൃതിയുടെ അടയാളങ്ങൾ പ്രദർശിപ്പിച്ചിട്ടുണ്ട്. ചോളക്കുലകളും ഗോതമ്പു കതിർക്കറ്റകളും കൊണ്ടലങ്കരിച്ച കുടിലുകൾ, പഴയ അളവുപാത്രങ്ങൾ,

ജലചക്രപാർക്കിൽ
വയോജനങ്ങളോടൊപ്പം

ധാന്യങ്ങൾ സൂക്ഷിക്കാനുള്ള കൂടകൾ, പണിയായുധങ്ങൾ എല്ലാം അക്കൂട്ടത്തിലുണ്ട്. നൂറുകണക്കിനാളുകളാണ് സായാഹ്നസവാരിക്കായി പാർക്കിൽ എത്തിയിരിക്കുന്നത്. ഞങ്ങൾ അവരിൽ ചലരോട് ചങ്ങാത്തം കൂടി. അവരുടെ ഒപ്പംനിന്ന് ഫോട്ടോ എടുത്തു. എല്ലാവരും പ്രസന്നവദനരായി ചങ്ങാത്തം പ്രകടിപ്പിച്ചു. ദശകങ്ങൾക്ക് മുമ്പുള്ള ഒരു ചരിത്രഘട്ടത്തിലൂടെ സഞ്ചരിക്കുന്നതായി ഞങ്ങൾക്ക് തോന്നി. കുറേനേരം ഞങ്ങൾ മഞ്ഞനദിക്കരയിൽ സ്വസ്ഥമായി ഇരുന്നു. അസ്തമയ സൂര്യന്റെ പൊൻകിരണമേറ്റ് മഞ്ഞനദി കൂടുതൽ സ്വർണ്ണാഭമായി മാറിയിരിക്കുന്നു. കുളിർമയുള്ള നനുത്ത കാറ്റ് ഞങ്ങളെ തലോടി കടന്നുപോയി. പെട്ടന്നാണ് സമയത്തെക്കുറിച്ച് ബോധമുണ്ടായത്. ഞങ്ങൾക്ക് പോകണം. ജലചക്രപാർക്കിൽ നിന്നു മാത്രമല്ല. നാളെ രാവിലെ ചൈനയോടുതന്നെ വിട പറയണം. യാദൃച്ഛികമായി പരിചയപ്പെട്ട സുഹൃത്തുക്കളോട് യാത്ര പറഞ്ഞ് ഞങ്ങൾ പുറത്തിറങ്ങി.

21

ചൈനയിലെ സ്ത്രീമുന്നേറ്റം

ചൈനയിലേക്ക് പോകുമ്പോൾതന്നെ അവിടത്തെ സ്ത്രീസമൂഹത്തെക്കുറിച്ച് അറിയാൻ ഏറെ ആഗ്രഹിച്ചിരുന്നു. ഞങ്ങൾക്ക് പ്രത്യേകമായി ചർച്ച ചെയ്യാൻതന്ന വിഷയം 'നഗരവല്ക്കരണവും കുടിയേറ്റവും' എന്നതായതിനാൽ സ്ത്രീപ്രശ്നങ്ങളെക്കുറിച്ച് പ്രത്യേകം ചർച്ച സംഘടിപ്പിക്കാൻ സമയമുണ്ടാവില്ല എന്ന് നേരത്തെ തന്നെ സൂചന ലഭിച്ചിരുന്നു. എങ്കിലും മഹിളാപ്രസ്ഥാനങ്ങളുടെ നേതാക്കളെ ആരെയെങ്കിലും സന്ദർശിക്കാൻ അവസരമുണ്ടോ എന്ന് സ്വിങ്ങിനോടു ചോദിച്ചു. പരിശ്രമിക്കാമെന്നു പറഞ്ഞെങ്കിലും പത്തുദിവസത്തെ തിരക്കിട്ട പരിപാടികൾക്കിടയിൽ അതിന് അവസരം ലഭിച്ചില്ല. വിപ്ലവാനന്തര ചൈനയിൽ സ്ത്രീ പദവിയിലുണ്ടായ മാറ്റത്തെക്കുറിച്ച് സ്വിങ്ങിനോടും എമ്മയോടും മാത്രമല്ല ഞങ്ങൾ സന്ദർശിച്ച കമ്യൂണിലെ അന്തേവാസികളോടും യൂണിവേഴ്സിറ്റിയിലെ പ്രൊഫസർമാരോടും വിവരങ്ങൾ ആരായുകയുണ്ടായി. ചൈനയിലെ മഹിളാസംഘടനകളുടെ ചില ലഘുലേഖകളും ഞങ്ങൾ സംഘടിപ്പിച്ചു. ഇവയിൽനിന്നെല്ലാം പൊതുവെ മനസ്സിലായത് നൂറ്റാണ്ടുകളായി അടിമത്വത്തിന്റെ ഭാരം പേറിയിരുന്ന സ്ത്രീകൾ കമ്യൂണിസ്റ്റ് വിപ്ലവത്തിന് ശേഷം ജീവിതത്തിന്റെ മുഖ്യധാരയിലേക്ക് ബഹുദൂരം മുന്നേറിയിരിക്കുന്നു എന്നാണ്.

1949 ന് മുമ്പ് ലോകത്തിലെ ഏറ്റവും യാഥാസ്ഥിതികവും സ്ത്രീവിരുദ്ധവുമായ സമൂഹമായിരുന്നു ചൈനയിലേത്. സാമ്രാജ്യത്വ അധിനിവേശങ്ങൾ മുതലാളിത്തപൂർവ്വ സമൂഹത്തിലെ ഫ്യൂഡൽ അനാചാരങ്ങൾ അരക്കിട്ടുറപ്പിച്ചതല്ലാതെ സ്ത്രീസമൂഹത്തിൽ കാര്യമായ പുരോഗതിയൊന്നും വരുത്തിയില്ല. ഫ്യൂഡൽ ജീർണ്ണതക്കൊപ്പം മുതലാളിത്ത ചൂഷണവും കൂടിയായപ്പോൾ ഇന്ത്യയിലേതുപോലെ തന്നെ സ്ത്രീ

കൾ നരകയാതനകളുടെ ചെളിക്കുണ്ടിൽ ആണ്ടുപോവുകയുണ്ടായി. 1949 ലെ വിപ്ലവമാണ് ചൈനയിലെ സ്ത്രീകളെ വെളിച്ചത്തിലേക്ക് കൈപിടിച്ചുയർത്തിയത്.

ഇന്ത്യൻ സമൂഹത്തിൽ *മനുസ്മൃതി*യടക്കമുള്ള സവർണ്ണ സമുദായ തീട്ടൂരങ്ങൾ എങ്ങനെ സ്ത്രീകളെ കീഴ്പ്പെടുത്തിയോ അതുപോലെ തന്നെ ചൈനയിലെ കൺഫ്യൂഷിയൻ സിദ്ധാന്തങ്ങളും സ്ത്രീവിരുദ്ധമായിരുന്നു. സ്ത്രീസ്വാതന്ത്ര്യത്തെ നിഷേധിക്കുന്നതും സ്ത്രീകളെ വീട്ടടിമകളായി തളച്ചിടുന്നതിനുമുള്ള ഒട്ടേറെ സൂത്രവേലകൾ കൺഫ്യൂഷിയൻ ആചാരങ്ങളിൽ അടങ്ങിയിട്ടുണ്ട്. സ്ത്രീകൾ ചെറുപ്പത്തിൽ അച്ഛനെയും യൗവനത്തിൽ ഭർത്താവിനെയും പ്രായം ചെന്നാൽ മകനെയും ഭയന്ന് ജീവിക്കണമെന്നാണ് അതിലൊന്ന്. വിവാഹം, വിവാഹമോചനം, പ്രസവം തുടങ്ങിയ പ്രക്രിയകളിലും പുരുഷ മേധാവിത്വപരമായ നിർദേശങ്ങൾ അടങ്ങിയിരുന്നു. ഇവയിൽ ഏറ്റവും ക്രൂരമായത് സ്ത്രീകളുടെ സഞ്ചാരസ്വാതന്ത്ര്യം കുറച്ച് വീട്ടിൽ തളച്ചിടുന്നതിനുള്ള സൂത്രവേലയായിരുന്നു. പാദം ചുരുക്കൽ (Foot binding) എന്ന പ്രാകൃതാചാരമാണത്. ചെറിയ പാദങ്ങൾ സൗന്ദര്യത്തിന്റെ ലക്ഷണമാണെന്ന് പ്രചരിപ്പിച്ചാണ് സ്ത്രീസമൂഹത്തോട് ക്രൂരത കാട്ടിയത്. പാദം ചുരുക്കാത്ത പെൺകുട്ടികൾക്ക് വിവാഹംപോലും നിഷേധിക്കപ്പെട്ടിരുന്നു. നാല് മുതൽ ഏഴ് വരെ വയസ്സുള്ളപ്പോഴാണ് പാദം ചുരുക്കുന്നത്. കാല്പ്പാദങ്ങൾ കഴുകി വൃത്തിയാക്കി ചെറുവിരലും തൊട്ടടുത്ത രണ്ട് വിരലുകളും ഞെരിച്ച് എല്ലുകൾ പൊട്ടിക്കും. ഇടുങ്ങിയ കട്ടിയുള്ള ഷൂവിൽ തിരുകിക്കയറ്റി കെട്ടിവയ്ക്കും. ലോട്ടസ് ഷൂസ് എന്നാണ് ഇതിന് പറയുന്നത്. അസ്സഹനീയമായ വേദനയാണ് കുട്ടികൾ സഹിക്കേണ്ടി വരിക. ചില പച്ച മരുന്നുകൾ ഒടിഞ്ഞ കാലിൽ പുരട്ടുക മാത്രമാണ് ചെയ്യുക. രണ്ടുമൂന്ന് ദിവസങ്ങൾ കഴിയുമ്പോൾ കെട്ട് അഴിച്ച് ചോരയും പഴുപ്പും തുടച്ചുമാറ്റിയതിനുശേഷം കൂടുതൽ ഇറുക്കികെട്ടും. രണ്ടു വർഷക്കാലത്തോളം ഈ പ്രക്രിയ തുടരണം. അപ്പോഴേക്കും കാല്പാദത്തിന്റെ എല്ല് അകത്തേക്ക് വളഞ്ഞ് രണ്ട് വിരലുകൾ മാത്രമായി കാല്പാദം ചുരുങ്ങും. കൂടിയാൽ മൂന്ന് ഇഞ്ച് വലുപ്പമേ പാദത്തിന് ഉണ്ടാകാവൂ എന്നതാണ് നിയമം. ചിലർക്ക് പത്ത് വർഷത്തോളം കാലിൽ പൂട്ടിട്ട് നടക്കേണ്ടിവരും. ചുരുങ്ങിയ പാദങ്ങൾ വീണ്ടും വളരാതിരിക്കാനാണിത്. പാദം ചുരുക്കൽ പ്രക്രിയ പലപ്പോഴും പെൺകുട്ടികളുടെ മരണകാരണമാകാറുണ്ട്. ഒടിഞ്ഞ വിരലുകളിൽ ബാക്ടീരിയ പെരുകുകയും പഴുപ്പ് കയറുകയും ചെയ്താൽ ആ ഭാഗത്തേക്കുള്ള രക്തചംക്രമണം നിലച്ചുപോവുകയും കാല്പാദം മൃതമാവുകയും ചെയ്യും. പഴുപ്പ് ശരീരത്തിലേക്ക് പടർന്ന നിരവധി പെൺകുട്ടികൾ മരണപ്പെട്ടിട്ടുണ്ട്. എങ്കിലും ആചാരങ്ങൾ ലംഘിക്കാൻ സമുദായ പ്രമാണിമാർ അനുവദിക്കില്ല. പാദം ചെറുതാക്കാത്ത പെൺകുട്ടികൾ കുടുംബത്തിന് അപമാനമാകയാൽ രക്ഷിതാക്കൾ അതിൽനിന്ന് പിന്മാറുകയുമില്ല. പാദം ചുരുങ്ങിയാൽ പിന്നെ സ്ത്രീ

കൾക്ക് വേഗത്തിൽ നടക്കാൻ പറ്റില്ല. വീടിന് ചുറ്റുമല്ലാതെ ദൂരയാത്ര ചെയ്യാൻ പറ്റില്ല. പരസഹായമില്ലാതെ പുറത്തിറങ്ങാൻ കഴിയാത്തതിൽ സ്ത്രീകളുടെ യാത്രകൾ പരിമിതപ്പെട്ടു. അതിസമ്പന്നരായ സ്ത്രീകൾ വണ്ടികളിൽ യാത്ര ചെയ്തു. ശാരീരികമായ മറ്റു പ്രയാസങ്ങളും സ്ത്രീകൾ നേരിട്ടു. ശരീരത്തിന്റെ ഭാരം താങ്ങാൻ കഴിയാത്ത പാദങ്ങൾ ഉപയോഗിച്ചുള്ള നടത്തം ഇടുപ്പിലെ മാംസപേശികൾ തടിക്കാൻ ഇടയാക്കുന്നതിനാൽ ശരീരസന്തുലനം വീണ്ടും കുറയും. പാദം ചെറുതാക്കിയ സ്ത്രീയുടെ ലൈംഗികാവയവങ്ങൾ ഇറുകുന്നതിനാൽ പുരുഷന് ലൈംഗികപ്രക്രിയയിൽ കൂടുതൽ സന്തോഷമുണ്ടാകും എന്നായിരുന്നു പുരുഷ മേധാവിത്വ സമൂഹത്തിന്റെ വിശ്വാസം. സ്ത്രീസമൂഹത്തെ ലൈംഗികമായി കീഴ്പ്പെടുത്തുന്നതിന്റെ ഏറ്റവും ബീഭത്സമായ ഉദാഹരണമായിരുന്നു പാദം ചുരുക്കൽ. സമൂഹത്തിൽനിന്ന് പ്രതിഷേധം ഉയരാതിരിക്കാൻ നിരവധി അപസർപ്പക കഥകളും പ്രചരിപ്പിച്ചിരുന്നു. പണ്ട് പണ്ട് ഉറക്കത്തിൽ എഴുന്നേറ്റ് നടക്കുന്ന ഒരു രാജകുമാരിയുണ്ടായിരുന്നു എന്നും അവളുടെ പാദത്തിന് 14 ഇഞ്ച് നീളമുണ്ടായിരുന്നു എന്നും രാജാവ് ഒരു ഭിഷഗ്വരനെ വിളിച്ചുവരുത്തി അവളുടെ പാദം മുറിച്ച് മൂന്ന് ഇഞ്ചാക്കിയപ്പോൾ ഉറക്കത്തിലെ ബാധ ഒഴിവായി എന്നുമാണ് ഒരു കഥ. മറ്റൊന്ന് ലിയു രാജാവിന് ചെറിയ പാദമുള്ള യുവതിയോട് പ്രേമം തോന്നി എന്നും പാദം വളരെ ചെറുതായതിനാൽ അവൾ നൃത്തം ചെയ്യുന്നത് പോലെയാണ് നടന്നിരുന്നത് എന്നും കഥ. സമ്പന്നരായ യുവാക്കളുടെ പ്രേമം സമ്പാദിക്കാൻ പാദം ചെറുതാക്കുകയാണ് മാർഗ്ഗം എന്ന് സമൂഹത്തെ തെറ്റിദ്ധരിപ്പിക്കാൻ ഇത്തരം കഥകൾ ഉപകരിച്ചു. കർഷകത്തൊഴിലാളികളായ ദരിദ്ര സ്ത്രീകൾ സമ്പന്നരെ അനുകരിച്ച് പാദം ചെറുതാക്കിയതിന്റെ ഭാഗമായി അനുഭവിക്കേണ്ടിവന്ന യാതനകൾ വിവരണാതീതമാണ്. ജോലിചെയ്യാൻ പ്രയാസമായതിനാൽ ചിലർ പാദം മുറിക്കാൻ തയ്യാറാകാതിരുന്നാൽ പരിഹാസവും അവഗണനയും ഏറ്റുവാങ്ങി ജീവിക്കേണ്ടിവന്നു. യുവാക്കൾ അത്തരം സ്ത്രീകളോട് സംസാരിക്കുന്നതുപോലും വീട്ടുകാർ വിലക്കി. അവർക്ക് വിവാഹജീവിതം നിഷേധിച്ചു. ഇടയ്ക്ക് മഞ്ചു രാജവംശത്തിന്റെ കാലത്ത് ഈ ക്രൂരകൃത്യത്തിനെതിരെ പ്രതികരണമുണ്ടായെങ്കിലും യാതൊരു ഫലവുമുണ്ടായില്ല. ആചാരം മുറപോലെ തുടർന്നു. 1949 ൽ കമ്യൂണിസ്റ്റ് പാർട്ടിയുടെ നേതൃത്വത്തിൽ വിപ്ലവം നടന്ന് ജനകീയ ചൈന റിപ്പബ്ലിക് സ്ഥാപിതമായപ്പോഴാണ് ഈ പ്രാകൃതാചാരം കർശനമായി നിരോധിച്ചത്.

നൂറ്റാണ്ടുകളുടെ ഫ്യൂഡൽ അന്ധകാരത്തിൽനിന്നാണ് കമ്യൂണിസ്റ്റ് പാർട്ടി സ്ത്രീകളെ മോചിപ്പിച്ചത്. അത് വളരെ എളുപ്പമുള്ള കാര്യമായിരുന്നില്ല. നിയമങ്ങൾ പാസാക്കിയാൽ മാത്രം മാറിപ്പോകുന്നതല്ല ജനമനസ്സുകളിൽ കുടിയിരിക്കുന്ന അന്ധവിശ്വാസങ്ങൾ. വർഷങ്ങൾ നീണ്ടുനില്ക്കുന്ന പരിഷ്കരണ പ്രക്രിയയിലൂടെയാണ് സ്ത്രീപദവി സമത്വം ഉറപ്പാക്കാൻ ചൈന ശ്രമിച്ചുകൊണ്ടിരിക്കുന്നത്. അത്ഭുതകരമായ

മുന്നേറ്റമുണ്ടായെങ്കിലും പുരുഷാധിപത്യ മനോഭാവത്തെ പൂർണ്ണമായും പറിച്ചെറിയാൻ കഴിഞ്ഞിട്ടില്ല. ഇപ്പോഴും അതിനുള്ള പരിശ്രമം തുടരുകയാണ്.

ചൈനയിൽ സ്ത്രീവിമോചന ആശയങ്ങൾ വിവിധ ഘട്ടങ്ങളിലാണ് വേരുറപ്പിച്ചത്. 1911 ലെ സിൻഹായ് വിപ്ലവത്തോടെ സ്ത്രീകളെ മനുഷ്യരായി പരിഗണിക്കണമെന്ന ആശയം ഉയർന്നുവന്നിരുന്നു. തുടർന്ന് നടന്ന സാംസ്കാരിക നവോത്ഥാനം മെയ് 4 പ്രസ്ഥാനത്തിന് രൂപം നല്കിയപ്പോഴും (1919) സ്ത്രീകളുടെ വേദനകൾ ചർച്ച ചെയ്യപ്പെട്ടു. എന്നാൽ 1949ലെ ജനകീയ വിപ്ലവത്തോടെയാണ് കാതലായ മാറ്റമുണ്ടാകാൻ തുടങ്ങിയത്. 1954ൽ പാസാക്കിയ നിയമം നാഴികക്കല്ലായി. ഭരണഘടനയിൽ സ്ത്രീകൾക്കും പുരുഷന്മാർക്കും തുല്യപദവി ഉറപ്പാക്കുന്ന നിയമമായിരുന്നു അത്. രാഷ്ട്രീയവും സാമ്പത്തികവും സാംസ്കാരികവും വിദ്യാഭ്യാസപരവുമായ മേഖലകളിൽ തുല്യത ഉറപ്പാക്കുന്ന നിയമമാണ് പാസാക്കിയത്. നിയമം നടപ്പാക്കാൻ നിരവധി നടപടിക്രമങ്ങളും സർക്കാർ ഏറ്റെടുത്തു. 1951ൽ തന്നെ വിവാഹനിയമം പാസാക്കി കുടുംബത്തിൽ സ്ത്രീ-പുരുഷ സമത്വം ഉറപ്പാക്കിയിരുന്നു. വിവാഹമോചന നിയമങ്ങളും പരിഷ്കരിച്ചു. ചൈനയിൽ ബഹുഭാര്യാത്വം നിലനിന്നിരുന്നു. മാത്രമല്ല ഭർത്താവിന് തോന്നുമ്പോൾ ഏകപക്ഷീയമായി വിവാഹമോചനം നടത്താവുന്ന രീതിയായിരുന്നു അന്ന്. കുട്ടികൾ ഉണ്ടാകാത്ത അവസ്ഥ, ഭർത്താവിന്റെ മറ്റു ഭാര്യമാരോട് അസൂയ പ്രകടിപ്പിക്കൽ, രോഗബാധകൾ, അപവാദങ്ങൾ കേൾപ്പിക്കൽ, മോഷണം തുടങ്ങിയവയാണ് വിവാഹമോചനത്തിനുള്ള കാരണങ്ങളായി പറഞ്ഞിരുന്നത്. നിരവധി സ്ത്രീകൾ കൊല്ലപ്പെടുകയോ നിരാലംബരായി ആത്മഹത്യ ചെയ്യുകയോ പതിവുണ്ടായിരുന്നു എന്ന് ചരിത്രകാരന്മാർ പറയുന്നു. വിപ്ലവാനന്തര ചൈന പാസാക്കിയ വിവാഹനിയമത്തിൽ വിവാഹമോചനത്തിനുള്ള അവകാശം തുല്യമാക്കി. ബഹുഭാര്യാത്വം, ഗാർഹിക പീഡനം, ചൂതാട്ടം, മദ്യപാനം പോലുള്ള ദുശ്ശീലങ്ങൾ, രണ്ട് വർഷത്തിൽ കൂടുതൽ ഉപേക്ഷിച്ച് പോകൽ എന്നിവ സ്ത്രീകൾക്ക് വിവാഹമോചനം നേടുന്നതിനുള്ള കാരണങ്ങളായി. ബഹുഭാര്യാത്വത്തിന് അറുതിവരാൻ ഇത് കാരണമായി. ആധുനിക മുതലാളിത്ത സംസ്കാരത്തിന്റെ ഭാഗമായി കുടുംബബന്ധങ്ങൾ ശിഥിലമാകാതിരിക്കാൻ ഇപ്പോൾ സർക്കാർ കൂടുതൽ ശ്രദ്ധിക്കുന്നുണ്ട്. കുടുംബത്തിനകത്ത് പരസ്പര ബഹുമാനവും അംഗീകാരവുമുണ്ടാകാനുള്ള കൗൺസലിങ് വിപുലമായി നടക്കുന്നുണ്ട്.

മാതൃമരണനിരക്കും ശിശുമരണനിരക്കും ഗണ്യമായി കുറയ്ക്കാൻ ആധുനിക ചൈനയ്ക്ക് കഴിഞ്ഞിട്ടുണ്ട്. 1947ൽ സ്വതന്ത്രയായ ഇന്ത്യയേക്കാൾ ബഹുദൂരം മുന്നേറാൻ 1949 ൽ വിപ്ലവം നടന്ന ചൈനയ്ക്ക് കഴിഞ്ഞു. മാതൃമരണനിരക്കിന്റെ കാര്യത്തിൽ 181 രാജ്യങ്ങളിൽ 127-ാം സ്ഥാനമാണ് ഇന്ത്യക്ക്. ചൈന 62-ാം സ്ഥാനത്ത് എത്തിയിരിക്കുന്നു.

ഏറ്റവും കൂടുതൽ ജന സംഖ്യയുള്ളതും ഏറ്റവും പിന്നോക്കാവസ്ഥയിലുള്ളതുമായ ഒരു സമൂഹത്തിന് ഇത്രയും മാറ്റമുണ്ടാക്കാൻ കഴിഞ്ഞത് ശ്രദ്ധേയമായ പുരോഗതിയാണ്. 2000 മുതൽ പ്രത്യേക പദ്ധതി ആരംഭിച്ചിട്ടുണ്ട്. 'Reducing maternal mortality and eliminating neonatal tanus' എന്ന പദ്ധതി നല്ല ഫലം കാണുന്നുണ്ടെന്നും വരുംവർഷങ്ങളിൽ മാതൃ-ശിശുമരണനിരക്ക് ഇനിയും കുറയുമെന്നും ചൈനക്കാർ പറയുന്നു. 2. 13 ബില്ല്യൺ RMB-യാണ് പദ്ധതിക്കായി നീക്കിവക്കുന്നത്. ശിശുമരണ നിരക്ക് രണ്ടായിരാമാണ്ടിൽ ആയിരത്തിന് അമ്പത് എന്നത് ഇപ്പോൾ പത്ത് ആയി കുറഞ്ഞിരിക്കുന്നു. ഗ്രാമീണ മേഖലകളിൽ കൂടുതൽ ഇട പെടലുകൾ നടക്കുന്നുണ്ട്.

കരകൗശലജോലിയിൽ ഏർപ്പെട്ട സ്ത്രീകൾ

വിദ്യാഭ്യാസ ആരോഗ്യ മേഖലകളിലും ഗുണപരമായ മാറ്റമുണ്ടായി. ചൈനയിൽ സാക്ഷരതാനിരക്ക് വളരെ ഉയർന്നു. പുരുഷന്മാരുടെ സാക്ഷരതാനിരക്ക് 95.7 ശതമാനവും സ്ത്രീകളുടേത് 87.6 ശതമാനവും ആണ്. ഇന്ത്യയിൽ ഒരു സംസ്ഥാനം മാത്രം (കേരളം) കൈവരിച്ച നേട്ടമാണിത്. ചൈനയിൽ സ്ത്രീകളുടെ പ്രതീക്ഷിത ആയുസ്സ് 75 വയസ്സും പുരുഷന്മാരുടേത് 72 വയസ്സുമാണ്. തൊഴിൽ പങ്കാളിത്വത്തിലും വർദ്ധനവുണ്ടായി. സിവിൽ മേഖലയിൽ 40 ശതമാനത്തിലേറെ സ്ത്രീകളുണ്ട്. ഉന്നത വിദ്യാഭ്യാസ മേഖലയിലും സാങ്കേതിക മികവുള്ള ജോലികളിലും സ്ത്രീപങ്കാളിത്തം തുല്യമാക്കാൻ ശ്രമിച്ചുവരികയാണെന്ന് സഖാക്കൾ പറഞ്ഞു. 1949ൽ സ്കൂളിൽ ചേരുന്ന പെൺകുട്ടികൾ 20 ശതമാനത്തിൽ താഴെയായിരുന്നു. ഇപ്പോൾ 96.2 ശതമാനം ആയിട്ടുണ്ട്. ആകെ തൊഴിൽസേനയുടെ 45 ശതമാനം സ്ത്രീകളാണ്. ഉല്പാദന മേഖലയിലാണ് സ്ത്രീത്തൊഴിലാളികളുടെ എണ്ണം കൂടുതൽ നഗരങ്ങളിലെ തൊഴിൽ സംരംഭകരിൽ 20 ശതമാനം സ്ത്രീകളുണ്ട്. രാഷ്ട്രീയ അധികാരത്തിന്റെ വേദികളിൽ പുരുഷമേധാവിത്വം പൂർണ്ണമായും ഇല്ലാതായിട്ടില്ല. ജനകീയസഭയിൽ (National Peoples Congress) ൽ തിരഞ്ഞെടുക്കപ്പെട്ടത് 21.33 ശതമാനം സ്ത്രീകളാണ്. സി പി പി സി സി (Peoples

Political Consultative Congress) ൽ 7 ശതമാനം സ്ത്രീകളേയുള്ളൂ. മുൻവർഷത്തേക്കാൾ ഒരു ശതമാനം വർദ്ധനവുണ്ടായെങ്കിലും ഇതു കുറവുതന്നെയാണ്.

എങ്കിലും ഇന്ത്യയിലെ അവസ്ഥയുമായി തട്ടിച്ചുനോക്കുമ്പോൾ ഇത് വർദ്ധനവ് തന്നെയാണ്. വർഷങ്ങളായി നിലനിന്ന പുരുഷാധിപത്യ ബോധം ഇല്ലാതാക്കാൻ കമ്യൂണിസ്റ്റ് പാർട്ടിയും സർക്കാരും നന്നായി പരിശ്രമിക്കുന്നുണ്ട്. സ്ത്രീപദവി സമത്വത്തിന് വേണ്ടി ബോധപൂർവ്വമായി പരിശ്രമിക്കുമ്പോൾ മുതലാളിത്വ ആഗോളവല്ക്കരണത്തിന്റെ പുതിയ വെല്ലുവിളികൾ ചൈനയിലെ സ്ത്രീസമൂഹത്തിനും നേരിടേണ്ടി വരുന്നുണ്ട്. ഉപഭോഗസംസ്കാരത്തിന്റെ ഭാഗമായി സ്ത്രീസമൂഹത്തോട് കാട്ടുന്ന മേധാവിത്വ സമീപനങ്ങളും ലൈംഗിക ചൂഷണങ്ങളും അതിക്രമങ്ങളും രാജ്യത്ത് തലപൊക്കാതിരിക്കാനുള്ള മുൻകരുതലുകളും ചൈനയ്ക്ക് സ്വീകരിക്കേണ്ടതുണ്ട്. ഒരുഭാഗത്ത് വികസന - വളർച്ചാ മുരടിപ്പുകൾ ഇല്ലാതാക്കി ജീവിതനിലവാരം മെച്ചപ്പെടുത്താനുള്ള പരിശ്രമം, മറുഭാഗത്ത് സാമ്രാജ്യത്വത്തിന്റെ മനുഷ്യത്വരഹിതമായ കാഴ്ചപ്പാടുകൾ പുതുതലമുറയിൽ സന്നിവേശിക്കാതിരിക്കാനുള്ള പരിശ്രമങ്ങൾ, ഇതിനിടയിൽ സ്ത്രീസമൂഹം നേടിയ നേട്ടങ്ങൾ അടിയറ വയ്ക്കാതിരിക്കാനുള്ള പരിശ്രമങ്ങളാണ് ചൈനയിൽ നടക്കുന്നത്. എ സി ഡബ്ല്യു ആർ അടക്കം നിരവധി മഹിളാസംഘടനകൾ സ്ത്രീകളുടെ അവകാശങ്ങൾ സംരക്ഷിക്കുന്നതിനും സർക്കാർ നടപടികൾ ത്വരിതപ്പെടുത്തുന്നതിനും പരിശ്രമിക്കുന്നുണ്ട്.

22

നിറഞ്ഞ മനസ്സോടെ മടക്കം

ഇന്ന് സെപ്തംബർ 3. ചൈനയിൽനിന്ന് ഞങ്ങൾക്ക് മടങ്ങേണ്ട ദിവസം. പത്ത് ദിവസങ്ങൾ ഒരു സ്വപ്നമെന്നവണ്ണം മിന്നിമറിഞ്ഞുപോയി. എങ്കിലും നൂറ്റാണ്ടുകൾ താണ്ടിയുള്ള ഒരു യാത്രയുടെ അനുഭവങ്ങളാണ് അത് പകർന്നുതന്നത്. ചൈനയുടെ സമ്പന്നമായ പൗരാണിക സംസ്കാരത്തിന്റെ ഭൂമികയിലൂടെ, ഒരു വശത്ത് പ്രൗഢിയും മറുവശത്ത് ലക്ഷക്കണക്കിന് മനുഷ്യരുടെ അടിമത്തവും പേറിയ രാജവംശങ്ങളുടെ അധികാര ഗർവ്വിലൂടെ, കൊടുംപട്ടിണിക്കാരുടെ ദീനരോദനങ്ങൾ താണ്ടി ഞങ്ങൾ സൺയാത്സെന്നിന്റെയും കൂമിന്താങ്ങിന്റെയും പുതിയ ചൈനയിൽ എത്തിച്ചേർന്നു. നാല് ഭാഗത്തുനിന്നുമുള്ള സാമ്രാജ്യത്വ അധിനിവേശങ്ങളും തദ്ദേശവാസികളെ കൂട്ടത്തോടെ കൊന്നുതള്ളുന്ന പട്ടാള അതിക്രമങ്ങളും ചെറുക്കാൻ ചൈനക്ക് തുണയായത് കമ്യൂണിസ്റ്റ് ആശയങ്ങളാണ്. കൺഫ്യൂഷിയൻ സിദ്ധാന്തങ്ങളിൽ ഊന്നിയ ഫ്യൂഡൽ കാഴ്ചപ്പാടുകളിൽനിന്ന് സമൂഹത്തെ മോചിപ്പിക്കാൻ വലിയ പോരാട്ടം തന്നെ നടത്തേണ്ടതായി വന്നു. ചെയർമാൻ മാവോയും ലോങ്മാർച്ചും പിന്നിട്ട വഴികളിലൂടെ ഞങ്ങളും സഞ്ചരിക്കുകയായിരുന്നു. ഐതിഹാസികമായ ജനകീയ വിപ്ലവത്തിന്റെ മാറ്റൊലികൾ ഞങ്ങൾ കേട്ടു. കമ്യൂണിസ്റ്റ് പാർട്ടിയുടെ അധികാരാരോഹണത്തിന് ശേഷമുള്ള നവീനമായ മാറ്റങ്ങൾ ഞങ്ങൾ നേരിൽകണ്ടു. വിസ്മയാവഹമായി ചൈന മാറുകയാണ്. ചൈനയുടെ കണ്ണഞ്ചിപ്പിക്കുന്ന സാമ്പത്തിക വളർച്ചയുടെ പരിണതഫലം എന്തായിരിക്കും എന്ന സംശയം ലോകത്തിന്റെ എല്ലാ കോണുകളിൽനിന്നും ഉയരുന്നുണ്ട്. ചൈന സോഷ്യലിസത്തിലേക്കാണോ മുതലാളിത്തത്തിലേക്കാണോ എന്നുതന്നെ പലരും തുറന്നു ചോദിക്കുന്നു. ഇന്നലെ രാത്രി ഭക്ഷണത്തിനുശേഷം ഞങ്ങളും ഈ വി

ഷയത്തിൽ അഭിപ്രായങ്ങൾ പങ്കുവയ്ക്കാൻ ഒത്തുകൂടിയിരുന്നു.

രാത്രിഭക്ഷണത്തിനു ശേഷം ഞങ്ങൾ പത്തുപേരും സഖാവ് ടി ക്കേന്ദറിന്റെ മുറിയിൽ സംഗമിച്ചു; ഇതുവരെ കണ്ടതനുസരിച്ച് ചൈനയെ വിലയിരുത്താൻ. യോഗം ആരംഭിക്കുന്നതിന് മുമ്പ് ദീപാങ്കുർ പറഞ്ഞു: നമ്മുടെ കൂടെയുള്ള നേപ്പാൾ പ്രതിനിധിസംഘം ചാങ്ഷായിലേക്കാണ് പോയത്. അവരിലൊരാൾ ഫോണിൽ വിളിച്ചിരുന്നു. ചാങ്ഷാ നഗരം കാണാൻ കഴിയാത്തത് ഒരു നഷ്ടമാണത്രെ.

സ. അശോക് ധാവ്‌ലെക്ക് ചാങ്ഷയെക്കുറിച്ച് അറിയാം. അദ്ദേഹം പറഞ്ഞു, ചെയർമാൻ മാവോയുടെ പ്രദേശമായ ഗുനാൻ പ്രവിശ്യയിലാണത്. ചൈനയുടെ ശാസ്ത്രീയമായ വികസന ആസൂത്രണത്തിന്റെ പ്രതീകമാണ് ഈ നഗരം. ഐക്യരാഷ്ട്രസഭ ചാങ്ഷയെ ആഗോളഹരിത നഗരങ്ങളുടെ പട്ടികയിൽ ഉൾപ്പെടുത്തിയിട്ടുണ്ട്. ആഗോള തലത്തിലുള്ള വൻകിട നഗരങ്ങളോട് കിടപിടിക്കുന്ന കൂറ്റൻ വ്യവസായശാലകളും ആധുനിക റോഡുകളും ബഹുനില കെട്ടിടങ്ങളും റിക്രിയേഷൻ സെന്ററുകളും അവിടെയുണ്ട്. അതേസമയം നഗരത്തിന്റെ ഭൂവിസ്തീർണ്ണത്തിന്റെ 53 ശതമാനം വനമേഖലയായി സംരക്ഷിച്ച് നിർത്തിയിരിക്കുന്നു. ഋതുഭേദങ്ങൾക്കനുസരിച്ച് പക്ഷികളും പൂമ്പാറ്റകളും ചില മൃഗങ്ങളും വിരുന്നുവരുന്ന ഹരിതാഭമായ വനപ്രദേശം. നഗരമായി വികസിപ്പിച്ച ഭാഗത്തിന്റെ 48 ശതമാനം ഭാഗം മരങ്ങളും പുല്ത്തകിടികളും വച്ചുപിടിപ്പിച്ചിട്ടുണ്ടെന്ന് സ. ധാവ്‌ലെ പറഞ്ഞു. ഏറ്റവും വലിയ പ്രത്യേകത അന്തരീക്ഷ മലിനീകരണം തടയാൻ എടുത്ത നടപടികളാണ്. മലിനീകരണത്തിന് കാരണമായ ആയിരത്തോളം ചെറുതും വലുതുമായ വ്യവസായങ്ങൾ അടച്ചുപൂട്ടി പുതിയ പരിസ്ഥിതി സൗഹൃദ വ്യവസായങ്ങൾ സ്ഥാപിച്ചു. ഊർജ്ജ ഉപഭോഗം നന്നേ കുറച്ചു. കോടിക്കണക്കിന് യുവാൻ ആണ് പാർക്കുകളും കുളങ്ങളും നിർമ്മിക്കാൻ ചെലവഴിച്ചത്. എന്നിട്ടും നഗരത്തിന്റെ ജിഡിപിയുടെ (GDP) ഗ്രാഫ് ഏറെ ഉയരത്തിലേക്കാണ്. ഏറ്റവും പ്രധാനപ്പെട്ട ടൂറിസ്റ്റ് കേന്ദ്രങ്ങളാണ് ഇത്. ചാങ്ഷയിലെ പ്രധാന ആകർഷണം ചെയർമാൻ മാവോയുടെ കൂറ്റൻ പ്രതിമയാണ്. യുവാവായ മാവോവിന്റെ പ്രതിമയ്ക്ക് 32 മീറ്റർ ഉയരമുണ്ട്. ചൈനക്കാർ ഈ പ്രതിമയെ ഒരു പ്രതീകമായി കാണുന്നു. നാം കാണുന്ന നല്ല സ്വപ്നങ്ങൾ പ്രായോഗികമാകുന്നതിന്റെ പ്രതീകം (turning ideals into reality). എനിക്ക് അവിടെ പോകാൻ കഴിയാത്തതിൽ സങ്കടം തോന്നി. സ. പെരേര ഇടപെട്ടു. ഇതിനേക്കാൾ പ്രധാനപ്പെട്ട എത്ര സ്ഥലങ്ങൾ ബാക്കി കിടക്കുന്നു. കേന്ദ്രഗവൺമെന്റിന്റെ നേരിട്ടുള്ള നിയന്ത്രണത്തിലുള്ള തായ്‌വാൻ, ഹോങ്കോങ്, മക്കാവു തുടങ്ങി ലോകജനതയെ ആകർഷിക്കുന്ന നിരവധി കേന്ദ്രങ്ങൾ ചൈനയിലുണ്ട്. ഒരു സൗഹൃദ സന്ദർശനത്തിന് എത്തിയവർ എല്ലാം കാണണമെന്ന് ആശിക്കുന്നത് അവിവേകമാണ്. ടീം ലീഡർ ഞങ്ങളുടെ ചർച്ചയെ നിരുത്സാഹപ്പെടുത്തി. "നമ്മൾ ഇവിടെ ചേർന്നിരിക്കുന്നത് ചൈനയുടെ സോഷ്യലിസ്റ്റ് നിർമ്മാണത്തെക്കുറിച്ച്

അഭിപ്രായങ്ങൾ പങ്കുവയ്ക്കാനാണ്." സ. അശോക് ധാവ്ലെ ഓർമ്മിപ്പിച്ചു.

ഞങ്ങൾ ചൈനയുടെ രാഷ്ട്രീയ-സാമൂഹ്യ യാഥാർത്ഥ്യങ്ങളിലേക്ക് കടന്നു. ലോകത്തിലെ ഏറ്റവും കൂടിയ ജനസംഖ്യയുടെ ഉടമയായ ഈ രാജ്യത്തിന്റെ അത്ഭുതകരമായ വളർച്ചയും വികസനവും സാമൂഹ്യക്ഷേമ നടപടികളും അംഗീകരിച്ചേ മതിയാവൂ എന്ന പക്ഷക്കാരായിരുന്നു എല്ലാവരും. ചൈന വർഗ്ഗസമര സിദ്ധാന്തം ഉപേക്ഷിക്കുകയാണെന്നും മുതലാളിമാരെ സൃഷ്ടിക്കുകയാണെന്നും ഇത് സോഷ്യലിസത്തിന്റെ അന്തസ്സത്ത കെടുത്തുമെന്നും ചിലർ അഭിപ്രായപ്പെടുന്നുണ്ടെന്ന് സ. കൃഷ്ണയ്യ ചൂണ്ടിക്കാട്ടി. നവലിബറൽ നയങ്ങളുടെ ഭാഗമായി ലോകത്തിന്റെ എല്ലാ ഭാഗത്തും വർദ്ധിച്ചുവരുന്ന അഴിമതി ചൈനയിലും ഉണ്ടാകുന്നു എന്നത് സോഷ്യലിസത്തിന്റെ വക്താക്കളിൽ ഭയം ഉളവാക്കുന്നു എന്ന് സ. വെങ്കിട്ടരാമൻ പറഞ്ഞു.

വിപണി സാമ്പത്തികനയം ചൈനയുടെ സോഷ്യലിസ്റ്റ് സ്വപ്നങ്ങൾ തകർക്കുമെന്ന ഭയം സഖാവ് പ്രകടിപ്പിച്ചു. അതിദാരിദ്ര്യാവസ്ഥയിൽനിന്ന് ചൈനയെ മോചിപ്പിക്കാൻ കമ്യൂണിസ്റ്റ് പാർട്ടി നടത്തിയ ഇടപെടലുകൾ വിജയം കണ്ടിരിക്കുന്നു എന്നും തുടർന്നും ജീവിതനിലവാരം മെച്ചപ്പെടുത്താനുള്ള പ്രതിബദ്ധതയാണ് സി പി സിയുടെ, 17, 18 കോൺഗ്രസുകളിലും ഇടയ്ക്ക് നടത്തിയ പ്ലീനത്തിലും വ്യക്തമാക്കിയിട്ടുള്ളത് എന്നും ഞാൻ ഓർമ്മിപ്പിച്ചു. പൊതുവിൽ ജനക്ഷേമ നടപടികളിൽ ഒന്നുപോലും സി പി സി വെട്ടിക്കുറച്ചിട്ടില്ല. അതുകൊണ്ട് ചൈന മുതലാളിത്വ മൂലധനത്തിന് കീഴടങ്ങി എന്ന് ഇപ്പോൾ പറയുന്നത് ശരിയല്ല -സുപ്രകാശ് അഭിപ്രായപ്പെട്ടു. സോഷ്യലിസ്റ്റ് സമൂഹ നിർമ്മാണത്തിനായി മാതൃകകളൊന്നും ചൂണ്ടിക്കാട്ടാനില്ലെന്നും ഓരോ രാജ്യവും അവിടത്തെ മൂർത്തമായ സാഹചര്യങ്ങൾ മനസ്സിലാക്കി സോഷ്യലിസത്തിലേക്കുള്ള പടവുകൾ വെട്ടിയെടുക്കണമെന്നുമാണ് ചൈനയുടെ അഭിപ്രായം. ചൈന സോഷ്യലിസ്റ്റ് പാതയിൽനിന്ന് വ്യതിചലിക്കുകയില്ലെന്നും എന്നാൽ, മുതലാളിത്വ മൂലധനത്തെ പൂർണ്ണമായും നിഷേധിക്കാൻ കഴിയില്ലെന്നും സാമ്പത്തിക വളർച്ച നേടാൻ മൂലധനം ഉപയോഗപ്പെടുത്തുമെന്നും ചൈനയിലെ സഖാക്കൾ പറയുന്നു. എല്ലാറ്റിനും ഒരു സാമൂഹ്യനിയന്ത്രണം ഉണ്ടാവണമെന്ന് ചൈനക്ക് നിർബ്ബന്ധമുണ്ട്. സോഷ്യലിസ്റ്റ് റഷ്യയിലെ കമ്യൂണിസ്റ്റ് പാർട്ടിക്ക് സംഭവിച്ച തെറ്റുകൾ ആവർത്തിക്കാതിരിക്കാൻ തങ്ങൾ ശ്രമിക്കുന്നുണ്ടെന്നും അവർ പറയുന്നു. സി പി എസ് യു വിന്റെ 18-ാം പാർട്ടി കോൺഗ്രസും (1939) സി പി സിയുടെ 18-ാം കോൺഗ്രസും (2012) നിർണ്ണായക തീരുമാനങ്ങൾ സോഷ്യലിസ്റ്റ് സമൂഹനിർമ്മാണത്തെക്കുറിച്ച് മുന്നോട്ടുവച്ചിട്ടുണ്ട്.

1939 ൽ സി പി എസ് യു 18-ാം കോൺഗ്രസിന്റെ റിപ്പോർട്ടിൽ 'സിദ്ധാന്തത്തിന്റെ പ്രശ്നങ്ങൾ' എന്ന പേരിൽ സ്റ്റാലിൻ സോഷ്യലിസ്റ്റ് നിർമ്മാണപ്രക്രിയയിലെ പ്രശ്നങ്ങളെക്കുറിച്ച് വിശദീകരിക്കുന്നുണ്ട്. തൊ

ഴിലാളിവർഗ്ഗ സർവ്വാധിപത്യത്തിന്റെ വിവിധ ഘട്ടങ്ങൾ, ഭരണകൂടത്തിന്റെ ഘടന തുടങ്ങിയവയെക്കുറിച്ച് ശരിയായ കാഴ്ചപ്പാട് ഉണ്ടായിരിക്കണം. ബഹുജനങ്ങളുടെ വിപുലമായ പങ്കാളിത്തം ഉറപ്പുവരുത്തിക്കൊണ്ടു മാത്രമെ സോഷ്യലിസ്റ്റ് സമൂഹനിർമ്മാണം മുന്നോട്ടു കൊണ്ടുപോകാൻ കഴിയൂ. ഭരണകൂടത്തിലും അതത് സമയത്ത് ആവശ്യമായ പരിവർത്തനം നടത്തണം. ഇക്കാര്യത്തിൽ സോവിയറ്റ് യൂണിയൻ പരാജയപ്പെട്ടതാണ് തകർച്ചയുടെ കാരണമെന്ന് സി പി സി പറയുന്നു. ജനങ്ങളുടെ വർദ്ധിച്ചുവരുന്ന ആഗ്രഹാഭിലാഷങ്ങൾക്കു നേരെ അവർ മുഖം തിരിച്ചു. സമൂഹത്തിൽ അന്യവല്ക്കരണവും അസംതൃപ്തിയുമുണ്ടായി. “മുതലാളിത്തത്തിൽനിന്ന് കമ്യൂണിസത്തിലേക്കുള്ള പരിവർത്തനഘട്ടത്തിൽ വൈവിദ്ധ്യ പൂർണ്ണമായ രാഷ്ട്രീയ രൂപങ്ങൾ സ്വീകരിക്കേണ്ടിവരും” എന്ന ലെനിന്റെ മുന്നറിയിപ്പ് അവർ ശ്രദ്ധിച്ചില്ല. ഈ അബദ്ധം പറ്റാതിരിക്കാനാണ് തങ്ങൾ പരിശ്രമിക്കുന്നതെന്ന് സി പി സി നേതാക്കൾ പറഞ്ഞു.

സോഷ്യലിസ്റ്റ് നിർമ്മാണപ്രക്രിയയിൽ വിപ്ലവപാർട്ടി പ്രധാനപ്പെട്ട നാല് കാര്യങ്ങൾ ശ്രദ്ധിക്കണമെന്ന് സ്റ്റാലിനും ലെനിനുമെല്ലാം സൂചിപ്പിച്ചിട്ടുണ്ട്. ഭരണകൂടഘടന, സോഷ്യലിസ്റ്റ് ജനാധിപത്യം, സോഷ്യലിസ്റ്റ് സാമ്പത്തിക നിർമ്മാണം, പ്രത്യയശാസ്ത്ര ബോധവല്ക്കരണം എന്നിവയാണത്.

സോഷ്യലിസ്റ്റ് ജനാധിപത്യം സംബന്ധിച്ച ധാരണയിലാണ് റഷ്യൻ കമ്യൂണിസ്റ്റ് പാർട്ടിക്ക് (സി പി എസ് യു) മറ്റൊരു പോരായ്മ സംഭവിച്ചത്. മുതലാളിത്വ രാജ്യങ്ങളിലെ ജനാധിപത്യവും സോഷ്യലിസ്റ്റ് രാജ്യങ്ങളിലെ ജനാധിപത്യവും തമ്മിലുള്ള വ്യത്യാസത്തിലാണ് ചൈനയുടെ ഊന്നൽ. മുതലാളിത്തം ജനങ്ങൾക്ക് ഔപചാരികമായ ജനാധിപത്യം വാഗ്ദാനം ചെയ്യുന്നു. പക്ഷേ അത് അനുഭവിക്കാനുള്ള അവകാശം അവർക്ക് സ്വായത്തമാക്കാൻ കഴിയുന്നില്ല. മുതലാളിത്ത വിപണിയിൽ എല്ലാം എല്ലാവർക്കും വാങ്ങാനായി തുറന്നുവച്ചിരിക്കുന്നു. എന്നാൽ, ജനങ്ങളിൽ മഹാഭൂരിപക്ഷത്തിനും അവയൊന്നും സ്വന്തമാക്കാനുള്ള, വാങ്ങാനുള്ള കഴിവില്ല എന്നതാണ് വസ്തുത. സോഷ്യലിസത്തിന് കീഴിൽ ഈ ദുരവസ്ഥയുണ്ടാകരുതെന്നും അതിനാൽ ചൈന സാമ്പത്തിക വികസനത്തോടൊപ്പം സാമൂഹ്യക്ഷേമ നടപടികളും മുന്നോട്ടു കൊണ്ടുപോവുകയാണെന്നും സി പി സി പറയുന്നു. മുഴുവൻ ജനങ്ങളെയും വാങ്ങാൻ കഴിവുള്ളവരാക്കി മാറ്റുകയാണ് ചൈനയുടെ ലക്ഷ്യം.

സോഷ്യലിസ്റ്റ് സമ്പദ്വ്യവസ്ഥയുടെ കാതൽ ഉല്പാദനോപാധികളുടെ സാമൂഹിക ഉടമസ്ഥതയാണ്. കേന്ദ്രീകൃത ഭരണകൂട ആസൂത്രണത്തിന് കീഴിൽ ഉല്പാദനശക്തികൾ കൂടുതൽ കൂടുതൽ വികസിക്കുമ്പോൾ സാമ്പത്തിക ആസൂത്രണത്തിലും മാറ്റം വരുത്തണം. അതാണ് ചൈന ചെയ്തുകൊണ്ടിരിക്കുന്ന പരിഷ്കരണ നടപടികൾ. മുതലാളിത്വത്തിന്റെ വക്രഗതികളിലേക്ക്, ലാഭക്കൊതിയിലേക്ക്, വഴുതിപ്പോകാതെ സമ്പദ്ഘടനയെ പുതിയ മേഖലകളിലേക്ക് വികസിപ്പിക്കുക

ശ്രമകരമായ ജോലിയാണ്. എന്നാൽ മാറ്റങ്ങളോട് മുഖം തിരിഞ്ഞ് നിന്നാൽ ദാരിദ്ര്യവും അസമത്വങ്ങളും തിരിച്ചുവരികയും ചെയ്യും.

കാർഷികോല്പാദനത്തിന് ഉപയോഗിക്കുന്ന ഭൂമിയുടെ അളവ് വർദ്ധിക്കാതെ വരുമ്പോൾ ഉല്പാദനക്ഷമത വർദ്ധിപ്പിക്കേണ്ടതായി വരും. റഷ്യ അത് ചെയ്യാത്തതുകൊണ്ടാണ് ഉല്പാദനമേഖലയിൽ മുരടിപ്പുണ്ടായത്. പരിഹാരമായി ഗോർബചേവ് ചെയ്തത് ഉല്പാദനോപാധികളുടെ സാമൂഹ്യ ഉടമസ്ഥതതന്നെ കൈവിടുകയും കമ്പോളവ്യവസ്ഥയെ പൂർണ്ണമായും ആശ്രയിക്കുകയുമായിരുന്നു. അത് സോഷ്യലിസത്തിലേക്കുള്ള പ്രയാണത്തെ എതിർദിശയിലേക്ക് തിരിച്ചുവിട്ടു.

പ്രതിവിപ്ലവ പ്രേരണയെയും സാമ്രാജ്യത്വ ഇടപെടലുകളെയും അതിജീവിക്കണമെങ്കിൽ പ്രത്യയശാസ്ത്രബോധവല്ക്കരണം പ്രധാന അജണ്ടയായി കൈകാര്യം ചെയ്യണം. ജനങ്ങളുടെ കൂട്ടായ ബോധനിലവാരം നിരന്തരം വർദ്ധിപ്പിക്കണം. അധികാരത്തിലിരിക്കുന്ന കമ്യൂണിസ്റ്റ് പാർട്ടിയുടെ പ്രത്യയശാസ്ത്ര ദൃഢതയിലൂടെ മാത്രമെ ഇത് സാധിക്കൂ. വീഴ്ച വന്നാൽ പ്രതിവിപ്ലവാശയങ്ങൾ മേൽക്കൈ നേടാൻ ശ്രമിക്കും. ഇതുവരെ പല രാജ്യങ്ങളിലും സോഷ്യലിസത്തിന് ഏറ്റ തിരിച്ചടികൾ മാർക്സിസം-ലെനിനിസത്തിലെ അടിസ്ഥാനധാരകളുടെ പിശകുകൊണ്ടല്ല, മറിച്ച് അതിന്റെ ശാസ്ത്രീയവും പ്രായോഗികവുമായ ഉള്ളടക്കത്തിൽനിന്നും പ്രയോഗത്തിൽനിന്നും വ്യതിചലിച്ചതുകൊണ്ടാണ്. മാർക്സിസം വരട്ടുതത്ത്വവാദപരമായി പ്രയോഗിക്കേണ്ട ഒന്നല്ല, കാലികമായി മുന്നോട്ടു നയിക്കേണ്ട ശാസ്ത്രമാണെന്ന് സി പി സി പറയുന്നു. വർത്തമാനകാലം സാമ്രാജ്യത്വത്തിന്റെ പുതിയ ചൂഷണ അടവുകൾക്ക് സാക്ഷ്യം വഹിക്കുകയാണ്. അതിന്റെ ഭാഗമായി നാല് അടിസ്ഥാനവൈരുദ്ധ്യങ്ങളും മൂർച്ഛിക്കുന്നുണ്ട്. മുതലാളിത്വത്തിന് ബദൽ സോഷ്യലിസമാണെന്ന് ചൈന ആവർത്തിക്കുന്നു. ചൈനയുടെ മാതൃകയിൽ സോഷ്യലിസ്റ്റ് നിർമ്മാണം നടത്തുകയാണെന്ന് അവർ അവകാശപ്പെടുന്നു.

സാമ്പത്തികവളർച്ചയ്ക്ക് വേണ്ടിയുള്ള നിലയ്ക്കാത്ത ആഗ്രഹവും ആവേശവും സാമൂഹ്യ അസമത്വങ്ങൾ വർദ്ധിപ്പിക്കാൻ ഇടയാകുമെന്ന് തങ്ങൾ മനസ്സിലാക്കിയെന്ന ചൈനീസ് നേതാക്കളുടെ തുറന്നുപറച്ചിൽ പ്രതീക്ഷക്ക് വക നല്കുന്നതാണ്. ഞങ്ങൾ ചൈനയിലുള്ളപ്പോൾ സാമ്പത്തിക വളർച്ചാനിരക്കിന് നിയന്ത്രണമേർപ്പെടുത്തി സാമൂഹികക്ഷേമത്തിന് വീണ്ടും കൂടുതൽ ഊന്നൽ നല്കുമെന്ന പ്രധാനമന്ത്രി ഷീ ജിൻ പിങ്ങിന്റെ പ്രസ്താവന *ചൈന ഡെയ്‌ലി*യിൽ വന്നിരുന്നു. ഇപ്പോൾ ചൈന അത് പ്രയോഗത്തിൽ വരുത്തിയിരിക്കുകയാണ്. സാമ്രാജ്യത്വ രാജ്യങ്ങളെ ആശയക്കുഴപ്പത്തിലാക്കിക്കൊണ്ട് ചൈന തങ്ങളുടെ വളർച്ചാനിരക്ക് അല്പം കുറയ്ക്കുകയാണെന്ന് പ്രഖ്യാപിച്ചു. ആഭ്യന്തര വിപണിയെ കൂടുതൽ ശക്തമാക്കിയും കുത്തകകളുടെ വളർച്ചയെ നിയന്ത്രിച്ചുമാണ് ചൈന അത് സാദ്ധ്യമാക്കുന്നത്.

ദാരിദ്ര്യനിർമ്മാർജ്ജന പദ്ധതിക്ക് കൂടുതൽ പണം നീക്കിവക്കു

ന്നതോടൊപ്പം കുത്തകവിരുദ്ധനിയമം (anti monopoly law), വിശ്വാസ വഞ്ചനക്കെതിരെ നിയമം (anti trust regulation) എന്നീ നിയമങ്ങൾ കർശനമാക്കിയതോടെ നിബന്ധനകൾ ലംഘിക്കുന്ന കുത്തകകളിൽനിന്ന് വൻതുക പിഴ ഈടാക്കാൻ തുടങ്ങിയിട്ടുണ്ട്. മാർക്കറ്റിൽ നിയമവിരുദ്ധ മേധാവിത്വം സ്ഥാപിക്കാൻ ശ്രമിച്ച ജോൺസൻ ആൻഡ് ജോൺസൺ കമ്പനിക്കെതിരെ ഈയിടെ പിഴ ചുമത്തുകയുണ്ടായി. അതേസമയം നിയമാനുസൃതമായ വളർച്ച കൈവരിക്കാൻ കുത്തക മൂലധനത്തെ അനുവദിക്കുന്നുമുണ്ട്.

ചൈനയിൽ കോടീശ്വരന്മാർ വളർന്നുവരുന്നതിനെക്കുറിച്ച് ഞങ്ങൾ സംസാരിച്ചു. കോടീശ്വരന്മാർക്ക് പാർട്ടി മെമ്പർഷിപ്പ് കൊടുക്കുന്നതിനും വിരോധമില്ല. ഇതേപ്പറ്റി ചോദിച്ചപ്പോൾ പണം എത്ര വർദ്ധിക്കുന്നു എന്നതിനേക്കാൾ എങ്ങനെ ചെലവഴിക്കുന്നു എന്നതാണ് പ്രധാനമെന്ന് സഖാക്കൾ പറയുന്നു. ധനികവ്യക്തികൾ സാമൂഹ്യക്ഷേമ നടപടികളിൽ ഇടപെടണമെന്ന് ചൈന ഓർമ്മിപ്പിക്കുന്നുണ്ട്. ലാഭത്തിന്റെ ഒരു നിശ്ചിത ശതമാനം തുക അതത് തദ്ദേശ സയംഭരണ സ്ഥാപനങ്ങൾക്കോ കേന്ദ്ര ഗവൺമെന്റിന്റെ പൊതുനന്മാ ഫണ്ടിലേക്കോ മുതൽക്കൂട്ടേണ്ടതുണ്ട്. *ചൈനാ ഡെയ്‌ലി*യിൽ ആ സമയത്ത് ഒരു സമ്പന്നനെക്കുറിച്ച് വന്ന കഥ ഞാൻ വായിച്ചിരുന്നു.

2013 സെപ്തംബർ ഒന്നിന്റെ പത്രത്തിലാണ് യിൻ മിങ്ജിയാൻ എന്ന ധനികവ്യവസായിയെക്കുറിച്ചുള്ള ലേഖനം പ്രസിദ്ധീകരിച്ചിരുന്നത്. വിപ്ലവം നടക്കുമ്പോൾ പരമദരിദ്ര കുടുംബമായിരുന്നു മിങ് ജിയാന്റേത്. 1974 ലാണ് ജിയാൻ ജനിക്കുന്നത്. പല ഭാഗത്തുനിന്നായി ദാരിദ്ര്യ നിർമ്മാർജ്ജന പ്രക്രിയകൾ ആരംഭിച്ചിരുന്നു. എങ്കിലും ജിയാന്റെ ഗ്രാമം അപ്പോഴും ദാരിദ്ര്യവിമുക്തമായിരുന്നില്ല. 13-ാം വയസ്സിൽ ജിയാൻ പഠിപ്പ് നിർത്തി ജോലി അന്വേഷിച്ചിറങ്ങി. 16-ാം വയസ്സിൽ വലിയ സ്ഥാപനത്തിൽ വില്പനക്കാരനായി ജോലിയിൽ പ്രവേശിച്ച ജിയാൻ കഠിനപരിശ്രമത്തിലൂടെ കമ്പനിയുടെ മാനേജരായി. പിന്നീട് സ്വന്തമായി കമ്പനികൾ സ്ഥാപിച്ചു. കോടികളുടെ ബിസിനസുകാരനായ ജിയാൻ തന്റെ ഗ്രാമത്തെ പുനരുദ്ധരിക്കാൻ സ്വന്തം പണം ഉപയോഗപ്പെടുത്തി. ലക്ഷങ്ങൾ ചെലവിട്ട് ഗ്രാമത്തിലെ റോഡുകൾ ടാർ ചെയ്തു. കുട്ടിക്കാലത്ത് തന്റെ അച്ഛൻ പലതവണ ഈ റോഡിലെ കുഴികളിൽ വീണിരുന്നു എന്ന് ജിയാൻ ഓർമ്മിച്ചു. ആധുനിക സൗകര്യമുള്ള വിദ്യാഭ്യാസ സ്ഥാപനങ്ങൾ അദ്ദേഹം സ്വന്തം ചെലവിൽ നിർമ്മിച്ചു. കളിസ്ഥലങ്ങളും പൂന്തോട്ടങ്ങളും നിർമ്മിച്ചു. ഗ്രാമത്തിലെ പാർട്ടി സെക്രട്ടറി മുഖേനയാണ് അദ്ദേഹം വികസനപ്രവർത്തനങ്ങൾ ഏറ്റെടുക്കുന്നത്. ഇതിനു പുറമെ രാജ്യത്തിന്റെ പൊതുനന്മാ ഫണ്ടിലേക്ക് 10 വർഷത്തിനുള്ളിൽ അദ്ദേഹം നാല് മില്യൺ ഡോളർ സംഭാവന ചെയ്തുകഴിഞ്ഞു. ഗുവാങ് സിഷുഹായ് എന്ന സ്വയംഭരണമേഖലയിലാണ് ജിയാൻ ഈ പ്രവർത്തനങ്ങൾ ഏറ്റെടുത്തത്. ഇതുപോലെ നിരവധി പേർ ചൈനയിൽ സർ

ക്കാർ നിർദ്ദേശമനുസരിച്ചും സ്വമേധയാ തീരുമാനിച്ചും സാമൂഹ്യനിർമ്മാണ പ്രക്രിയയിൽ ഇടപെടുന്നുണ്ട്. അത് ഗവൺമെന്റ് സൃഷ്ടിച്ച പൊതുബോധത്തിന്റെ പ്രതികരണം തന്നെയാണ്.

ദാരിദ്ര്യനിർമ്മാർജ്ജനത്തിൽ ചൈന നേടിയ വൻ പുരോഗതി ഐക്യരാഷ്ട്രസഭയുടെ പ്രശംസക്ക് കാരണമായി. 2013 ഒക്ടോബറിൽ ഐക്യരാഷ്ട്രസഭ സൂചിപ്പിച്ചത്, ദാരിദ്ര്യനിർമ്മാർജ്ജനത്തിൽ ലോകം നേടിയ നേട്ടത്തിന്റെ മുക്കാൽപങ്കും ചൈനയുടെ സംഭാവനയാണെന്നാണ്. സന്തോഷസൂചകമായി ഡബ്ല്യു എഫ് പി അവാർഡ് നല്കി യു എൻ ചൈനയെ ആദരിച്ചു. ചൈനയുടെ മാതൃക വികസ്വര രാജ്യങ്ങളിൽ ചർച്ചക്ക് വിധേയമാക്കുമെന്നും സൂചിപ്പിച്ചു. 2020-ഓടെ ദാരിദ്ര്യം പൂർണ്ണമായും ഇല്ലാതാക്കുമെന്നാണ് സി പി സി പ്രഖ്യാപിച്ചിട്ടുള്ളത്. ദാരിദ്ര്യത്തിന്റെ മാനദണ്ഡവും ചൈന ഇടയ്ക്കിടെ മാറ്റുന്നുണ്ട്. ഭക്ഷണം ലഭിക്കുക മാത്രമല്ല എല്ലാ ജീവിതസൗകര്യങ്ങളും നേടാൻ ജനങ്ങൾക്ക് അവകാശമുണ്ടെന്നും അതുകൂടി നേടിയാലേ ദാരിദ്ര്യം അവസാനിച്ചു എന്ന് പറയാൻ കഴിയൂ എന്നും സി പി സി പറയുന്നു. മുതലാളിത്ത ആഗോളവല്ക്കരണം സൃഷ്ടിക്കുന്ന സാമൂഹ്യജീർണ്ണതകളിൽനിന്ന് ചൈനയിലെ ജനങ്ങളെ രക്ഷിക്കാനുള്ള ബോധപൂർവ്വമായ ഇടപെടൽ സി പി സി നടത്തുന്നുണ്ട്. പാർട്ടി മെമ്പർമാരെ മാത്രമല്ല സമൂഹത്തെയാകെ സോഷ്യലിസ്റ്റ് ജനാധിപത്യ ബോധത്തിലേക്ക് കൊണ്ടുവരാനാണ് തങ്ങൾ ശ്രമിക്കുന്നതെന്ന് സി പി സി പറയുന്നു. ഇതിനുവേണ്ടി ഒന്നാമതായി ഇടപെടേണ്ടത് മാധ്യമരംഗത്താണ്. പ്രതിലോമകരമായ ആശയങ്ങൾ സമൂഹത്തിൽ പ്രചരിപ്പിക്കാതിരിക്കാൻ മാധ്യമപ്രവർത്തകർക്ക് പ്രത്യേക പഠനപരിപാടി സംഘടിപ്പിക്കുന്നുണ്ട്. 2013 ജൂണിൽ മാധ്യമപ്രവർത്തനവും മാർക്സിസ്റ്റ് മൂല്യങ്ങളും (Journalism with Marxist values) എന്ന വിഷയത്തിൽ നടന്ന സെമിനാറിൽ 30,000 പ്രവർത്തകരാണ് പങ്കെടുത്തത്. ഇന്റർനെറ്റ്, സോഷ്യൽമീഡിയ തുടങ്ങിയ ആധുനിക സങ്കേതങ്ങൾ എങ്ങനെ പ്രതിലോമകരമായ ആശയങ്ങൾ ജനങ്ങളിൽ എത്തിക്കുന്നു എന്ന പരിശോധനയുണ്ടായി. സ്വകാര്യ മാധ്യമങ്ങൾ ലാഭക്കൊതിക്ക് വശംവദരായി സത്യവിരുദ്ധവും വൈകാരികവുമായ വാർത്തകൾ പ്രചരിപ്പിക്കുന്നത് തടയേണ്ടതുണ്ട്. മനുഷ്യത്വരഹിതവും ലൈംഗിക അരാജകത്വം നിറഞ്ഞതുമായ പ്രചാരണങ്ങൾ പുതുതലമുറയെ വഴിതെറ്റിക്കും. ലോകജനതയെ അരാജകത്വത്തിന്റെ പടുകുഴിയിലേക്ക് നയിക്കുന്ന അത്തരം പ്രചാരണങ്ങൾക്ക് നിയന്ത്രണം ഏർപ്പെടുത്താൻ മാധ്യമപ്രവർത്തകർ സഹകരിക്കണമെന്ന് സി പി സി ആവശ്യപ്പെട്ടു. ഇതോടൊപ്പം 18-ാം പാർട്ടി കോൺഗ്രസിന്റെ നിർദ്ദേശങ്ങൾ മുഴവൻ ജനങ്ങളും ഏറ്റെടുത്ത് നടപ്പാക്കണമെന്നും സി പി സി നിർദ്ദേശിച്ചു. ഗ്രാമത്തിലെ കർഷകർ നഗരത്തിൽ വ്യവസായശാലകൾ, വിദ്യാഭ്യാസ സ്ഥാപനങ്ങൾ തുടങ്ങി എല്ലായിടത്തും പാർട്ടി കോൺഗ്രസ് നിർദ്ദേശങ്ങൾ വിശദീകരിക്കുന്നുണ്ട്.

രാത്രി ഏറെ വൈകുംവരെ നീണ്ട ചർച്ച ഞങ്ങൾ അവസാനിപ്പിച്ചു. സാമ്പത്തികവളർച്ചയുടെ ഭാഗമായി കടന്നുവരുന്ന മുതലാളിത്വ ദുരകളെ അടിച്ചമർത്തി സോഷ്യലിസ്റ്റ് മാനവസ്നേഹം പകരം വയ്ക്കാൻ ചൈന ശ്രമിക്കുന്നു എന്നത് പരമാർത്ഥമായ കാര്യമാണ്. മനുഷ്യരാശിയെ ചൂഷണം ചെയ്ത് കോർപ്പറേറ്റുകൾ ആർജ്ജിച്ച സഹസ്രകോടികൾ ഉപയോഗിച്ച് ചൈനയുടെ പരീക്ഷണങ്ങളെ അട്ടിമറിക്കാൻ ശ്രമിക്കുന്നുണ്ട്. ചൈനയുടെ പുതിയ തലമുറയെ വശീകരിക്കാനും വഴിതെറ്റിക്കാനും ശ്രമിക്കുന്നുണ്ട്. ഇന്റർനെറ്റിലൂടെ മുതലാളിത്ത ജീർണ്ണതകൾ ചൈനയിലെത്തിക്കാൻ ശ്രമിക്കുന്നുണ്ട്. ചിലപ്പോൾ ധൂർത്തമായ ജീവിതത്തോടുള്ള അഭിനിവേശമുണർന്ന് ചൈനയിൽ ചിലർ അഴിമതിക്കാരായി മാറുന്നുണ്ട്. അനിയന്ത്രിതമായ വ്യക്തിസ്വാതന്ത്ര്യത്തിനുവേണ്ടി വാദിച്ച് അമേരിക്കയിലേക്ക് ചേക്കേറുന്നുണ്ട്. ഇത്തരം സാമ്രാജ്യത്വ വെല്ലുവിളികളെ അതിജീവിക്കാൻ സി പി സിക്ക് കഴിയുമോ എന്നാണ് ലോകം ഉറ്റുനോക്കുന്നത്. തെക്കൻ ചൈന കടലിലും അതിർത്തി രാജ്യങ്ങളിലും തങ്ങളുടെ പട്ടാളത്തെയും പാവ ഗവൺമെന്റുകളെയും വിന്യസിച്ച് ചൈനയെ വളഞ്ഞിട്ട് പിടിക്കാനാണ് അമേരിക്കൻ സാമ്രാജ്യത്വത്തിന്റെ നീക്കം.

ക്രൂരമായ ചൂഷണത്തിലധിഷ്ഠിതമായ മുതലാളിത്തത്തിന് ബദലായി മനുഷ്യസ്നേഹത്തിന്റെയും സോഷ്യലിസ്റ്റ് ഉത്തരവാദിത്വബോധത്തിന്റെയും കാഴ്ചപ്പാടുകൾ പകരം വയ്ക്കാൻ ശ്രമിക്കുന്നതിനാലാണ് ചൈന അമേരിക്കയുടെ ശത്രുവായി മാറുന്നത്. ചൈനയുടെ പരീക്ഷണങ്ങളുടെ രീതിയോട് നമുക്ക് യോജിപ്പോ വിയോജിപ്പോ പ്രകടിപ്പിക്കാം. പക്ഷേ, ഒരു കാര്യം സമ്മതിക്കണം. ജനങ്ങളുടെ ജീവിത നിലവാരം ഉയർത്താൻ, സോഷ്യലിസ്റ്റ് സമൂഹം നിർമ്മിക്കാനുള്ള കഠിനമായ പരിശ്രമത്തിൽ ഏർപ്പെട്ടിരിക്കുകയാണ് ആ രാജ്യം. ലോകരാജ്യങ്ങളിലെ കമ്യൂണിസ്റ്റുകാരെയും ഭരണാധികാരികളെയും ഇക്കാര്യം ബോദ്ധ്യപ്പെടുത്തണമെന്ന് അവർക്ക് ആഗ്രഹമുണ്ട്. അതുകൊണ്ടാണ് എല്ലാ വർഷവും സർക്കാരുകളുടെയും കമ്യൂണിസ്റ്റ് പാർട്ടികളുടെയും പ്രതിനിധിസംഘങ്ങളെ അവർ ക്ഷണിച്ചുവരുത്തുന്നത്. ചൈനയിൽ വികസനത്തിന്റെയും സാമൂഹ്യമാറ്റത്തിന്റെയും തരംഗങ്ങൾ അലയടിക്കുകയാണ്. സി പി സി പറയുന്നതുപോലെ ഈ പരീക്ഷണം വിജയിച്ചാൽ ചൈന മാത്രമല്ല വിജയിക്കുക. ലോകമാകെ സോഷ്യലിസത്തിലേക്കുള്ള മുന്നേറ്റം ശക്തമാക്കും. പരാജയപ്പെട്ടാൽ സാമ്രാജ്യത്വത്തിന്റെ കാട്ടാളത്തത്തിന് ലോകജനത കൂടുതൽ കീഴ്പ്പെട്ടുപോകും. ചൈനയുടെ പരീക്ഷണങ്ങൾ വിജയിക്കണമെന്നാഗ്രഹിക്കുന്ന ലോകത്തിലെ കോടിക്കണക്കിന് ജനങ്ങളുടെ കൂടെ ഞങ്ങളും ചേരുന്നു.

രാവിലെ 10 മണിക്ക് ലാൻഷു എയർപോർട്ടിലേക്ക് പുറപ്പെട്ടു. പത്ത് ദിവസത്തെ സാർത്ഥകമായ സന്ദർശനത്തിനുശേഷം ഞങ്ങൾ ജനകീയ ചൈനയോട് വിടപറയുകയാണ്. ഞങ്ങളെ സഹായിക്കാൻ ക്ഷമയോ

ടെ കൂടെ നിന്ന സ്വിങ്ങിനോടും മറ്റ് സഖാക്കളോടും വിടചൊല്ലി. ചൈനയിലെ കാര്യങ്ങൾ ഓരോന്നും മനസ്സിലാക്കുമ്പോഴും ഇന്ത്യയിലെ അനുഭവങ്ങളുമായി ഒരു താരതമ്യം മനസ്സിൽ ഉയർന്നിരുന്നു. ആ ചിന്തയുടെ ഉല്പന്നം നിരാശയായിരുന്നുതാനും. കമ്യൂണിസ്റ്റുകാരായ ഞങ്ങൾ പത്ത് പ്രതിനിധികളും ഇന്ത്യയിലെ നവലിബറൽ മുതലാളിത്ത ആധിപത്യത്തിനെതിരെ സമരം ചെയ്യാൻ ഞങ്ങളുടെ തട്ടകങ്ങളിലേക്ക് തിരിച്ചുപോവുകയാണ്. സോഷ്യലിസത്തോടുള്ള ഞങ്ങളുടെ അഭിനിവേശം പതിന്മടങ്ങ് വർദ്ധിപ്പിക്കാൻ ചൈനക്ക് കഴിഞ്ഞിട്ടുണ്ട്. ഞങ്ങളുടെ വിമാനം ഇന്ത്യയെ ലക്ഷ്യമാക്കി പറന്നു.

9 789384 445362

Printed by Libri Plureos GmbH in Hamburg,
Germany